अभिप्राय

एक मांजरी आणि तिची बाळ्या, पवळ्या आणि ढवळ्या ही तीन पिल्ले यांच्या 'जीवनार्थ कलहा'ची कहाणी आहे.

'निसर्गाने आरंभावस्थेत जशी घडी घालून दिली तसंच' जीवन मांजर आजही– सृष्टीच्या अत्यंत उत्क्रांत अवस्थेत जगत आहे, हे यादव पुन: पुन्हा दिग्दर्शित करतात. 'जगाच्या आरंभी मूळ मांजर जसं होतं तसंच आजचंही मांजर आहे. एक सनातन न बदलणारं, शाश्वत प्रकृतीचं सत्य...'

केसरी, २५-८-१९८५

।। माऊली ।।

'परिमल पुरस्कार' प्राप्त – १९८६
(परिमल प्रकाशन, औरंगाबाद)

आनंद यादव

मेहता पब्लिशिंग हाऊस

◆ या पुस्तकातील लेखकाची मते, घटना, वर्णने ही त्या लेखकाची असून त्याच्याशी प्रकाशक सहमत असतीलच असे नाही.

MAULI by ANAND YADAV

माऊली : आनंद यादव / कादंबरी

Email : author@mehtapublishinghouse.com

© स्वाती आनंद यादव

प्रकाशक : सुनील अनिल मेहता, मेहता पब्लिशिंग हाऊस, १९४१, सदाशिव पेठ, माडीवाले कॉलनी, पुणे – ४११०३०.

मुखपृष्ठ : रविमुकुल

प्रकाशनकाल: जानेवारी, १९८५ / जुलै, १९९३ / सप्टेंबर, २००५ / सप्टेंबर, २०११ / पुनर्मुद्रण : फेब्रुवारी, २०१९

P Book ISBN 9788177666090
E Book ISBN 9789386454379
E Books available on : play.google.com/store/books
www.amazon.in/b?node=15513892031

चि. स्वाती
कीर्ती आणि आशुतोष
या माझ्या तीन पिलांच्या
माऊलीस

– आनंद

'माऊली'च्या आकलनाची दिशा

'माऊली' ही कादंबरी केवळ मांजरीची किंवा केवळ माणसाची (निमाची) कहाणी नाही. ती निसर्ग आणि माणूस, आदि जीवाचे स्वाभाविक जीवन आणि संस्कृतिसंपन्न समाजमानवाचे जीवन यांच्या गुंतागुंतीच्या संबंधांचे ते प्रतीकात्म रेखाटन आहे.

प्राणिविश्वात मी लहानपणापासून वावरत असल्याने त्यांच्या स्वाभाविक जीवनाचा घनिष्ठ अनुभव कळत नकळत लहानपणापासून घेत होतो आणि समाजजीवनात जगत असताना मला जीवनाविषयी अनेक प्रश्न कळत नकळत पडत होते.

असे जीवन जगत असतानाच 'गोतावळा' कादंबरीची कल्पना मला वयाच्या तिशी-पस्तिशीच्या दरम्यान सुचली. तिच्या पूर्वसिद्धीसाठी पाळीव प्राण्यांविषयी माहिती असलेली काही शास्त्रीय पुस्तके मी वाचून काढली. ही पुस्तके वाचत असताना डार्विनचा उत्क्रांतिवादही मी वाचून काढला. त्यात एके ठिकाणी जाता जाता असा एक उल्लेख मिळाला की, 'जगाच्या उत्क्रांतीत सगळे प्राणीही उत्क्रान्त होत गेले आहेत; पण 'कॅट' ही कॅटेगिरी मात्र आहे तशीच राहिलेली दिसते.' डार्विनचे अशा अर्थाचे वाक्य मला विलक्षण चमकदार वाटले. 'मांजर' ह्या प्राण्यावर त्यामुळे विलक्षण प्रकाश पडला. माझ्या साहित्यिक मनाला चटकन जाणवले, की 'म्हणजे पृथ्वीच्या पाठीवर कधीच न बदलणारा मांजर हा प्राणी आणि सतत बदलत जाणारा माणूस हा प्राणी हे सतत जोडीने जगताना दिसतात तर. आश्चर्य आहे.' मला ह्या जाणवलेल्या कल्पनेचं बीज म्हणजेच 'माऊली' कादंबरीचं बीज होय. याचा परिणाम 'गोतावळा'मध्ये 'मांजर' हा पाळीव प्राणी न येण्यात आणि 'माऊली' कादंबरी जन्माला येण्यात झाला. 'गोतावळा' नंतर मी ही कादंबरी सात-आठ वर्षांनी लिहिली.

मांजर पाळण्याचं माझं वेड पूर्वीपासूनचं. त्याला खरा आकार आला तो मी १९७५ जूनमध्ये कलानगरला राहायला गेल्यावर. मोकळे सुटे बंगले असलेली वस्ती. भोवतीनं मोकळं नैसर्गिक माळरान. त्यात मांजरं पाळली. एका वेळी तर घरात सहा मांजरं वावरत होती. त्यांचं नैसर्गिक जीवन टिपून ठेवत होतो. त्याचा उपयोग 'माऊली'च्या लेखनासाठी खूपच झाला.

या कादंबरीचे सर्वसाधारण तीन भाग करता येण्यासारखे आहेत. आरंभीचा 'निमा'ची कहाणी सांगणारा एक, मधला मांजरीची कहाणी सांगणारा आणि तिसरा जुन्या घरात म्हणजे 'वाड्यावर' घडलेल्या घटनांचा. असे तीन भाग असले, तरी मधला मांजरीच्या कहाणीचा भाग हा कादंबरीच्या गाभ्याचा भाग आहे. हे तीनही भाग कादंबरीतील 'मी'च सांगतो आहे. त्या 'मी'च्या जीवनातीलच हे तीन भाग आहेत. हे तीन भाग मिळून कादंबरीतील कलानुभव आकाराला आला आहे. हा कलानुभव निसर्गातील मूलभूत सर्जनशक्तीचा अनुभव आहे. म्हणून या कादंबरीत जी 'मांजरी' आहे ती नुसती मांजरी नाही; ती 'माऊ'ली आहे. 'माऊली' म्हणजे आदिमाता. मूलभूत सर्जनशक्तीचे दैवी प्रतीक. त्यामुळेच आपण भारतीय संस्कृतीत 'आदिमाते'ला निरनिराळ्या नावारूपात पूजतो. मांजरी हे त्या आदिमातेचे प्रतीक; म्हणून ती माऊली. हा शब्दही आपल्या संस्कृतीत, प्राकृत बोलीत जुना अर्थसंदर्भ सुचवितो. नामदेवादि मराठी संतांनी हा शब्द सर्वसर्जनाचे आदिकरण असलेल्या परमेश्वराला उद्देशून वापरला आहे. हे जुनेपण सनातनपण दर्शविते; म्हणून 'मांजरी' न म्हणता 'माऊली.' '।। माऊली ।।' या कादंबरीच्या मूळ शीर्षकाला म्हणूनच दोन्ही बाजूंना दोन दोन उभे दंड आहेत. हे दंडही 'माऊली'च्या अस्तित्वाचे जुनाटपण म्हणजेच शाश्वत-सनातनपण सूचित करतात. भारतीय संस्कृतीच्या प्रदीर्घ भूतकाळातील लेखनात उभे दंड वापरण्याची प्रथा होती. त्या 'माऊली'च्या अस्तित्वाला प्रदीर्घ भूतकाळाचा, सनातनपणाचा स्पर्श व्हावा हाच हेतू हे दंड योजण्यामागे आहे.

या कादंबरीच्या तिसऱ्या भागाच्या शेवटीही (शेवटच्या परिच्छेदात) लक्षात येईल, एवढे अंतर दोन परिच्छेदांत सोडून शेवटच्या परिच्छेदात मराठी लोककथेची शैली योजिली आहे. त्या परिच्छेदातही उभे दंडच वापरले आहेत. त्यामागेही तोच हेतू आहे. लोककथा या आपल्या संस्कृतीतल्या आदिबंध कथा आहेत. अशा या कथा आपल्या जीवनाची मूलसूत्रे प्रकट करतात. 'माऊली'ची कथा ही अशीच मूलसूत्राचे सूचन करणारी आहे, हे ध्वनित व्हावे म्हणूनच लोककथेची शैली योजिली आहे. कादंबरीच्या विसाव्या पृष्ठावरही अगदी आरंभी जो छंदाचा आभास निर्माण करणारा मजकूर आला आहे तोही अपौरुषेय वेदांतील ऋचांची आठवण करून देणारा आहे. त्याची भाषा, त्याची मांडणी, त्यात वापरलेली विसर्गसदृश संबंधवाचक विरामचिन्हे हीही वेदोपनिषदांतील मजकुराचे सूचन करून जुनाटपण, सनातनपणच ध्वनित करतात.

दुसऱ्या आणि तिसऱ्या भागाचा संबंध सरळच प्रस्थापित होतो. तो कारण-कार्य स्वरूपाचा आहे. 'माऊली'च्या मृत्यूमुळे 'मी'च्या घरादारात आणि मुख्य म्हणजे 'मी'च्या मनात एक पोकळी निर्माण होते. तिचा परिणाम 'मी'ला वाड्यावरची मांजरी

आठवण्यात होतो. त्यामुळे तो वाड्यावर जायला प्रवृत्त होतो आणि तेथील अनुभव त्याला येतो. पण पहिला भाग आणि दुसरा भाग यांचा संबंध असा नाही. तो कलात्मक स्वरूपाचा म्हणजे प्रतीकात्म आहे. काहीसा मानसशास्त्रीय स्वरूपाचा आहे. मनाच्या अर्धसुप्त, सुप्त पातळीवरचा असल्याने तो तरल आणि सूक्ष्म आहे. एखाद्या इमारतीचा पाया जमिनीत गाडला जावा तशी आरंभीची निमाची कहाणी आहे. पाया जरी इमारत पाहणाऱ्याला दिसत नसला, तरी वरील भक्कम इमारतीची बांधणी लक्षात घेऊन पायाची जाणीव मानसिक पातळीवर अभ्यासू जाणकाराला होत असते.

मांजरीच्या निसर्ग-जीवनाकडे माऊलीच्या भावनेनेच कादंबरीतील 'मी' का पाहतो? याचे उत्तर 'मी'च्या जीवनात त्याच्या मैत्रिणीची (निमाची) एक कहाणी घडून गेलेली आहे आणि ती 'मी'च्या मनाच्या तळात अतिखोलवर सुप्त पातळीवर अस्तित्व ठेवून पडून आहे. या मैत्रिणीची मातृत्वासाठी होणारी तडफड त्याने तीव्रतेने अनुभवली आहे. तिच्या प्रश्नाचे उत्तर त्याला सापडलेले नाही. त्यामुळे तो आत आत अस्वस्थ, पराभूत झालेला आहे. त्याच्या अस्वस्थतेने, पराभूततेने त्याला घेरलेले आहे.

या घेरल्या मनाच्या व्याकूळ नजरेनेच तो सर्जनाच्या प्रक्रियेत सापडलेल्या आपल्या गर्भार पत्नीकडे आणि पोटाचा झोळ सुटलेल्या गाभण मांजरीकडे पाहतो आहे. त्यामुळे तो नकळतच पत्नीविषयी आणि मांजरीविषयी हळुवार झाला आहे. या हळुवारतेची भावना सबंध कादंबरीभर लेखनातून पसरलेली दिसते. म्हणूनच 'मांजरी'ची 'माऊली' झाली आहे. 'मी'ची सबंध कादंबरीभर पसरलेली ही हळुवार भावस्थिती कशातून आली; हे समजले नाही; तर पहिल्या आणि दुसऱ्या भागाचा संबंध स्थापन करणे वाचकाला कठीण जाते. त्याचाच परिणाम 'निमा पहिल्या दहा-अकरा पानांतच फक्त येते. नंतर सबंध कादंबरीभर गडप होते आणि एकदम शेवटी तिचा उल्लेख येतो.' असे वाटण्यात होतो. असे वाटणे हे इमारतीकडे फक्त इमारत म्हणूनच वरवर पाहण्यासारखे आहे; मानसिक पातळीवर तिच्या भक्कम पायाची जाणीवच न होण्यासारखे आहे; असे मला वाटते.

पाया आणि इमारत यांचा संबंध अलग-सलगतेचा असतो. इमारत पाहताना पाया दिसू शकत नाही. तो अलग पडतो. पण मुळात त्याचा आणि इमारतीचा संबंध सलग असतो. किंबहुना पाया जेवढा भक्कम आणि सलग असेल तेवढी वरची इमारत अनेक वैशिष्ट्ये तोलून धरू शकते; हे मानसिक पातळीवर जाणकाराला कळत असते. दृश्य रूपात मात्र पाया हा इमारत पाहणाऱ्याला दिसत नाही. हेच अलग-सलगतेचे नाते कादंबरीतील पहिल्या आणि दुसऱ्या भागाचे आहे. वरवर पाहणाऱ्याला निमाच्या कहाणीची पहिली अकरा पृष्ठे वेगळ्या टाइपात छापलेली दिसतील; तसेच कादंबरी सलगपणे पृष्ठ बारावर सुरू झाल्यासारखे वाटेल. याचे कारण पृष्ठ बारावर प्रकरणाचा 'एक'चा आकडा आहे. निमाच्या कहाणीच्या आरंभी 'एक'चा आकडा नाही. तिथे

काहीच नाही. ते प्रकरण 'प्रास्ताविका'सारखे अलग वाटावे, असेच त्याचे दृश्य स्वरूप आहे. एवढेच नव्हे, तर कादंबरीचे लेखन 'डायरी'च्या स्वरूपात केलेले असल्याने तथाकथित प्रत्येक प्रकरणाच्या आरंभी तारखांचे आकडे आणि महिन्यांची नावे घातलेली आहेत. तीही निमाच्या कहाणीच्या आरंभी नाहीत. शिवाय निमाच्या कहाणीच्या भाषेची मांडणी हीही डायरीच्या भाषेची मांडणी नाही. त्यामुळेही निमाची कहाणी अलग वाटते. पण सूक्ष्मपणे पाहणाऱ्याच्या लक्षात येईल, की कादंबरीची पृष्ठे मात्र निमाच्या कहाणीच्या आरंभापासून शेवटपर्यंत 'सलग' आहेत. पण हे सगळे दृश्य भाग आहेत. खरे संबंध 'मी'च्या सुप्त मनाच्या पातळीवरचे आहेत; तेच महत्त्वाचे आहेत. निमाची कहाणी ऐकून 'मी'च्या सुप्त मनात पडलेले मातृत्वाचे वैचारिक बीज 'मी'ला अस्वस्थ करते. ती अस्वस्थता माणूस किंवा प्राणी यांच्यातील मातृतत्त्व जोपासण्यास 'मी'ला नकळत हळुवारपणे प्रवृत्त करते. ही 'मी'ची हळुवार प्रवृत्तीच पुढे सर्व कादंबरीभर पसरलेली आहे. हा महत्त्वाचा संबंध भाग एक आणि दोन मध्ये दृढपणे आहे.

आणखी एक किरकोळ गोष्ट इथेच स्पष्ट केली पाहिजे. डायरीच्या लेखनशैलीचा भाग म्हणून प्रत्येक प्रकरणाच्या आरंभी दिनांक आणि महिना यांची नोंद आहे. त्यामुळे उल्लेख न करताही कालपरिमाण लेखनात येत राहते; ही त्यातील सोय आहे. पण मी या डायरीत 'साला'चा उल्लेख केलेला नाही. कारण 'साल'मागे मागे पडत जाते आणि ते भूतकाळात जमा होत राहते. तारखा व महिने मात्र सतत जात-येत राहतात. ते ऋतुचक्राच्या कालभागाचा उल्लेख करत राहतात. म्हणून तारखा व महिने एवढेच ठेवले आणि 'साल' काढून टाकले. तारखामहिन्यांचे केलेले उल्लेख हेही इंग्रजीत आहेत; मराठीत नाहीत. याचे कारण लेखनात सहजता, स्वाभाविकता असावी हे आहे. या तारखा 'मी'ने घातलेल्या नसतात. जी डायरी 'मी' लिहितो आहे; त्या 'डायरी'वरच त्या मुळात असतात; एवढे दाखवण्यासाठीच त्या इंग्रजीत आहेत. आपल्याकडच्या डायऱ्या इंग्रजीत असतात; एवढेच स्वाभाविक वास्तव त्यात सुचवावयाचे आहे. हे आकडे मी मराठीत (देव नागरीत) व मराठी महिने लिहिले असते; तर तो भाग माझ्या शैलीचा होईल, अशी काळजी वाटल्याने मी ते इंग्रजीत ठेवले आहेत. कादंबरीच्या मांडणीविषयी एवढे पुरेसे वाटते.

या लेखनाला बारीक–मोठे तीन-चार पदर आहेत. पहिल्या सर्वसाधारण वाचनात मांजरी आणि तिची पिलं यांचं एक वास्तव जीवन वाचकाच्या मनात साकार होत जातं. या साकारण्यात दैनंदिन घडामोडींचा, पिलं मोठी होतानाचा, त्यांच्या आहार, निद्रा, भय, मैथुन यांचा जिवंत तपशील भरत जातो आणि मांजरांचं एक कुटुंब आपल्या मनासमोर जगताना दिसतं. मराठी माणूस मांजरं बाळगतो, वाढवतो पण त्यांच्या जगण्याकडे एवढ्या बारकाईनं, सातत्यानं आणि हेतुपूर्वक

लक्ष देत नाही. त्याला ढोबळपणे मांजराचं जीवन माहिती असतं. पण 'माऊली'मध्ये ते सूक्ष्मतेने, तपशीलवार आणि सलगपणे आल्याने वाचताना वेधक वाटते. त्यातील बारकाव्याने वाचक खिळून जातो, काहीसा गुंग होऊन जातो. त्याला इकडंतिकडं लक्ष द्यायला उसंतच मिळत नाही. मांजरांच्या जीवनात काळ्या बोक्याने घडवलेल्या नाट्यामुळे आणि त्यांच्या जीवघेण्या जगण्याच्या धडपडीमुळे वाचक तिथंच खिळून राहतो. सारी कादंबरी त्यासाठीच अवतरली आहे, अशी त्याची समजूत होते. लेखनाचा हा पदर ठोस असल्याने सामान्य वाचकाची अशी ठोस समजूत होणे, स्वाभाविकच आहे.

कादंबरीचा दुसरा पदर जाणवतो तो माणूस आणि प्राणी यांच्या मौलिक नात्याचा. माणूस दूध-दुभत्यासाठी, औतअवजारे शेतीवर ओढण्यासाठी, स्वत:च्या संरक्षणासाठी, मांसाहारासाठी, मोठमोठी ओझी इकडची तिकडे नेण्यासाठी, स्वत:चे वाहन म्हणून उपयोगात आणण्यासाठी व इतर अनेक उपयोगासाठी प्राणी पाळत असतो, ही गोष्ट खरीच आहे. पण त्याचबरोबर आपल्या भारतीय संस्कृतीत आणि अन्य संस्कृतीतही राघू, मैना, लव्हबर्ड्स, मांजरं, कुत्री, कबुतरी, खारी, ससे इत्यादी अनेक पशू आणि पक्षी तो पाळत असतो. त्यात त्याला आनंद मिळत असतो. त्यांच्यात वावरण्यात, त्यांना चारापाणी देण्यात, त्यांना जीव लावून जतन करण्यात त्याला नैसर्गिक मानवी आनंद मिळत असतो. त्याचे हे नाते सनातन आहे. मांजर आणि माणूस यांचे नातेही या नैसर्गिक नात्यांपैकीच एक आनंददायी नाते आहे. 'माऊली' कादंबरीत मांजरीच्या कुटुंबाबरोबरच माणसाचेही एक कुटुंब वावरताना दिसते. या कुटुंबात मी, स्मिता, स्वाती, कीर्ती, आशुतोष हे जसे एकाच कुटुंबाचे घटक आहेत; तसेच त्या कुटुंबाशी संबंधित शेजारी, इतर मित्र, मैत्रिणी, व्यक्ती अशीही माणसे या कुटुंबाशी निगडित आहेत. आपली गैरसोय होते, असे तात्कालिक भावनेपोटी वागणारे एखादे स्वयंकेंद्री कुटुंब व माणूस सोडले तर माणूस पाळीव प्राण्यांशी स्वाभाविक स्नेहभावनेने वागतो. संस्कृतीत या स्नेहभावनेला फार मोठे स्थान असते. 'निसर्गात जन्माला आलेल्या जीवमात्राशी, निसर्गवस्तूशी, इतकेच काय हिरवळ, झाडे, डोंगर, पाणी, अग्नी, हवा, पाऊस, सूर्य, चंद्र, तारका, आकाश यांच्यांशीही नातेसंबंध ठेवण्यात, त्या नात्यांनी आनंदून जाण्यात माणसाला स्वाभाविक आनंद मिळतो, म्हणून माणसाला आपल्याभोवती असलेली ही सृष्टी आणि तिच्यात असलेले जीवमात्र हवेहवेसे वाटतात. त्यांचे संरक्षण, पालन-पोषण, संवर्धन करण्यात माणसाला आनंद वाटतो. त्यांच्या निर्दय विनाशाने, कत्तलीने तो व्यथित होतो. म्हणून 'माणूस हा निसर्गाचा ट्रस्टी म्हणजे विश्वस्त आहे, त्याचा पालनकर्ता आहे.' असे तत्त्वज्ञ मानतात. माणसाचे हे निसर्गाशी असलेले महान नाते 'माऊली'त

उत्कटतेने प्रत्ययाला येते. 'ही कादंबरी हे नाते वाढवायला मदत करते. आता आमची मांजराकडे बघण्याची दृष्टी पार बदलून गेलेली आहे. अचानक घरात घुसणाऱ्या उपऱ्या मांजरालाही आम्ही आता हाकलून देत नाही. त्याला टाकभर दूध-चपाती घालून त्याचा शेर देत असतो.' अशा अनेक वाचकांच्या प्रतिक्रिया आहेत. 'माऊली'मधील 'मी, स्वाती, कीर्ती, स्मिता, शांताबाई शेळके' या पात्रांच्या वर्तनाने हा पदर लक्षणीय होतो, ही गोष्ट खरीच आहे. लेखनाचा हाही पदर पहिल्या पदराच्या खालोखाल ठोस स्वरूपाचा आहे. तो लक्षणीय वाटतो.

हे दोन ठोस स्वरूपाचे वाटणारे पदर सुटे सुटे नाहीत. त्या दोहोंना जोडणारा एक तिसरा पदर आहे. हा तिसरा पदर प्रामुख्याने 'मी'च्या प्रासंगिक मनन-चिंतनातून आणि मांजरीशी त्याचे जे हळुवार वर्तन सतत घडत असते त्या वर्तनातून जाणवतो आहे. ही मांजरी आणि तिचं तिच्या पिलांशी आणि पिलांसाठी होणारं वागणं यांतून 'मी'ला पृथ्वीच्या पाठीवरच्या मूळच्या स्वाभाविक प्राणिजीवनाचे, अगदी कोऱ्या करकरीत प्राणिजीवनाचे दर्शन घडते आहे. हे जीवन त्याला सनातन, शाश्वत, अविचल वाटतं आहे. या जीवनात त्याला मांजरीच्या रूपाने मूळ सर्जनतत्त्व जाणवते आहे. हे सर्जनतत्त्व म्हणजे मांजरीचे मातृत्व. तिला पिलं झाल्याची धन्यता वाटत असते. अनेक वेळा तिची पिलं मारली जातात, नष्ट होतात; तरी तिला पिलं हवी असतात. पिलं होण्यात तिला धन्यता वाटत असते. त्या पिलांना वाढवण्यात ती तहानभूक विसरून जाते, त्यांचे मलमूत्र चाटून पोटात घेऊन ती पिलांना अशी स्वच्छ भूमी तयार करून देत असते, त्यांच्यासाठी जीवघेणा संघर्ष करून ती त्यांना संरक्षण देत असते. दाही दिशा फिरून, प्राण संकटात घालून त्यांच्यासाठी ती भक्ष्य आणत असते. त्यांना वाढवण्यासाठी आपली प्रौढ, स्वत: जगण्यास समर्थ झालेली पिलं दूर सारत असते. तिची ही मूळ प्रेरणा निसर्गाची मूळ शक्ती होय. ही तिची प्रेरणा आहे म्हणून निसर्ग आहे, निसर्गाचं चक्र आहे. 'निसर्ग' याचा अर्थच सतत पुढे सरकणे. पुढे सरकताना जीवमात्राची माला तयार करणे; म्हणजेच 'सं-तती'. साऱ्या निसर्गाच्या मूलभूत रहस्याचा सनातन आविष्कार म्हणजे ही माऊली; असे 'मी'ला वाटते आहे.

'माऊली'च्या या जीवनवास्तवाच्या प्रकाशात सतत बदलत जाणारी मानवी संस्कृती 'मी' तपासून पाहतो आहे. पर्यायाने सुसंस्कृत मानव म्हणून तो स्वत:लाही तपासतो आहे. सांस्कृतिक पातळीवरचा तो 'मी'चा आत्मशोध आहे. या तुलनेत प्राणिविश्वातील पाशवी भीषणता, प्राण्यांचे बेभरवशाचे जगणे, येईल त्या जीवनसंघर्षाला सर्व बळ एकवटून सामोरे जाणे आणि प्रसंगी जगता जगताच जगण्यासाठी नष्ट होणे; हे तो पाहतो आहे. हे मनुष्य-प्राण्याच्या वाट्याला नको म्हणून जन्माला आलेल्या मानवी संस्कृतीचे धागे तपासता तपासता त्याला तिथेही काही निर्घृण सत्ये दिसत आहेत. निसर्गातील मूलभूत नात्यांपेक्षा मानवी नाती कित्येक वेळा कृत्रिम,

माणसालाच जखडून टाकणारी त्याला दिसत आहेत. मुख्य म्हणजे निसर्गाची मूलभूत प्रेरणा साक्षात जपणारी-जोपासणारी मनुष्य प्राण्याची मातृत्व-शक्ती म्हणजे 'स्त्री', हीच मुळी इथे पुरुषत्वालाच प्राधान्य देणाऱ्या मानवी संस्कृतीत अनेकानेक वर्षे मूळ प्रेरणेपासून वंचित आहे, तिला दडपली गेली आहे; हे त्याला जाणवते. 'माऊली'च्या आणि निमाच्या जीवनरेखांच्या प्रकाशात विरोधसूत्राने त्याला हे जाणवते आहे. मानवी संस्कृतीत स्त्रीवर होणारा अन्याय त्याला मातृत्त्वविरोधी म्हणून अनैसर्गिक वाटतो आहे. स्त्रीवर होणारा हा सांस्कृतिक बलात्कार पुरुषी वरचढपणातून निर्माण झाल्याचे त्याला भावते.

'मी'च्या भावण्याचा (किंवा भाव-सत्याचा) हा पदर 'माऊली' कादंबरीमध्ये तरल आणि सूक्ष्म असला तरी अतिशय महत्त्वाचा आहे. 'माऊली'च्या लेखनाची ही मूळ प्रेरणा आहे, असे मला वाटते.

कलात्मक साहित्यकृतीचे लेखन हे सर्वसाधारण साहित्यकृतीप्रमाणे भरड स्वरूपाचे नसते. म्हणजे असे, की सर्वसाधारण साहित्यकृतीत कित्येक वेळा मनोरंजनासाठी, शैलीला रंगतदारपणा आणण्यासाठी, वाचकाला हलकेफुलके वाटावे, म्हणून लेखनात काही वाक्ये, काही शब्द, काही वाक्प्रचार, पुष्कळदा पात्रांचे वर्तन, पुष्कळ संवाद; वातावरणाची व निसर्गाची वर्णने अकारण येतात. चार दोन वाक्ये गाळली तरी, काही वर्णने गाळली तरी फारसे काही बिघडत नाही. अशा साहित्यकृती प्रकृतीनेही ठोस, ढोबळ, स्थूल, खोलात न जाणाऱ्या, पसरट असतात. त्यांना मी भरड साहित्यकृती म्हणतो. त्यांचे लेखनही तसेच भरड स्वरूपाचे असते.

पण कलात्मक साहित्यकृतीतील सर्वच घटक सहेतुक असतात. त्यांचे हेतू ठोस, स्थूल, ठळक असे असतात; तसेच सूक्ष्म, तरल, सूचक, ध्वनियुक्त असेही असतात. त्यातील वाक्ये, शब्द योजताना लेखकाने विचार केलेला असतो. म्हणून ती कसून निरखावी लागते, तिची अर्थपूर्णता लक्षात यावी लागते. वाचकाने आपली निरीक्षणशक्ती वापरली नाही तर कलाकृतीचे काही पदर त्याच्या हाताला न लागण्याचा संभव फार असतो. 'माऊली'च्या बाबतीत सामान्य वाचकांचे तसे होत असावे, असे त्यांच्या येणाऱ्या पत्रांवरून वाटते. 'माऊली'चा हा तिसरा पदर फक्त जाणकार वाचकांच्या लक्षात येतो, असे दिसते.

या तिसऱ्या पदरातून एक सामजिक प्रश्न ध्वनित होतो. तो म्हणजे आपल्या पुरुषसत्ताक समाजव्यवस्थेतील स्त्रीस्वातंत्र्याचा. 'स्त्रीला तिचे मूल जन्माला घालण्याचा निसर्गसिद्ध हक्क आहे; हे जरी खरे असले, तरी त्यातून सामाजिक प्रश्न निर्माण होतात, त्यांचे काय? असे निसर्गदत्त स्वातंत्र्य जर स्त्रीला दिले तर त्यातून ती स्वैराचारी होऊ शकते. तिला मिळणाऱ्या या स्वातंत्र्यामुळे समाजात अनौरस संतती प्रचंड प्रमाणात निर्माण होईल आणि या संततीच्या वाट्याला

समाजात खूपच दुःखे येतील. तिला सामाजिक प्रतिष्ठा मिळणार नाही. स्त्रीने मूलभूत स्वातंत्र्याच्या प्रेरणेतून जन्माला घातलेल्या मुलांच्या वाट्याला अशी दुःखे, अपमान, अप्रतिष्ठा घालण्याचा त्या स्त्रीला काय अधिकार आहे? तिच्या स्वैर सुखातून निर्माण होणारी कटू फळे मुलांनी काय म्हणून चाखावीत? फार तर अशा स्त्रीने अगोदरच समाजात जन्माला आलेली अनाथ मुले दत्तक घ्यावीत आणि आपल्या मातृत्वाचे पालनपोषण करावे. हे मातृत्व सामाजिकदृष्ट्या मूलभूत अनौरस मातृत्वापेक्षा अधिक उदात्त स्वरूपाचे असेल.' अशा आशयाचा हा सामाजिक प्रश्न आणि त्याचे सामाजिक उत्तरही त्यात आहे.

सामाजिक प्रश्न हे सामाजिक चौकटींतून किंवा तिच्यामुळेच निर्माण झालेले असतात. अशा प्रश्नांना सामाजिक चौकटींत उत्तरेही असू शकतात किंवा त्या प्रश्नांना नीट उत्तरे मिळावीत म्हणून सामाजिक परिवर्तन करण्याचीही गरज भासू लागते. ही परिवर्तने म्हणजे सामाजिक सुधारणा असू शकतात. या सामाजिक सुधारणा पुष्कळ वेळा वरवरच्या किंवा कामचलावू असू शकतात. उदाहरणार्थ, मातृत्वाची भूक भागविण्यासाठी अनाथ मूल दत्तक घेणे. यातून अनाथ मुलांचा सामाजिक प्रश्न निःसंशय सुटतो; ही गोष्ट खरीच आहे. पण मुळात नैसर्गिक मातृत्वाचा अनुभव घेणे म्हणजे मूल दत्तक घेऊन त्याच्यावरच वात्सल्याचा वर्षाव करणे; असा त्याचा अर्थ होत नाही. या दोन गोष्टी भिन्न आहेत. एक सामाजिक सुधारणेचा, गरजेचा, भूतदयेचा भाग आहे, तर दुसरी नैसर्गिक प्रेरणा आहे. मूल दत्तक घेण्यात दुधाची तहान ताकावर भागवण्याचा प्रकार आहे, हे उघड आहे. तसे नसते, तर समाजात अनेक अनाथ मुले असताना आणि त्यांना मातृत्वाची आवश्यकता असतानाही आपण आपली मुले जन्माला घालतच असतो. तशी ती आपल्या पोटी काही कारणाने जन्माला येऊ शकत नाहीत, असे कळले तरच आपण मूल दत्तक घेतो. या पाठीमागे सामाजिक प्रेरणा विशेष असते. सामाजिक दृष्ट्या ते दत्तक मूल कायदेशीर वारस ठरते. वार्धक्यात आपण परावलंबी होतो; या जाणिवेपोटी 'म्हातारपणाची काठी' आधाराला असावी म्हणून मूल दत्तक घेतले जाते. सामाजिक दयाबुद्धीपोटी असे अनाथ मूल दत्तक घेऊन वाढवल्यास आपणास सामाजिक प्रतिष्ठा मिळते, या भावनेपोटीही मुले दत्तक घेतली जातात. भूतदयेनेही मूल दत्तक घेतले जाऊ शकते. आपणास मूल होत नाही; तेव्हा आपण एक मूल घरी आणू आणि त्याला वाढविण्यातच काही अंशी तरी आपण मातृत्वाची हौस भागवून घेऊ; असाही भाग त्यात असू शकतो. पण या गोष्टी वेगळ्या आणि एक स्त्री म्हणून मला मूल जन्माला घालण्याचा निसर्गसिद्ध हक्क आहे; हे तिचे म्हणणे वेगळेच आहे, याची कल्पना व्यवस्थित आणि सूक्ष्म विचार करणाऱ्याला येऊ शकेल, असे वाटते. सारांश हे दोन प्रश्न भिन्न भिन्न पातळीवरचे आहेत.

तेरा

पुष्कळ वेळा काही सामाजिक प्रश्न अधिक मूलगामी असतात. ते जुनाट आणि खोलवर रुजलेल्या सामाजिक चौकटींनाच हात घालतात. कोणे एके काळी त्या त्या वेळच्या बौद्धिक धारणेनुसार व सामाजिक आणि तदंतर्गत सांस्कृतिक, धार्मिक गरजेनुसार सुविधा निर्माण झालेल्या असतात. पुरुषप्रधान समाजव्यवस्था, या व्यवस्थेनुसार निर्माण झालेल्या आनुषंगिक उपव्यवस्था. उदाहरणार्थ, एका पुरुषाने अनेक बायका एकाच वेळी करणे; पण एका स्त्रीने अनेक नवरे न करणे, पुरुष हा आत्मा मानून आणि तो आत्मा जड प्रकृतीचा पिंड असलेल्या स्त्रीच्या पोटी जन्माला येतो, असे मानून आपल्या मुलाला 'आत्मज' मानणे, त्याला पुरुषाचेच कुलनाम लावणे, असे मानल्याने स्त्रीला स्वातंत्र्य न देणे, तिला ज्ञानाचा अधिकार न देणे, तिला शूद्र मानणे, वर्णव्यवस्था निर्माण करणे, ब्राह्मणाला ज्ञानाधिकारी व धर्माधिकारी मानणे, जित लोकांना सेवा करण्यास भाग पाडून त्यांना गाभ्याच्या समाजव्यवस्थेत स्थान न देता शूद्र किंवा अस्पृश्य मानणे, कर्मानुसार कायमच्या जाती निर्माण करणे, राजा परमेश्वराचा अंश मानणे इत्यादी व्यवस्था व उपव्यवस्था निर्माण झालेल्या असतात. काळाच्या प्रचंड आणि प्रदीर्घ प्रवासात आपण खूप पुढे आलेलो असतो. नव्या घडामोडींनी समाजात खूप बदल झालेले असतात. अशा वेळी या जुन्या व्यवस्था नष्ट करण्याची, उखडून टाकण्याची गरज असते. पण या व्यवस्थेचे ज्यांना फायदे मिळतात किंवा या व्यवस्था रूढीने, परंपरेने काहींच्या त्या अंगवळणी पडतात किंवा त्यांत ते सुरक्षित असतात, किंवा त्या मोडणे, उखडून टाकणे त्यांना पाप वाटते. स्वैराचाराचे वाटते. अशा जुनाट, खोलवर रुजलेल्या, घनसर सामाजिक चौकटींमध्ये बदल करणे किंवा त्या उखडून टाकणे परिवर्तनवाद्यांना, सुधारणावाद्यांना अवघड जाते. त्यांना मग अनेक समज-अपसमजांना निकाराने तोंड द्यावे लागते. भारतीय समाजव्यवस्थेतील आजच्या दलित चळवळी किंवा युरोप-अमेरिकेतील भांडवलशाही विरोधी चळवळी, खाजगी मालमत्ता नष्ट करून आर्थिक समता आली पाहिजे असे मानणाऱ्या साम्यवादी चळवळी, मुस्लीम राष्ट्रांतील स्त्रियांना मुक्त करू पाहणाऱ्या चळवळी अशाच प्रकारच्या आहेत. जगाच्या पाठीवरची स्त्रीस्वातंत्र्यवादी चळवळ, पुरुषाच्या बरोबरीने स्वातंत्र्य मागणारी स्त्रीमुक्तीची चळवळ अशाच प्रकारची आहे. जाचणाऱ्या जुनाट सामाजिक चौकटी उखडून टाकून नवसमाजनिर्मिती करू पाहणाऱ्या या चळवळी आहेत. अभिनिवेशापोटी, वास्तवाची जाणीव निकडीने व्हावी, यापोटी या चळवळीत पुष्कळ वेळा एकांडेपणा, उथळपणा, भडकपणा येतो ही गोष्ट खरी; पण त्यामुळे चळवळीच मुळातून उखडून टाकणे हा त्यावरील उपाय नव्हे.

स्त्री जेव्हा 'मूल जन्माला घालणे तिचा निसर्गसिद्ध हक्क आहे' असे म्हणते आणि तो हक्क आत्मसात करू पाहते तेव्हा प्रस्थापित समाजव्यवस्थेत तिच्यापोटी वैध मार्गाने जन्माला आलेली मुले फक्त वडिलांचेच नाव लावतात, ती फक्त

नवऱ्याच्या घराण्याचीच वारस किंवा मालकीची असतात, स्त्री ही फक्त पुरुषाची मुले जन्माला घालणारी शेत (म्हणजे क्षेत्र) असते; या पुरुषप्रधान समाजव्यवस्थेला तिचा प्रथम विरोध असतो. याचा अर्थ दोघांनी मिळून वैध मार्गाने मुलेच जन्माला घालू नयेत; असा होत नाही. दोघांनी मिळून जन्माला घातलेल्या मुलांना तत्त्वत: दोघांचीही नावे, वारसा, कुलपरंपरा लावण्याचा अधिकार असू शकतो, असे तिचे व्यतिरेकाने म्हणणे असू शकते. पण जेव्हा एखाद्या मनस्वी स्त्रीला या प्रस्थापित पुरुषप्रधान समाजव्यवस्थेचा जाच सहन करावयाचा नसतो, तिला एकटेच राहावयाचे असते; तेव्हा तिला आपल्या पोटी मूल जन्माला घालावयाचा निसर्गसिद्ध हक्क असला पाहिजे. 'ती मुले माझी आहेत, माझी वारसदार आहेत, माझी कुलपरंपरा चालवायला ती वैध आहेत,' असे तिला म्हणावयाचे असते. पुरुषप्रधान प्रस्थापित समाजव्यवस्थेत अविवाहित किंवा घटस्फोटित अवस्थेत एखादी स्त्री निराधार, वाऱ्यावर फेकून दिलेल्या अवस्थेत राहते. ते तिचे राहणे उकिरड्यावर फेकून दिलेल्या कचऱ्याच्या योग्यतेचे मानले जाते. ती तिची भीषण अवस्था नाकारण्याचा नैसर्गिक मार्ग म्हणजे तिची मुले तिची वारसदार मानणे, सामाजिक दृष्ट्या वैध मानणे एवढाच त्याचा अर्थ होतो. स्वैराचारातून मुले निर्माण होणे, ही घटना यापेक्षा किती तरी वेगळ्या पातळीवरची आहे. स्वैराचाराची कृती बेजबाबदारपणाची असते. स्वैराचार म्हणजे स्वातंत्र्य नव्हे; हे जर नीट कळले तर स्त्री-स्वातंत्र्याचा नीट अर्थ कळलेल्या स्त्रीपोटी जन्माला येणाऱ्या मुलांची सामाजिक पातळी स्वैरिणीच्या मुलांपेक्षा सामाजिक दृष्ट्या वेगळी ठरते. स्वैरिणी मुलांना टाकून देते आणि त्यांना अनाथ करते; तशी पुरेशा जबाबदारीने स्वातंत्र्य मागणारी स्त्री करणे असंभव आहे.

प्रत्येक स्त्रीने विवाह न करता अशीच मुले कायम स्वरूपात जन्माला घालावीत; असाही त्याचा अर्थ होऊ शकत नाही. पुरुषांच्या पुरुषी जाचापासून मुक्त राहू इच्छिणाऱ्या, त्यासाठी अविवाहित राहण्याची तयारी ठेवणाऱ्या स्त्रियांच्या बाबतीतच त्यांच्या या निसर्गसिद्ध हक्काचा प्रश्न येतो.

'माऊली'तील निमाला या प्रकाराचा 'निसर्गसिद्ध हक्क' सूचित करावयाचा आहे, असे मला वाटते. ती ज्या 'महिला सेवाधाम' हॉस्टेलची सेक्रेटरी होती; त्या सेवाधाममधील स्त्रियांची सामाजिक स्थिती लक्षात घेण्यासारखी आहे (पृ.४). पुरुषप्रधान संस्कृतीच्या बळी झालेल्या या असहाय स्त्रिया आहेत, हे अभ्यासू वाचकांच्या चटकन लक्षात येईल. वेश्येविषयी तिच्या मनात घृणा आहे, आपल्या आईविषयी (मातृतत्त्वाविषयी) तिच्या मनात नितान्त प्रेम आहे, आपल्या मुलाला कुणा पुरुषाच्या इस्टेटीचा वारसा तिला करावयाचा नाही, मातृत्वाला ती जगदंबेचा वसा मानते, हे सर्व सुजाण वाचकांनी लक्षात घेण्यासारखे आहे. 'माऊली' कादंबरीत

जी उत्कट मातृरूपाचे प्रतीक असलेली मांजरी आहे; तीच मांजरी निमाची सोबत करते आहे, याचा प्रतीक रूप अर्थ कलेच्या जाणकार रसिकांना स्पष्ट करून सांगण्याची आवश्यकता वाटत नाही.

चांगली साहित्यकृती ही एक कलाकृती असते; ती वैचारिक निबंध नसते. वैचारिक निबंधकृतीत एखाद्या प्रश्नाची वा समस्येची मूळ कारणे, त्यावर उपाय, याबाबतीत आपल्या समाजात काय काय करता येण्यासारखे आहे; संस्था आणि संघटना स्थापन करून याचा पाया कसा घालता येण्यासारखा आहे; याची सांगोपांग चर्चा करता येते. साहित्यकृतीत ही चर्चा अशक्य असते. चांगली साहित्यकृती ही मानवी मनाची मूलभूत स्पंदने पकडू पाहत असते. तिचा परिवेष कोणताही असला तरी (उदा. बाह्यत: ती कौटुंबिक, सामाजिक वा तत्सम कादंबरी वाटत असली तरी) ती कलाकृती मूलत: व्यापक अर्थाने मानवतावादी असते. माणूस समजून घेणं, हेच तिचं ध्येय असतं.

या ध्येयाची सामाजिक वा राजकीय कार्यवाही कशी करावयाची, कसे उपाय योजावयाचे, हे 'माऊली' सांगू शकत नाही. ते कार्य करावयाचेच असेल तर वाचकांनी ते अंगावर घ्यावयाचे असते. वेगवेगळ्या वाचकांना हे ध्येय समाजात उतरण्यासाठी वेगवेगळे उपाय सुचतील, वेगवेगळी आंदोलने सुचतील, वेगवेगळे विचार व्यक्त करणारे निबंध सुचतील, तो ज्याचा त्याचा प्रश्न आहे. साहित्यकृतीशी त्याचा काही एक संबध येत नसतो.

'माऊली' ही कादंबरी कलात्मक पातळीवर काही ध्वनित करत असेल तर ते एवढेच, की 'मनातलं मांजर कुणीही मारू नये.' हे मनातलं मांजर म्हणजे स्वाभाविक जगण्याचा मूलभूत प्रेरणास्रोत आहे, हे उघड आहे. हा प्रेरणास्रोत कसा जपला जाईल, त्याचे पोषण कसे होईल हे लक्षात घेऊनच संस्कृतीची निर्मिती केली पाहिजे; अन्यथा ती संस्कृती गाढवपणाची ठरेल; हेच या कादंबरीला सांगावयाचे आहे. तिच्या या तत्त्वाच्या प्रकाशात 'आजची संस्कृती पुरुषसत्ताक असून ती पुरुषाला प्राधान्य देऊन आकाराला आलेली आहे. त्यामुळे या संस्कृतीत स्त्रीची अनेक अंगांनी कोंडी होते, तिच्या स्वाभाविक पिंडधर्मावर तिच्या इच्छेविरुद्ध बलात्कार होतो, मूल जन्माला घालण्याचा तिचा निसर्गसिद्ध हक्क या संस्कृतीने नाकारला आहे, पुरुषाच्या सोयीनेच तिला तो दिला जातो;' हे 'माऊली'ला ध्वनित करावयाचे आहे, असे मला वाटते.

(दुसऱ्या आवृत्तीच्या निमित्ताने केलेले लेखन)
१७-६-१९९३
- आनंद यादव, पुणे.

दुपारी एकला निमाचा फोन आला. "तुझं ऑफिस सुटल्यावर संध्याकाळी खोलीवर ये. तुझ्याशी मला काही बोलायचं आहे."

"ठीक आहे येतो." तिच्या बोलण्यातला निग्रह समजून मी होकार भरला.

खोलीचा पत्ता घेतला. नुकतीच आपल्या भावाच्या घरून या नव्या जागेत राहायला आलेली...ऑपरेशन झाल्यावर दीड-दोन महिन्यांनी तिनं आणि मी एका हॉटेलात कॉफी घेतली होती. नंतर थोडा वेळ बागेत जाऊन बसलो होतो. त्या वेळी बोलता बोलता सारखी बेभान होत होती. मला निमित्त धरून भावावर संतापली होती. सबंध पुरुषजातीवरच घसरली होती. पुरुष कसा स्वार्थी आहे, आपलंच चालवू पाहतो, हे सांगत होती.

दादावर एवढी का संतापते आहे याचा अंदाज लागत नव्हता. नेमका तपशील कळत नव्हता. त्यामुळं मी दुग्ध्यात पडलो होतो. तिला आहे त्या परिस्थितीत कसं समजून घ्यायचं कळत नव्हतं. स्वभाव काहीसा तापट, मनस्वी. तशात हिंस्त्र झाल्यासारखी वागत होती. तपशील विचारायला गेलो तर विपरीत उत्तर आलं.

"तुला हा सगळा तपशील कथा-कादंबऱ्यांसाठीच हवा असणार. माझं दुःख शेवटी माझ्यापाशी. तुझ्या दृष्टीनंही मी तुझ्या निर्मितीचं साधनच."

या बोलण्यानं थोडा धक्काच बसला. चक्क ती माझ्यावर आरोप करत होती...म्हणून काही विचारायचंच नाही, ती जे सांगेल तेवढंच

ऐकायचं असं ठरवलं. तिच्या मनात काही तरी प्रचंड घुसमटतं आहे, याची जाणीव मात्र झाली. तिला ते सांगणं अनेक कारणांनी गैरसोयीचं जात होतं, याचीही कल्पना आली.

यातून बरेच दिवस तिच्याकडं जायचं टाळलं होतं. तिला जाऊन भेटणं म्हणजे ती काही बोलते ते फक्त ऐकणं, चुकीचं असलं तरी सहानुभूती दाखवणं, एवढंच करावं लागणार होतं. म्हणून काही काळ गेल्यावर मगच तिला भेटावं असा निर्णय घेतला होता.

निर्णय घेऊन दीड-दोन महिने भेटलो नव्हतो. आज तिचा फोन आला. बरंच बोलली, "...तुझ्यासारख्या मित्रानं मला धीर दिला पाहिजे. हे करायचं सोडून तूही मला टाळतो आहेस. सगळं जगच मला अलीकडं टाळायचा प्रयत्न करतं आहे. आई-दादानं मला तोंड काळं करायला सांगितलंय. वहिनी, थोरली बहीण यांना तर मी पूर्वीपासनंच हेकेखोर वाटते आहे. पुरावे देऊन त्यांनी माझी नालायकी काढली आहे. अशा परिस्थितीत मैत्रिणींच्या आणि तुझ्यासारख्या मित्रांच्या मानसिक आधारावर मी बाहेर पडली आहे. केवळ मानसिक आधार. मला तुझ्याकडून दुसरं काही नको आहे...तोही तू टाळू पाहतोयस." तिचं ते बोलणं फोनवर ऐकण्यापेक्षा तिला प्रत्यक्ष भेटण्याचं मी कबूल केलं.

दिवसभर अस्वस्थ झालो. काय सांगेल याचा अंदाज करू लागलो. सांगताना डिस्टर्ब होऊन जाणार या कल्पनेनं अधिकच अस्वस्थ झालो. पण जाणं आवश्यक होतं. अनेक वर्षं तिची-माझी मैत्री होती.

...लग्न झालेलं नव्हंत. मनापासून ज्याच्यावर प्रेम केलं तो निघून गेलेला. 'स्थळ' म्हणून एखाद्या बाजारातल्या वस्तूसारखं कुणाला दाखवून घ्यायचं नि मग पूर्वपरिचय नसताना नवरा म्हणून कायमचा स्वीकारायचा, हे तिनं नाकारलं. आई-वडिलांनी, भावानं प्रयत्न करून पाहिले, पण काही उपयोग झाला नाही. शेवटी त्यांना वाटलं, कुणाच्या तरी प्रेमात पुन्हा पडली असेल. पुण्यात नोकरी करते आहे. कधी तरी प्रेमविवाह करून मोकळी होईल. स्त्री म्हणून पुरुषापेक्षा दुय्यम जगणं तिला नाकारायचं होतं, हे कुणाच्या लक्षातच आलं नाही.

चार वर्षं परगावी नोकरी करून मी पुन्हा पुण्यात नोकरीसाठी आलो. तेव्हा कळलं की, वर्षापूर्वी तिचे वडील वारले आहेत. आई नि

भाऊ एकत्र राहत आहेत. 'महिला सेवा-धाम'मध्ये ही लेडी सुपरिंटेंडेंट म्हणून नोकरी करते आहे. तिथंच तिला दोन खोल्यांचा छोटा ब्लॉक मिळाला आहे. घरात तिचे आणि दादा-वहिनींचे मतभेद होतात म्हणून ती स्वतंत्र राहते आहे. तिची आई दादाकडंच मुलांचं पाहायला म्हणून राहते आहे. मुख्य म्हणजे तिचा आणि विनूचा पुन्हा पत्रव्यवहार सुरू झाला आहे.

विनू तिचा महाविद्यालयातला प्रियकर. एक दिवस तिनं मला त्याच्याविषयी सगळं सांगितलं होतं. अमेरिकन संस्कृतीत वाढलेल्या विनूच्या पत्नीचं वर्तन त्याला वेळोवेळी यातना देत होतं. पत्नी इतरांबरोबर फिरत होती. आवडीचे छंद मित्रांबरोबर जोपासत होती. हातात हात देऊन त्यांचं स्वागत करत होती. बँकेच्या अर्थव्यवहारात रमलेल्या विनूच्या मराठी मनाला ते पटत नव्हतं. त्याला वाटत होतं की, त्याच्या पत्नीनं त्याला एक कुंकवाचा धनी म्हणून महाराष्ट्रातून अमेरिकेत आणला आहे. 'पती' पदवी देऊन मोटार चालवायला एक ड्रायव्हर पकडला आहे. शिवाय स्वत:चा संसार चालवण्यासाठी कामाला जुंपला आहे. आपण जिवाची अमेरिका करत मुक्तपणे हिंडत आहे. हवे तेव्हा, हवे ते भोगते आहे...आपण एक गुलाम म्हणून इथं आलो. दोन मुलांना जन्म देऊन कायमचे अडकून बसलो, याची जाणीव त्याला झाली होती.

या जाणिवेच्या पोटी तो हिला 'प्रिय निमा, माझ्या हरवलेल्या निमा' म्हणून पत्रं लिहीत होता. हिच्याशी लग्न न करण्याचा मूर्खपणाचा, आततायीपणाचा निर्णय घेतला याचा पश्चात्ताप व्यक्त करत होता. कोल्हापुरातले सुखाचे दिवस क्षणाकणांनी आठवून हळहळत होता. हळवा, काव्यात्म होत होता. हिच्या पहिल्या-वहिल्या गाढ चुंबनालिंगनांच्या आठवणींनी फुलून येऊन उत्कट पत्रे लिहीत होता.

"...निमा, या प्रेमाचा आता काही उपयोग नाही. मी आपलं स्पष्ट सांगतो; माफ कर." तिनं हे सगळं सांगितल्यावर मी म्हणालो होतो.

"उपयोग का नाही? माणूस चुकतं. त्याला क्षमा केली पाहिजे. ते माझं माणूस आहे; मी त्याला क्षमा करणार."

"ते ठीक आहे. पण तो अमेरिकेत, तू इथं पुण्यात. शिवाय आता त्याला दोन मुलं आहेत, बायको आहे. त्याला बायको कितीही आवडत नसली तरी अजून ते एकत्रच राहतात. बायको त्यानं अजून

सोडली नाही.''

"न का सोडेना. मी त्याच्याजवळ तश्शी राहीन. त्याला नि त्याच्या बायकोलाही सांभाळीन. माझंच माणूस आहे ते.''

"मला वाटतं; असा विचार करून तू काही तरी मुळातच चूक करते आहेस.''

"तू माझा हेवा करतो आहेस.'' तिनं एकदम पलटी खाल्ली.

"हेवा कसला?'' मी चकित झालो.

"तुझी एक मैत्रीण गमावली जातेय, दुसऱ्याची होतेय. आपल्या अनामिक पतीच्या जगावेगळ्या संसारात ती गुंतली तर आपणास मैत्री ठेवता येणार नाही, असं तुला वाटतंय.''

"नाही बुवा. बिलकूल नाही. तसं तुला वाटत असेल तर ते चुकीचं आहे. शेवटी आपण ही चर्चा करीत आहोत. चर्चा करूनही तू तुझा निर्णय घ्यायला मोकळी आहेस.''

माझ्या अहंकारालाच तिनं हात घातला. नसता आरोप केला. नकळत का होईना अपमानही केला. म्हणून मी तिच्याकडं जाईनासा झालो. कधीमधी रस्त्यात, एखाद्या साहित्यिक कार्यक्रमात भेटेल तेवढीच. फार तर एक दोनदा तिच्या ऑफिसवर कारणपरत्वे गेलो असेन. कार्यक्रम संपल्यावर ती "पोचवायला चल;'' म्हणत असे.

तिच्या हॉस्टेलच्या ऑफिसवर जाताना दिसत होतं की, 'महिला सेवाधाम'च्या हॉस्टेलमध्ये राहणाऱ्या बहुतेक स्त्रिया तरुण कुमारिका आहेत. त्यांतील काहींनी निग्रहानं लग्नं केलेली नाहीत. कुणी लग्न होण्याची, जमण्याची वाट पाहून कंटाळलेल्या आहेत. कुणी तरुण विधवा आहेत. पुन्हा लग्न होणं कठीण म्हणून नोकरीच्या आश्रयानं जगताहेत. लग्नाआड कुणाचं दारिद्र्य, कुणाची विरूपता येतेय. बघून वाटत होतं, साऱ्यांचे चेहरे तुरुंगवासात अडकलेल्या जन्मठेपीच्या कैद्यांसारखे आहेत. पुरुषप्रधान संस्कृतीचे मूक बळी...फळ न येणाऱ्या झाडासारखी अवस्था. नुसतं पानाफांद्यांनी वाढत राहायचं. एक दिवस आयुष्य संपल्यावर जमिनीवर कोसळायचं. निमाला हे आयुष्य असह्य होत असावं. म्हणून तिनं पुन्हा विनूशी जमवून घेण्याचा प्रयत्न चालवला असावा. आपल्या झाडाला फळंफुलं यावीत नि ते धन्य व्हावं; असं तिच्या सनातन मातीला वाटत असावं.

'महिला सेवाधाम'ची नोकरी सोडून ती अमेरिकेला गेली. सार्वजनिक सेवेतील मानसशास्त्राचा एक कोर्स तिला दोन वर्षांत पुरा करायचा

होता. मनोमन मी ओळखलं होतं की, ती विनूसाठी जाते आहे. कोर्सचं निमित्त. मोठ्या जिद्दीची आहे...जाताना आनंदात होती. मनात अनेक स्वप्नपक्ष्यांनी सोनेरी अंडी घातली असावीत.

अमेरिकेला गेल्यावर तिची फक्त दोनच पत्रं आली. मी अंदाज केला, तिचं आणि विनूचं छान चाललं असावं...आपलं त्याच्याविषयीचं मत चुकीचं झालं होतं, असं दिसतंय. काही का असेना, ती सुखी झाली. आता तिला अमेरिकेतच जन्मभर राहायला मिळावं. ती फ्री सोसायटी. तिला मुक्तपणे; तरी सुरक्षितपणे जगता येईल...

पण दोन वर्षं दोन महिने होताच ती परत आली. राहण्याचा परवाना वाढवून मिळेना. नाइलाजानं तिला विमानात चढावं लागलं.

आल्याच्या तिसऱ्या दिवशी सकाळीच खूप गप्पा झाल्या. खूपच आनंदित दिसली. मला बरं वाटलं. भोवतीनं तिची आई, थोरली बहीण नि बहिणीची मुलं, तिची वहिनी कोंडाळं करून बसल्या होत्या. सगळी कशी आनंदानं फुलून आल्यासारखी झालेली.

नंतरच्या दोन महिन्यांत मी दोन वेळा भेटून आलो. दुसऱ्या भेटीत ती काहीशी उदास झालेली, चंद्रबळ आणून हसणारी वाटली. का कुणास ठाऊक, मग त्यांच्या घरी मी गेलो नाही. वाटलं की, ती मला टाळते आहे. घरच्या माणसांचा वावर घरात असल्यामुळं मला तिला नीटपणे काही विचारताही येईना. मी तसाच कुचंबत राहिलो. मनात विचार केला की, आज ना उद्या ती नवी नोकरी शोधील. त्यानंतर पुन्हा ती पूर्वीसारखीच स्वतंत्र राहू लागेल. मग निवांतपणे भेटता येईल.

त्यानंतर तीन महिने होऊन गेल्यावर तिची वहिनी भेटली. म्हणाली, "निमाचं ऑपरेशन झालेलं आहे. माकड-हाडाचं काही तरी दुखणं निघालं नि तिचं ऑपरेशन करावं लागलं. पंधरा दिवस होऊन गेले. नुकतीच घरी आली आहे."

मला काळजी वाटू लागली.

"भेटायला आलं तर चालण्यासारखं आहे का?"

"हो हो! तुम्ही या ना. तेवढंच तिला बरं वाटेल. खूपच नर्व्हस झाली आहे."

दोन दिवसांनी मी तिला भेटायला गेलो. खोलीत एकटीच पडून राहिलेली. काही गडबड दिसत नव्हती. घरात फक्त ती, तिची आई नि तिची वहिनी.

खोलीत पाऊल ठेवता ठेवता पाहिलं तर, छताला डोळे लावून कशाचा तरी अर्थ लावत असल्यागत वाटली.

भेट कोरडीच झाली. फक्त औपचारिक चौकशी.

नंतर चार-पाच महिन्यांत नवी नोकरी...

—मैत्रीचा हा सगळा भूतकाळ मनात घेऊन भेटीला चाललो. ती काय सांगणार याची चिंता आणि जिज्ञासा...संतापून, फुटून पुन्हा बोलू लागली तर काय करायचं? तिची समजूत कशी काढायची? मनाचा काहीच निश्चय होत नव्हता. गोंधळून जात होतो.

त्या अवस्थेत तिच्या जिन्याच्या पायऱ्या चढू लागलो...दार उघडंच. पांढरीशुभ्र, पण मधेच अंगावर दोन-तीन काळ्या ठिपशा असलेली मांजरी दारात बसलेली. इकडं आल्या आल्या काही दिवसांत तिनं कुठनं तरी पिलू मिळवलं असावं. पाच महिन्यांत ते चांगलं ताठर, गरगरीत मांजर झालं होतं...मांजराची पूर्वीपासूनची विलक्षण आवड. सेवाधामात सुशी नावाची तिची विटकरी रंगाची सुरेख मांजरी होती. माझ्या जुन्या घरच्या मांजरीचं ते पिलू....या गोजिरवाण्या सडसडीत मांजरीला बघून वाटलं, जणू तिनं आपली भावली जिवंत करून दारात माझी वाट बघत ठेवलीय. दाराकडं मी येताना बघून ती आत पटकन पळून गेली.

"ये. तुझी वाटच बघत होते." हसतमुखानं तिनं माझं स्वागत केलं. हळूच दार लावून घेतलं. मी खुर्चीवर हातपाय ढिले सोडून बसलो.

"मी कुकर लावलाय. स्वैपाकाची काही काळजी नाही. सगळं काही तयार करून ठेवलं आहे. अगोदर आपण चहा घेऊ. मग बोलत बसू. तू जेवण करून जायचं." एखादी ठरवून ठेवलेली योजना सांगावी तशी ती बोलली.

चटकन चहा करायला आत निघून गेली.

खोली 'सेवाधाम'सारखी वेडीवाकडी वाटत नव्हती. नीटनेटकी लावलेली. टेबलफॅनला अभ्रा घातलेला. गादीवरचं कव्हर ताज्या इस्त्रीचं घातलेलं. पुस्तकाचं कपाट व्यवस्थित लावलेलं. तिला संगीताची मोठी आवड. येताना तिकडून टेपरेकॉर्डर आणलेला. कॅसेट्स कपाटातील पुस्तकांच्या शेजारी नीट लावून ठेवलेल्या. खुर्च्यांच्या उशांना धुतलेले अभ्रे. खिडकीला मोसंबी रंगाच्या फुलांचा पिवळा सतेज पडदा. हौशी गृहिणीसारखं खोलीला आलेलं देखणं रूप.

...पांढऱ्या पातळावर अगदी पारिजातकाच्या फुलाएवढी काळ्या सुतानं भरलेली पाच पाकळ्यांची फुलं उठून दिसणारी. हातात चहाचा ट्रे घेऊन ती आली. बरोबर मांजरीची समान्तर भावली.

सहज हसत मी बोललो, "पातळ अगदी मॅचिंग दिसतंय."

"कशाशी?"

"मांजरीशी."

"इश्श!" ती हसली.

आम्ही चहा घेऊ लागलो.

"मी खूप विचार करून असं ठरवलंय की, आज तुला सगळं काही सांगून मोकळं व्हायचं. एक पुरुष म्हणून आणि माझा मित्र म्हणून, माझा स्वभाव माहिती असलेली एक व्यक्ती म्हणून तुझा मला सल्ला हवा आहे."

"बऽऽरं!"...थोडासा अचंबा.

"तुझ्या लक्षात आलंच असेल की, दादाचं नि आईचं घर आता मी कायमचं सोडलं आहे...स्वतंत्रपणे राहणार आहे. त्यांची काही मला मानसिक मदत होईल असं वाटत नाही."

"का?"

"मुलीपेक्षा नि बहिणीपेक्षा त्यांना स्वत:ची इभ्रत वगैरे महत्त्वाची वाटते."

"स्वाभाविक आहे. जुनी माणसं तुझ्या-माझ्या पिढीपेक्षा जास्त कर्मठ आणि इभ्रतीला भिणारी असतात."

"असेनात का. माझी काही त्यांच्याबद्दल तक्रार नाही. व्हायचं ते सऽऽऽगळं होऊन गेलंय." भिंतीला टेकून ती कॉटवर बसली नि छत भिंतीला टेकतं तिथल्या सांध्याकडं बघत स्वत:शीच बोलल्यासारखी खालच्या आवाजात बोलली, "त्याच वेळी मी माझं स्वत्त्व सोडायला नको होतं."

मांजरीनं कॉटवर उडी मारली नि तिच्या पातळाच्या झोळात दोन्ही मांड्यांच्या मध्ये महादेवाच्या नंदीसारखी जाऊन बसली. हळुवारपणे तिनं तिला नीट बसवून घेतलं. पांढऱ्या पातळाशी एकजीव होऊन ती नाहीशी झाल्यागत वाटू लागली. तिच्या अंगावरील काळ्या ठिपशा तिच्या पातळावरील फुलांसारख्या वाटू लागल्या.

"त्याच वेळी म्हणजे केव्हा? आणि कोणतं स्वत्त्व?"

"...मी अमेरिकेहून आले तेव्हा मला दिवस गेले होते. परवा जे

माझं ऑपरेशन झालं, ते ऑपरेशन नव्हतं; तो गर्भपात होता.''

''काय सांगतेस!''

''हो! तू काही आश्चर्य वाटून घेऊ नकोस. मी काही कुणाकडनं फसले-बिसले नाही...माझं असं एक मूल मला हवं होतं.''

''कशासाठी?''

''मी माणूस आहे म्हणून. एक स्त्री आहे म्हणून. माझी कूस उजवण्याचा मला अधिकार आहे म्हणून.''

''ते खरं आहे. पण आपण ज्या समाजात राहतो, त्या समाजात...''

'' '...लग्नाशिवाय मुलाला मान्यता नाही;' असंच ना? तूही तेच म्हणतो आहेस, आई-दादाही तेच म्हणताहेत. एखाद्या स्त्रीला जर लग्नाशिवाय समाजात राहायचं असेल; तर तिचा मुलाचा हक्क तुम्ही का नाकारता?''

''तुम्ही म्हणजे कोण?''

''आई-दादा. म्हणजे हा समाजच म्हण. मी या समाजाला भीक घालणार नाही.''

''ते ठीक आहे. समाजाला मानणं न मानणं आपल्या हातात असतं. पण समाज अबोलपणे अशा गोष्टींना कृतीनं हरकत घेत असतो.''

''म्हणजे काय?''

''म्हणजे असं की, पतीशिवाय तुला मूल असेल तर, तू समाजात बदफैली ठरतेस.''

''मला त्याची फिकीर नाही.''

''जगण्यासाठी तुला नोकरी मिळणं अशक्य होईल.''

''मी काहीतरी स्वतंत्र उद्योग करीन.''

''मुलाच्या नावापुढं शाळेत बापाचं नाव लावावं लागतं. त्याच्या समाज मान्यतेचा प्रश्न येतो. त्याचं शिक्षण, लग्न व्हायचं असतं. समाजाच्या चाकोरीतून त्याला सुरक्षितपणे जायचं असतं...बिनबापाचा म्हणून राहण्याची त्याची इच्छा नसेल तर?''

''त्याचं भवितव्य त्याचा तो ठरवील. त्याची काळजी तू, मी किंवा अन्य कोणी का करायची? आणि तो काय बिनबापाचा जन्माला येणार होता?''

''असं जर होतं; तर मग अडचण कुठं होती? त्याचा बाप तुझा पती ठरणार होता. लग्न करा अथवा न करा. तसंही तुम्हाला एकत्र

राहता आलं असतं.''

''पण विनूला ते शक्य नव्हतं. त्याला त्याची बायको आहे. दोन मुलं आहेत. त्याची बायको, मुलं यांना उद्ध्वस्त करण्याचा मला हक्क नाही. त्यानं जर माझ्या मुलाला आपलं नाव लावायला परवानगी दिली असती, तर कायदेशीर गोष्टी निर्माण झाल्या असत्या.''

''कोणत्या?''

''म्हणजे तो त्याच्या इस्टेटीचा वाटेकरी ठरतो ना...खरं तर मुलगा 'मला' हवा होता. त्याच्या 'इस्टेटीत' माझा इंटरेस्ट नव्हता.''

''मग अडचण काय होती?''

''तो म्हणाला की, तुझं-माझं ठीक आहे. पण उद्या मुलानं कायदेशीर हक्कासाठी भांडायला सुरुवात केली तर त्याला तू-मी काय करणार?''

''खरं आहे त्याचं. तो पक्का पुरुष दिसतो. असं म्हणणाऱ्या पुरुषापासून तुला मूल कसं काय हवं होतं?''

''मला मूल माझ्यासाठी हवं होतं; म्हणून मी तो धोका पत्करला.''

''त्यासाठी एवढा धोका पत्करण्याचं काही कारण नव्हतं. तुला हवा तसा एखादा छानदार वर्ष-दोन वर्षांचा मुलगा दत्तक घेता आला असता.''

''मला तो तसा नको होता. माझ्या गर्भाशयातनं उगवलेलं माझं मूल मला हवं होतं.''

''यातूनही मार्ग काढता आला असता. तुला केवळ मूलच हवं होतं तर, असा कुणी तरी एखादा पुरुष तुला मिळाला असता की, ज्यानं तुला आपलं नाव लावायला परवानगी दिली असती.''

''मला तसा कोणी पुरुष नको होता. मी काही वाटेवरची वेश्या नव्हे. मला विनूच हवा होता.''

''का?''

''तो मी मनोमन मानलेला माझा पती आहे. त्याला मी माझ्या पोटी जन्माला घालणार होते.''

ती दोन्ही मांड्यात बसलेल्या मांजरीवरून सारखा हात फिरवीत होती. मांजरी डोळे मिटून फिरवून घेत होती. तिच्या या चाळ्याकडं माझं लक्ष जात होतं. आवेगानं बोलू लागली की, तिची हात फिरवण्याची गती वाढे. वाटे की, त्या मांजरीला ही आपल्या शरीरात, मनात, प्राणात भरलेल्या एका अनामिक शक्तीनं हात फिरवून भारते आहे.

मांत्रिक मंत्र म्हणत एखाद्या माणसाच्या पाठीवरून हात फिरवतो नि त्याला झपाटून भारतो तशी तिची करणी.

"पण विनू तर आता दुसऱ्या स्त्रीचा पती झाला आहे." मी मांजरीकडं बघत बोललो.

"पण माझा त्याच्यावर पहिला हक्क आहे."

"तुझ्या आईचं नि दादाचं म्हणणं याबाबतीत काय होतं?"

"तुला सांगितलं ना, की मी अमेरिकेहून घेऊन आलेला गर्भ मला त्यांनी पाडायला लावला?"

"का?"

"तू म्हणतोस तसंच त्यांचंही म्हणणं होतं. समाज, नीती, घराणं, कायदा इत्यादी इत्यादी कोळिष्टकं."

"मग तू आल्या आल्या अगोदरच घरातून का बाहेर पडली नाहीस? गर्भपात केल्यावर का हा निर्णय घेतलास?"

"मी त्याच विचारात होते. पण आईची काळजी वाटू लागली."

"का?"

"ती म्हणाली, 'अगोदर गर्भपात करून घे, मग बाहेर पडलीस तरी चालेल. नाही तर मी आत्महत्या करून घेईन. मला म्हातारपणी सुखानं राहू द्यायची तुझी इच्छा असेल तर प्रथम हे कर. मला हे सगळं असह्य होतं आहे.' दादाही तेच सांगत होता. घराण्याचं मोठेपण वगैरे..."

"त्यांचं त्यांनी काय करायचं ते बघून घेतलं असतं. तू बाहेर पडायचंस."

"माझ्या आईनं आम्हा मुलांसाठी काय खस्ता खाल्ल्यात त्या मला माहिती आहेत. तिनं त्रागा करून खरंच जीव दिला असता. मला ते नको होतं. मी कायमची पोरकी झाले असते. नाही म्हटलं तरी मला तेवढाच एक शेवटचा आधार आहे."

मी हसलो, "मग आता बाहेर पडण्याचं कारण काय?"

"मी आताशा एका कौटुंबिक बंधनातनं तरी सुखरूप बाहेर पडले. आईची हत्या तरी त्यामुळं टळली." तिनं हळूच खाली मान घातली. मांजरीला हातानं उचलून छातीच्या उबेजवळ धरलं. तिचं तोंड कुरवाळत ती तिलाच सांगू लागली, "येत्या दोन-चार वर्षांत विनू काही दिवस इकडे येणार आहे. तोवर मी आणखी प्रौढ आणि माझ्या घरापासून अधिक स्वतंत्र झालेली असेन. मला या सगळ्या

प्रकारच्या सामाजिक, सांस्कृतिक चौकटीतून बाहेर पडायला आणखी बळ येईल...आई कदाचित त्यावेळी असेल, नसेल. असली तरी ती आणि मी मनानं दूर गेलेल्या असू. मग मी सर्वस्व एकवटून पुन्हा विनूला पुनर्जन्म देईन. त्या दिवसाची मी वाट बघते आहे. तो दिवस खास माझा असेल. या सगळ्या बंधनांतून मी मुक्त होऊन आई झालेली असेन.''

मला हे सगळं ऐकताना संकोचल्यासारखं वाटू लागलं. कदाचित तिनंही त्यासाठीच माझ्याकडनं तोंड फिरवून मांजरीला जवळ केलं असावं.

...मांजरी डोळे मिटून शांतपणे ऐकून घेत होती नि हळुवार म्यूऽ असा होकार भरत होती. 'तुझं बरोबर आहे' असं म्हणत होती. प्रत्येक स्पर्शाबरोबर निमालाच आता एका गूढ शक्तीनं भारून टाकत होती. त्या दोघी एकमेकीत मिसळून गेल्यागत झाल्या. मी उपरा झालो.

माझ्याजवळ बोलण्यासारखं काही राहिलं नव्हतं. होतं ते सगळं व्यावहारिक, सामाजिक, नैतिक. सगळं एका अज्ञात नक्षीदार रेषेच्या अलीकडचं आणि ती तर सारखं पलीकडचं बोलत होती.

मांजरीला घेऊन ती कॉटवरनं उठली. हळूच तिला जमिनीवर सोडून स्वैपाकघरात जाण्यासाठी उभी राहिली.

''आता आपण जेवू या. मग तू तुझ्या घरी जा. मी माझ्या ह्या गुहेत आपली जगदंबेसारखी एकटी बसते...ह्या मांजरीची सोबत तेवढी खरी आहे बघ.''

''हं!''

मी मुकाट.

थोड्या वेळानं तिनं आतून हाक मारली.

मी आत गेलो.

आता मांजरी तिच्या पायात घोटाळत होती. ती जिकडं जाईल तिकडं जात होती. पावलोपावली सोबत करू इच्छित होती.

...दिवसभर ही मांजरीलाच सगळं सांगत असेल. मांजरीही हिला सांगत असेल का?

अनपेक्षितपणे मला प्रश्न पडला. तो प्रश्न घेऊन मी जेवणानंतर काळोखात पराभूतासारखा नाहीसा झालो.

१

19 th August

शेवटचा श्रावण सोमवार. संध्याकाळी साडेसहाच्या सुमाराला घरी आलो.

स्मितानं हळूच दार उघडलं. अवघडून गेलेली. सातवा महिना संपत आलेला...येणाऱ्या जीवाविषयी सगळ्या घरादाराला उत्सुकता. कोण येणार आहे कुणास ठाऊक! एक अनामिक जीवात्मा अनेक वर्षांनी येणार आहे. त्याला ओटीपोटात घेऊन ती जोंधळ्याच्या धाटासारखी उंबरठ्यावर उभी.

तिच्या पायांत घोटाळणारी मांजरी. तिलाही खूपच पोट आलेलं...किती जीवांची आई आहे काही कळत नाही. मातृत्वाचं चिमुकलं गूढ घेऊन फिरते आहे.

फारच केविलवाणी दिसतेय. मी आल्याबरोबर अतिशय खालच्या आवाजात मँव करून तिनं माझी चौकशी केली...आलात का? बरं झालं! वाट पाहात होते मी.

काल दिवसभर घर धरूनच होती. एरवी संध्याकाळी बाहेर फिरायला जाते. दोन-चार घरांकडं जाणं-येणं आहे.

संध्याकाळी माझ्या लुनाचा विशिष्ट आवाज ऐकल्याबरोबर, असेल त्या घरातनं बाहेर पडते आणि धावत येते. गाडी लावेपर्यंत दारात जाते. मग बंद निळ्या दाराचा गुळगुळीत गार स्पर्श अंगावरून हळुवार फिरवत, दारालाही आपला केसाळ गुबरा स्पर्श देत अगदी अस्पष्ट आणि हळू आवाजाचं मँव करत उभी राहते. मी दारात येण्याची वाट पाहाते. बेल वाजल्यावर स्मिता येऊन दार उघडते.

माझ्या अगोदर तीच आत शिरते नि मी कपडे काढत असताना भोवतीनं घोटाळत, पायांत येत, पायाला अंग घासत उभी राहते. माझ्या तोंडाकडं बघत खालच्या आवाजात मँव करते. तिला ठाऊक असतं की मी आता कपडे बदलून स्वैपाकघरात जाणार आहे. काही तरी खाणार आहे; किंवा चहा करणार आहे.

घासभर तुकडा, पोटभर दूध तिला मिळणार आहे...तेवढ्यावरच समाधान मानते. पोट आहे किती? फार घालावं लागत नाही. दिल्या-घेतल्याचा सतत हिशेब ठेवणाऱ्या माणसाला परवडेल असा हा जीव.

देईल तेवढं खाऊन माझ्या कॉटवर बसते. कधी स्वस्थ पडलो तर छाती आणि पोट यांच्या मध्यावर येऊन विश्रांती घेते. श्वासोच्छ्वास करताना माझं पोट वरखाली होतं. त्या संथ लयीवर ऊबदार अंगाई घेत झोपून जाते. कधी वाटलंच तर क्षणभर थांबून बाहेर पडते...आताशा तिला बाहेर काढावं लागे. फारच घर धरून असायची. अंग जड झाल्यासारखं हिंडायची...तरीही तिला झोपण्यापूर्वी मी बाहेर काढे.

"मांजरी आज घरातच दिसते?" घरात आल्या आल्या मी स्मिताला विचारलं.

"घरातच आहे."...कधी कधी स्मिता सगळं सविस्तर सांगत नाही. नुकतीच ती झोपून उठली असावी.

कपडे काढताना मांजरी माझ्या पायाशी अंग घासता घासता इकडं तिकडं बघू लागली. कपड्यांच्या कपाटाच्या खालच्या कप्प्यात गेली. वास घेऊ लागली. अधूनमधून तशी ती करते. पण वास घेऊन उंदीर वगैरे कुठं काही आहे का पाहून परत बाहेर पडते.

पण आता बाहेर पडायचं लक्षण दिसेना. वाकून पाहिलं तर माझ्याकडं पाठ करून एकदम मुरगळून बसली. म्हणून मी हळूच बाहेर घेतली.

बाहेर घेताना नकार सांगू लागली...मिंऽऽअँऽऽव. असहाय्य करुण नकार...आताशा करुणामूर्तीच झालेली. हिंस्रपणा अलीकडं अनुभवालाच येत नाही. कीर्तीनं तिला मारलं तरी गप्प डोळे झाकून, कान पाडून बसून राही...थकल्यासारखी, वार्धक्याकडे झुकत चालल्यासारखी वाटे. तोंडाची गालफाडं आधी गुबरी होती; ती आता आत ओढल्यामुळे खप्पड झालेली. खुब्याची हाडं दिसू लागली. पूर्वी ती मांसात बुजून गेलेली असत. पोटाचा ढीग मात्र यावेळी खूप वाढलेला, लोंबकळणाऱ्या गठळ्यासारखा दिसायचा. बरगड्यांच्या आसपास वाढत वाढत न जाता बरगड्या संपल्यावर एकदम खाली, पाणी प्यायच्या गोल तांब्यासारखा मोठा झालेला. तेवढा मोठा झोळ घेऊन हळूहळू घरातून फिरे. जणू झोळ सांभाळायला जन्माला आल्यागत दिसणारी.

मी स्मिताला म्हणलो : "यावेळी तिला तीन पिल्लं होणार बघ."

"हंऽ!"...स्मिता फारसा विरोध न करता बारीक-सारीक बाबतीत होकार भरते.

बाहेर पडून सहज सोडून दिलं पण उघड्या दाराच्या बाजूनं उजव्या कप्प्यात पुन्हा गेली नि स्वातीच्या कपड्यांच्या ढिगात जाऊन बसली. बसता बसता

काहीशी असहायपणे ओरडली. मला काहीतरी वेगळं वाटलं.

"विण्यासाठी जागा शोधते की काय हो?" स्मिताच्याही ते लक्षात आलं.

मी तिच्याकडं बघितलं...डोळ्यांनी सांगत होती की इथनं मला उठवू नका. पोटात काहीतरी गडबड होते आहे.

मुटका मारून तिथंच बसली.

काढण्याचा किती प्रयत्न केला तरी निघेना. नख्या रोवून कपड्यांना चिकटली. आम्हा दोघांच्याही लक्षात आलं, तरी तिला तिथं बसू देणं शक्य नव्हतं. हळूच उचलून घेतली नि कपाटाची दोन्ही दारं बंद केली. खाली सोडून दिल्यावर इकडं तिकडं जाऊ लागली.

स्वैपाकघरात स्मितानं चहासाठी स्टोव्ह पेटवला. मी समोरच पाटावर बसलो. ती हळूच स्वैपाकघरात आली.

माझ्याजवळ क्षणभर बसली. शेल्फाच्या एका कोपऱ्याला खालच्या कप्प्यात मुन्या अंग आकसून, चारी पाय एका जागी घेऊन, पाठवण वर वाकवून, डोळे मिटून बसला होता. एकदम त्याच्याकडं गेली नि शेल्फ हुंगू लागली. एरवी गरोदरपणात मुन्याला फटकारत होती. पण आता त्याची जागा मिळते का पाहू लागली. मुन्या हलायला तयार नाही. म्हणून शेल्फाच्या दुसऱ्या कोपऱ्यातला पिठाचा डबा सरकवून मी तिला जागा करून दिली. पण तिथं बसेना. मदतीसाठी ओरडू लागली. इकडंतिकडं सारखी बघू लागली. डोळे केविलवाणे दिसू लागले. आवाजातील शेवटचं कण्हणं जास्त तीव्र झालं.

पटपट पॅसेजमधून जिन्याजवळच्या बाहेर पडायच्या दाराकडं गेली. मी लगेच उठून तिच्या मागोमाग गेलो. लगेच तिला दार उघडून दिलं. वाटलं होतं, तिच्या नेहमीच्या बाळंतपणाच्या घरी ती जाईल. पण तिथंच ती पटकन जिन्यातल्या तिच्या खोक्यात जाऊन अंग मुरगळून ओरडत, कण्हत मटकन बसली. बाळंत होणार असं खात्रीपूर्वक वाटू लागलं म्हणून खोक्यावर झाकायचं फळकूट झाकलं.

"होऊ दे बाळंत; तिला आपला त्रास नको. माणसं बघितली की जनावरं वीत नाहीत; संकोचतात' असं मनाशी म्हणून मी दार झाकलं नि आत आलो.

"मांजरी नक्की विणार. ती जागाच शोधत होती. खोक्यात जाऊन अंग मुरगळून बसली आहे." स्मिताला सांगितलं. चहा तयार झाला होता. स्मिता स्टोव्हवर दूध ठेवून चहा कपात ओतत होती.

तापत असलेल्या दुधातलं थोडं दूध मुन्याची ताटली आणून तिच्यात ओतलं. कोरभर चपाती त्यात कालवली. चांगली भिजवली आणि तिला घालण्यासाठी गेलो. दार उघडलं; तर ती मँव करून खोक्यातून उठून घरात

आली. आणि लगबगीनं कोठीघरात गेली.

तिला जिन्यातलं खोकं सुरक्षित वाटलं नसावं. तिथं अधूनमधून काळी कुत्री येऊन बसत होती. या सोसायटीत फिरणारा एक काळा रानबोका असाच अधूनमधून तिथं येत होता. चुन्या-मुन्याला तो छळत होता. साताठ दिवसांपासून चुन्या कुठं नाहीसा झाला होता. बहुधा काळ्या बोक्याच्या त्रासाला कंटाळून कुठं तरी निघून गेला असावा. त्या बोक्याच्या शंकेमुळंच ती पटकन आत आली असावी.

तिच्या मागोमाग कोठीघरात गेलो. कांदे ठेवण्याचा शेल्फचा खालचा कप्पा मोकळा झालेला. त्यात बोऱ्याचं तटकार तसंच...तिथं वास घेत हळूहळू ओरडत होती. उघडी जागा बघून संकोचली. माझ्याकडं बघून पुन्हा ओरडली. मी पटकन् जाऊन जिन्यातलं खोकं आत आणलं नि कांद्याच्या कप्प्यात ठेवलं. त्यात उडी मारून ती आत जाऊन बसली. वेटाळून मुरगळली.

माझ्याकडं मग बघेनाही. दुधाची ताटली खोक्यात तिच्यापुढं केली तर नुसता वास घेऊन तिनं मान मुरडली. मला आश्चर्य वाटलं. एरवी दूध म्हटलं की वाघिणीसारखी झेप घालणारी ही बया, या क्षणाला दूध हुंगून तसंच ठेवते नि आपल्या गडबडीत तयारीनं बसू लागते...प्रसंग कोणता नि दूध काय देताय?

दुधाची ताटली तशीच खोक्याजवळ ठेवून दिली. दोन-तीन दिवसांपूर्वी स्वातीनं खोकं नीट करून ठेवलं होतं. जिन्यात नारळाच्या शेंड्या खूपच पडल्या होत्या. त्या काढून टाकायला तिला सांगितलं होतं. तिनं त्या पिंजून खोक्याच्या तळात घातल्या होत्या. त्यावर मांजरीचं बसायचं बोदगं घातलं होतं–स्वाती साताठ महिन्यांची असताना तिला पांघरण्यासाठी म्हणून आणलेलं मऊसुत, ऊबदार बोदगं. बारा-तेरा वर्षांपूर्वीचं ते जुनं ब्लँकेट.

कोठीचं दार झाकून घेऊन स्वैपाकघरात आलो. अस्वस्थ झालो होतो. एक नवी घटना घरात घडत होती. मांजरीचं बाळंतपण घरात कधी झालं नव्हतं. गावाकडं कुत्री व्यालेली बघितली होती. अशीच कुठंतरी रानात, गंजीच्या आडोशाला, गवताच्या ढिगात, वळचणीला किचकटात व्यायलेली. गायी-म्हशींची वेतं खूप बघितलेली. त्यांचा व्याप मोठा. वार पुरून यावं लागतं, ती पडेपर्यंत थांबावं लागतं. तो निळसर, तांबूस मांसल लिबलिबित पदार्थ निरणातून लोंबकळताना बघवत नाही...तसंच आता मांजरीचंही होणार. ते खोकं सगळं रक्तानं, त्या तांबूस द्रवानं नि वारेनं खराब होऊन जाणार.

...पण झालं तरी आपण ती घाण काढायची. होऊ दे मांजरी घरात बाळंत. मघापासून किती गडबडून गेलीय. तिला नेमकं काय हवं ते मलाही नेमकं कळेना आणि तिलाही ते सापडेना...डोळे वेणा देणाऱ्या स्त्रीसारखे झाले होते. घरात

घेतली नसती तर कुठं बाळंत झाली असती? चुन्यामुन्यानंतरचं झालेलं तिचं एक बाळंतपण वायाच गेलं.

उठून कोठीचं दार हळूच उघडलं. ती केविलवाणे मँव करी नि कण्हे. दोन-तीनदा कण्हली. काळीज पातळ झालं. आर्त हाक...मांजरी अशी मोरासारखी करुणही होऊ शकते. एक जीव उसवून दुसरा जीव बाहेर पडताना किती वाताहत होते ही.

पुन्हा स्वैपाकघरात आलो. "वेणा देतीय वाटतं. कळा येत असाव्यात आता." स्मिताच्या कानावरही ती हाक गेली होती. जणू ती आपला दोन महिन्यानंतरचा प्रसंग पाहत होती.

"तसंच होत असेल."

अधीरतेनं मांजरीच्या बाळंत होण्याची मी वाट बघू लागलो.

गप्पच बसलेलो बघून स्मिता म्हणाली, "तुम्ही होता म्हणून ती घरात आली. नाही तर मी तिला बाहेर काढणार होते. कुठं तरी झाली असती बाळंत."

"कुठं बाळंत होणार गं ती?...मागचं तिचं कसं झालं तुला माहीत आहे."

"माहिती आहे हो. पण आताच आपणाला या दोन मांजरांना घालावं लागतं. दोन कुत्र्यांना घालावं लागतं. आता पुन्हा ही पिलं झाल्यावर चार-पाच मांजरं घरात होतील. पाच-सहा प्राण्यांना घालायचं कुठलं?...बरं, त्यांचा उपयोगही काही नाही."

मी तिला समजून सांगण्याचा प्रयत्न करू लागलो. "उपयोगात आपण फक्त आपलाच विचार करतो. रात्री चोर आले तर कुत्री आपणांला सावध करतात; म्हणून कुत्र्यांचा उपयोग. म्हणून कुत्र्यांना जपायचं. खरं तर आपण दुबळ्या मांजरीला मदत केली पाहिजे. कुत्री आता दोन्हीही नेटकी झाली आहेत. आपली पोटं भरतील. ही मांजरी मूळची या सोसायटीच्या जागेवर वाढलीय. तिचा अधिकार या जागेवर आपल्यापेक्षा जास्त. पण आज तिला मँव् मँव् करून अवघडलेल्या स्थितीत आमच्याकडं आसऱ्याची भीक मागावी लागतीय. तिला यावेळी आपल्याकडं बाळंत होऊ देऊ या. तिची पिलं वाढवू या. मांजरी बाहेर व्याली तर तिची ती डोळे मिटलेली, अजून जगाचा रंग न दिसलेली कोवळीलूस पिलं त्या काळ्या रानबोक्याच्या, नाहीतर या मुन्याच्या नरडंफोडीला बळी पडतील. कोवळी आहेत तोवर ती दोन कुत्रीही कदाचित त्यांचे घास करतील...म्हणून म्हणतो, आपण त्यांना यावेळी वाढवू या.

...आणखी एक सांगतो; या गरोदर मांजरीविषयी यावेळी मला काही वेगळंच वाटतंय. ती तुझ्याबरोबरच अवघडून फिरते आहे...तू स्वत:चीच तिच्या ठिकाणी कल्पना कर ना. गेले पाच-सहा माहिने आपण तुझी नि त्या पोटातल्या

जिवाची काळजी घेत आहोत आणि तिच्यासाठी आपण काहीच करत नाही. केवळ त्या प्राण्यांना बोलता येत नाही म्हणून माणसांच्या सगळ्या नीतीचे, सत्याचे, त्यागाचे नखरे चालतात.

प्राणी जर बोलके असते तर त्यांना पदोपदी पिळताना, लुबाडताना, आपल्या पोटासाठी त्यांना ठार मारताना, गंमतीनं म्हणून शिकार करताना, त्यांचं अन्न हिरावून घेताना, त्यांनी जो आक्रोश शब्दांत केला असता त्यानं माणसं वेडी, भ्रमिष्ट होऊन गेली असती...ती काही आपल्यासारख्या भाषेत बोलत नाहीत म्हणून त्यांना सुख-दु:खं नाहीतच?''

''पण एवढा विचार कशाला करायचा तो?''

''परमेश्वरानंच विचार करण्याची शक्ती दिलीय तर केला पाहिजे. आपला सगळा सामाजिक, राजकीय, सांस्कृतिक विचार हा स्वार्थी आणि स्वत:पुरता असतो. त्यात माणसापेक्षा वेगळ्या असलेल्या जीवमात्राचा विचार करण्याची सोयच ठेवलेली नाही. आपण मुळात जीवमात्राच्या बाजूनं विचार करू लागलो तर माणसं आपणांला मूर्खांत काढतात. तो विचारच हास्यास्पद ठरवतात. अशा वेळी सगळा माणूस मला नंगा झालेला दिसतो. त्याला संस्कृती, नीती वगैरे काही नाही; सगळी थोतांडं आहेत असं वाटतं...'' काही तरी खूपखूप बोलत राहिलो होतो...जणू माझ्यापाशीच मी बोलत होतो.

अंधार पडला होता. चोर-पावलांनी आत गेलो आणि दिवा लावला. खोक्यापाशी दुधाची ताटली तशीच पडली होती. खोक्यात वाकून बघितलं तर ती हळूच मँव करून बघू लागली. तिच्या पोटापाशी मुलाच्या मुठीएवढा तांबूस पांढरा कोवळालूस गोळा हळूहळू हलत होता.

मी पटकन दिवा विझवून बाहेर आलो. तिला एक पिलू झालं होतं.

''स्मिता, ती झाली बाळंत!''

''झाली? किती पिली आहेत?''

''एक दिसतंय. आता पुन्हा होतील ना.''

मग बराच वेळ मधे गेला. तिला एकच पिलू झालेलं. मला वाटलं सकाळपासनं उपाशी असेल किंवा तिच्या पोटात कमी गेलेलं असेल. वेणा द्यायला ताकद कमी पडत असेल. म्हणून पुन्हा दार उघडून दिवा लावला, तर पटकन ओरडत उडी मारून बाहेर आली...पाहिलं तर पोट गठळ्यासारखं होतंच. म्हणजे अजून पिले होणार होती.

दारातच उभा राहिलो. माझ्याजवळ काहीतरी सांगायला आल्यागत ती ओरडू लागली. माझ्यापाशी येऊन पुन्हा खोक्यापाशी गेली. थोडासा गोंधळून मी तिथंच दारापाशी उभा. पुन्हा माझ्यापाशी येऊन तशीच मँव मँव करू लागली.

पुन्हा खोक्याजवळ जाऊन माझ्याकडं बघू लागली. काही तरी मागणं मागू लागली. माझ्या ध्यानात आलं की तिचं बाळ बघावं अशी तिची इच्छा आहे. मी जवळ गेलो तर ती पटकन खोक्यात गेली व बाळापाशी बसली नि माझ्याकडं मँव करून बघू लागली. मी तिला तिथंच दुधाची ताटली तिच्यासमोर धरली तर दूध मचमच चाटू लागली. थोडं खाऊन गप्प बसली. बाळ झाल्याचा तिला एक सनातन आनंद झाला होता. ती आता मांजरी न वाटता एका बाळाची आई होऊन बसली होती. तिनं बाळाला जन्म दिला नि बाळानं तिच्यातल्या मातृत्वाला जन्म दिला. तिचं सगळं स्वरूपच बदलून गेलं. मी तिला तिथंच सोडलं. कोठीघराचं दार लावून घेतलं.

आम्ही आमच्या उद्योगाला लागलो.

आज सकाळी उठून पाहिलं तर तीन पिल्लं झाली होती. तीनही पांढरीच. त्यात तपकिरी तांबूस छटा. पण तीनही वेगवेगळी. एक चुन्यासारखं, म्हणजे तांबूस तपकिरी ठिपशा जास्त असलेलं. दुसरं मुन्यासारखं म्हणजे आईसारखं झालेलं. त्याच्या पांढऱ्या रंगात तांबूस तपकिरी मोठे ठिपके कमी. तोंडावर मात्र मिशांच्या जागी तांबूस टिकल्या. म्हणजे ते तोंडाच्या बाबतीत आईच्या वळणावर गेलं होतं. मुन्याचा रंग एरवी आईसारखाच असला तरी त्याच्या तोंडावर मिशांच्या जागी आईसारखे तांबूस ठिपसे नाहीत. तिसरं नुसतंच पांढरंशुभ्र झालं होतं. आता ते कोणासारखं म्हणायचं? आई नि वडील या दोहोंचे रंगांश घेऊनही काही पिली जन्माला येतात. हे पिलू दोहोंचा फक्त पांढरा रंग घेऊन जन्माला आलं असावं. चुन्या काय किंवा मुन्या काय; दोघेही आईच्याच रंगाचे. पण त्यांची आई आणि ते यांच्या मिश्रणातून 'त्यांची आई'च जन्माला यायला पाहिजे होती; पण तसं न होता तिसरं पिलू दोहोंचा फक्त पांढरा रंगच घेऊन जन्माला आलं.

तीच पिलं होऊन पुन्हा तिच्या पोटी जन्माला आली होती. तिच्याच पोटचा चुन्या आणि मुन्या. तिच्याच सारखे दिसणारे. तिच्यातून रक्तमांस घेऊन तिच्या नाळेवरच वाढलेले. तिच्याच दुधावर पोसलेले. तिला घातलेलं अन्न तिनं स्वत: न खाता त्यांना खाऊ दिलेलं. तिच्या कुशीत ऊब घेत जगलेले. तिनं त्यांना आईपणानं वाढवलेलं. सांभाळलेलं...ती माऊली पुन्हा त्यांच्याकडूनच फळलेली. त्यावेळी मुन्याच्या तोंडात तिची मानगूट गेलेली आणि कधी नव्हे तो मुन्या तिच्या पाठीवर बसून तिच्या जून, प्रौढ अंगाशी आपल्या कोवळ्या, तरुण, पोरेल्या अंगाची घसट करतेला. पुन्हा तिच्या पोराच्या पोटातील शुक्रबीजेच तिने आपल्या पोटात घेतलेली म्हणजे आपल्यातून नवा जीव बाहेर सोडून पुन्हा त्या नव्या जीवातून नवनव्या जीवांसाठी पुन्हा त्याचंच बीज पोटात! आता ते परात्पर

तिचंच बीज तिच्यातच जाऊन पुन्हा जन्माला आलेलं...त्यांचा आता पुन्हा जिवापाड सांभाळ.

...आदिमायेचं चक्र ती फिरवीत आहे. हिला पती नाही; फक्त पुत्र आहेत. हिचे पती हिचे पुत्रच. हिचे पुत्रच हिचे पती. स्वतःला मातृत्व देत हिच्यातून हीच जन्माला येते!

स्वयंभू:

स्वयंपूर्णा:

स्वयंसिद्धा:

स्वयंजन्मा:

स्वयंपतिवती:

स्वयंजाया:

स्वयंजनका:

स्वयंजननी:

स्वयंपुत्री:

...ॐ स्वयंमाता आदिमप्रकृति माऊली:

जगदंबेच्या देवळासारखं मला ते खोकं त्या क्षणी वाटलं. महाद्वारापाशी निमिषभर डोळे मिटून तंद्रीत उभं राहावं तसा तिथं थांबलो.

कोठीघराचं मी दार उघडलेलं बघून कीर्ती धावत आली. मी भानावर आलो.

आपलं सपाट पोट तीन पिलांसमोर टाकून ती पडली होती. आचळं तट्ट भरलेली. मांसाचे तीनही कोवळे गोळे त्या आचळांत वळवळ करणारे. कीर्ती म्हणाली,

"कशी नकटी नकटी दिसतात नाही?"

"हो ना."

लालचुटूक नाकं, दुमडलेल्या कागदाच्या बारीक कोपऱ्याएवढे कान, लालसर गोरे पाय. अति बारीक म्यू ऽ ऽ असा आवाज.

आपला मागचा वरचा पाय अबदार धरून ती कुशीत शिरणाऱ्या पिलाला जागा मोकळी करून देत होती...माझ्याकडं, कीर्तीकडं शांतपणे बघत होती.

तिला दूधचपाती कुस्करून घातली. पटकन बाहेर येऊन खाल्ली नि पुन्हा आत जाऊन बसली...आता ती लेकुरवाळी झाली होती. दूध प्यायला आली तेव्हा पोट सपाट पोळीगत झालेलं दिसलं. पोटातील पिलांच्या ओझ्यानं बाक येऊन पूर्वी वाकलेली पाठ आता सरळ झाली होती. त्यामुळं उंच वाटत होती.

स्वैपाकघरातली सकाळची खुडबूड ऐकून मुन्याला बाल्कनीत जाग आली. तो हाका मारू लागला. रात्रीही त्याला बंदोबस्तात ठेवूनच दूधभाकरी घातली होती.

बाल्कनीत ठेवून हॉलचं दार झाकून घेतलं होतं. पिलांचं त्याच्यापासून संरक्षण करणं जरूर होतं. जरी ती त्याचीच पोरं नि भावंडं असली तरी आणि तोच पुन्हा कोवळ्या रूपानं आपल्या आईच्या पोटी जन्माला आलेला असला तरी, तोच त्याचा आणि त्यांचा वैरी होता. त्यांची मान त्यानं केव्हा तोडली असती याचा नेम नव्हता. म्हणून त्याला जरासुद्धा पिलांचा वास लागू नये याची खबरदारी घेणं जरूर होतं.

कोठीघराचं दार बंद करून हॉलचं दार उघडलं. त्याला आत घेतला. त्याचे पुढचे दोन्ही पाय हातात घेऊन त्याच्यासमोर तोंड नेऊन त्याला सांगितलं; ''तुला तीन मुलं झाली आहेत; तीन भावंडं झाली आहेत, तू एकाचा तीन झाला आहेस.'' ...स एकाकी न रमते।

तो माझ्या डोळ्यांत बघत मँव करून पोटाची भूक भागविण्यासाठी भाकरी मागत होता. त्याच्याशी थोडी मस्ती करून त्याला एकट्यालाच दूधभाकरी घातली...चुन्याचा आठ दिवसांत पत्ताच नाही. बहुधा तो काळ्यांच्या विशाखाने टोपलीत घालून न सांगता गावी नेला असावा असं वाटतंय. तिला मांजराचा फार लळा आहे. पण कीर्तीनं तिच्या आईला विचारलं तर ती नाही म्हणतेय.

मुन्यानं भाकरी खाल्ली. आत्तापर्यंत बहुधा ही मायलेकरं एकत्र, एका ताटलीत खात. पण आज मुन्या एकटा एकटा. चुन्याही नाही नि त्याच्या आईला आता नवी बाळं झाली. आई त्यांच्यांत रमली. मुन्याला तिनं एकटं सोडून दिलं... आईला दुसरं मूल झाल्यावर पहिलं मूल थोडं दूरचं वाटू लागतं. ते थोडं थोडं पोरकंच होतं.

नऊ वाजता मांजरीला आणि त्यालाही पोटाला एकत्र खायला घालून मागच्या दारानं दोन्ही बाहेर काढली. मांजरीला प्रथम त्यानं हुंगलं. तिनंही त्याला हुंगू दिलं. ती त्याला गरोदरपणात रागवत असे. एखाद्या वेळेस डावा पंजा मारत असे; आता तसं तिनं काहीच केलं नाही. पाच–दहा मिनिटं दोन्हीही दारात बसली आणि बाहेर पडली...बाहेर पडली म्हणजे बरं असतं. घरात घाण करत नाहीत.

तासभर जाऊन मांजरी परत दारात येऊन बसली. मुन्या आलाच नाही. मांजरीला पिलाची काळजी होती. तरी तिला तसंच थोडा वेळ बाहेर बसवलं आणि साडेदहाच्या आसपास आत घेतलं. आत घेतल्याबरोबर तिनं कोठीघरात प्रवेश केला नि जाऊन बसली. तिला घरातच बंद करून मी विद्यापीठात निघून गेलो. जाण्यापूर्वी स्मितासाठी एक चिट्ठी लिहून ठेवली : ''मांजरी सकाळी तासभर बाहेर काढली होती. तू आल्यावर दुपारी तिला बाहेर काढ. दोन-अडीच तासांनी आत घ्यावे; म्हणजे रात्री घाण करणार नाही.''

संध्याकाळी सहा वाजता विद्यापीठातून परत आल्यावर स्मितानं एक बातमी सांगितली : ''मुन्या आणि तो येणारा काळा बोका यांची भांडणं लागली होती. लोखंडी दाराजवळच्या पायरीच्या फटीत मुन्या उताणा पडला होता नि त्याच्या उरावर काळा बोका बसून त्याला चावत, ओरबाडत, फटके मारत होता. मुन्याची पांढरी केसं वाऱ्यावर उडत होती. मुन्या ओरडू लागल्यावर मी बाहेर आले नि दगड घेऊन धावल्यावर काळा बोका पळाला. मांजरी जिन्यातच बसली होती. घाबरून ती आत आली. मला वाटलं मुन्याही तिकडून आत आला असेल म्हणून पाहिलं तर तो आलेलाच नव्हता. तो बाहेरच पळाला वाटतं. मग जिन्याजवळचं दार बंद करून कोठीघराचं दार उघडं केलं तर मांजरी आत जाऊन बसली...दुपारी त्यांची मारामारी झाली पण मुन्या अजून घरी आला नाही...त्याची केसं किती उडाली होती! कसला ओरडत होता तो!''

मला त्या काळ्या बोक्याचा संताप आला. गुडघ्याएवढा उंच, काळा, मोठ्या मुस्काडाचा बोका. तो आता मुन्यावर टपून आहे. त्याला कधी फाडेल याचा नेम नाही. त्या दोघांचे हाडवैर आहे. या सोसायटीच्या परिसरावर चुन्यामुन्या या दोघांनी त्यांच्या दृष्टीनं आक्रमण केलं आहे. तो त्याचा परिसर आहे, म्हणून तो त्यांचा सतत पाठलाग करतोय.

रात्रीचे दहा वाजून गेले आहेत. तरी मुन्या आला नाही. काळजी वाटते आहे. त्याला पुन्हा गाठून त्याला फाडून टाकला की काय? दोन-तीन वेळा त्याच्या तावडीतून मी त्याला सोडवून घेतलाय. त्याची दूधभाकरी त्याच्या बाल्कनीत ठेवून टाकली आहे. आता रात्री कधी येऊन त्यानं खाल्ली तर ठीक. नाही तर काही तरी त्याचंही बरं-वाईट घडलेलं असायचं...मांजरीनं नवी तीन पिलं जन्माला घातली आणि काळ्या बोक्यानं तिचे अगोदरचे बोके मारून टाकले; असं व्हायचं.

...काळा बोका चिडायचं खरं कारण त्याची मांजरी त्याच्याकडून या वेळी गाभण राहिली नाही; हे असावं. ती या बोक्यांनी गाभण केली आणि हा तसाच तुंबून राहिला. या पराभवाची चीड त्याला असली पाहिजे. मांजरी गाभणी राहिल्यापासूनच हा या दोन्ही भावांवर डूख धरून अधूनमधून संधी साधून हल्ले करतो आहे...पुढे काय वाढून ठेवलं आहे कुणास ठाऊक!

कदाचित या तीन पिलांत आणखी दोन बोके असायचे आणि काळा बोका आणि मुन्या या दोघांनाही नवे दोन वैरी उभे राहायचे.

मांजरी पिलांचं संरक्षण प्राणपणानं करताना दिसतेय. बोक्यांची भांडणं नि काळ्या बोक्याचं अशुभ, क्रूर आगमन बघून ती विचार करून घरात आली आहे. पिलांजवळून हलायला तयार नाही...

कोठीघरात दिवा लावल्याबरोबर तिनं चटकन सावध कान समोरच्या दिशेचा वेध घेण्यासाठी उभारून होकायंत्रासारखे वळवले. अंधाऱ्या जाळीतील चित्तिणीसारखी उग्र, भीतिदायक वाटू लागली. डोळे चमकत्या कट्यारीसारखे इकडं तिकडं फिरू लागले. ज्या प्राणपणानं तिनं चुन्यामुन्यांचं संरक्षण काळ्या बोक्यापासनं केलं होतं त्याच निर्धारानं, ती आता मुन्या आणि काळा बोका या दोघांच्याही तीक्ष्ण दातांपासनं आपल्या कोवळ्या पिलांचं रक्षण करायला बसल्यागत दिसली... अदृश्य दशभुजा दुर्गा वाटू लागली.

...मुन्या यावा असं वाटत आहे. त्याचं दूध त्याची वाट पाहत आहे. चुन्या गेला तसा हाही निघून जाणार नाही ना?

...चुन्या, तुझीही सारखी आठवण होतेय...आई-बायको, मुलं-भावंडं तशीच सोडून तू गेलास. आईला जन्म देण्यापुरतंच आई मानलंस. त्यावेळी तरी मानलंस की नाही कुणास ठाऊक!...एक आपणास वाढवणारी जिवंत वस्तूच असंही तू तिला मानलं असशील. जेव्हा ही एक मादी म्हणून भोग मागू लागली आणि तू नर म्हणून शेजारी होतास तेव्हा तो भोग दिला असशील, घेतला असशील...हिची पिलं बघून तुला वाटलं असतं की ही हिची पिलं आहेत. ही माझी मुलं किंवा भावंडं आहेत हे तुला जाणवलंही नसतं. मूल हे नातं तुझ्या गावीही नसेल, कारण तू पुरुष आहेस. तुला गावही नाही नि नावही नाही. मूल-भावंडं ही कल्पनाही तुझ्या डोक्यात नाही. पिलांना पाहून तू कदाचित नंतरही निघून गेला असतास. ही पिलं म्हणजे तुला फक्त तुझ्यासारखे प्राणी. तू जिथं जगतोस त्या हद्दीत आलेले. तुला जो माणूस खायला घालतो, तोच माणूस त्यांनाही खायला घालतोय. आपणास इथं आता नेमानं खायला मिळणार नाही. मग राहा कशाला इथं? चला. जन्माला येता क्षणी एकटा आलो; तसा जन्म एकटाच घालवला पाहिजे. अधूनमधून गरजेसाठी साथीदार मिळाले तर मिळाले, नाही तर नाही. एकटं जगणं अटळ आहे...

...असंच काहीतरी डोक्यात घेऊन निघाला असशील. ना तुझा समाज, ना तुझं कुटुंब, ना तुझी नाती. तुझं खरं नातं फक्त - तू तुझा स्वामी एवढंच. तू असं निघून जाणं कुटुंब-विघातक किंवा अनैतिक, बेकायदेशीर काहीच नाही. पापपुण्यात्मकही नाही. तुझं येथून जाणं म्हणजे तुझं इथं नसणं; एवढाच त्याचा अर्थ...पोकळी निर्माण होणं वगैरे नाही. किती मूलभूत जगतो आहेस!

...मी नाही असं जाऊ शकणार. मी गेलोच तर?...तर ते समाजविरोधी, बेकायदेशीर होईल. कायदा मला सांगेल, "तू या सतीशी 'लग्न' नावाची एक गोष्ट केली आहेस, तेव्हा तुला 'घटस्फोट' नावाची दुसरी गोष्ट करावी लागेल आणि तरीही तुझ्या कमाईतला हिस्सा या मादीला घरबसल्या द्यावा लागेल. तू

या समाजात नुसता माणूस नाहीस—

एक : गृहस्थ नावाचा सामाजिक आहेस.

दोन : मनुष्यप्राण्यांना तुझ्यामुळे या समाज नावाच्या व्यवस्थेत जन्म मिळाला आहे.

तीन : त्यामुळे मुलांची तुझ्याशी तू पुरुष असूनही पुत्र, कन्या, अशी समाजव्यवस्थेनं निर्माण केलेली नाती निर्माण झाली आहेत. त्यांनाही आता तू पोटगी देणं जरूर आहे.

चार : समाजापासून असं पळून जाणं भेकडपणाचं समजलं जातं.

पाच : समाजात संसार नावाची लढाई तुला जमत नाही.

सहा : नैतिक दृष्ट्या तू एका सतीला फसवलंस.

सात : धार्मिकदृष्ट्या तू पापी.

आठ : नऊ अनंत!

...निसर्ग नियमात नरमादी एकत्र आली, तो निसर्गाचा क्रम आहे. माझं मी आता पाहीन, मादीनं मादीचं पाहावं...तोही निसर्गक्रमच आहे. समाजव्यवस्थेनं निर्माण केलेली नाती खोटी; मुळात तसं काही नसलेली.

...पण मला हा विचार करता येणार नाही. 'मी'च कोण्या युगापूर्वी माझ्या सोयींसाठी समाज, कुटुंब, नातीगोती, कायदे, नीती, धर्म नावाच्या व्यवस्था निर्माण केल्या नि त्यात स्वतःला अडकवून घेतलं–आता त्यांचाच बळी झालो आहे.

...चुन्या, तू मुक्त झालास. खऱ्या स्वातंत्र्याच्या प्रवासाला निघालास. मी या चौकटीतच चौकोनी प्रवास करून तिथल्या तिथंच फिरणार. त्यातच स्वातंत्र्य शोधता शोधता फिरून फिरून घेरी येऊन मरणार.

चुन्या, हे माझ्या टाहो फोडणाऱ्या आत्म्या, तुझं जगणं आता दारुण असलं तरी तुझ्या जगण्याचा जय असो.''

❖

२

30th August

ह्या मांजरांमध्ये मी मनानं खोल गुंतत चाललोय खरा.

दोन-अडीच वर्षांपूर्वी ही माऊली प्रथम घरी आली. सोसायटीत तीनएक वर्षांपूर्वी राहायला आलो तेव्हा आसपासच्या माळावरची उंदरं घरात येऊ लागली होती. राहून राहून वाटत होतं की जुन्या घरची मांजरी इकडं आणली असती तर बरं झालं असतं. पण त्या मांजरीला तीन-चार घरांची सवय. तिथं त्या वाड्यात बरीच मांजरं होती; त्या घोळक्यात ती आपली चार माणसांत असल्यागत दिसायची; म्हणून आणावीशी वाटली नाही.

पण लवकरच उंदरांच्या वासानं ही बया अधूनमधून घरी येऊ लागली. पण हे येणं कधीतरी दारात येणाऱ्या भटक्या कुत्र्यासारखं.

गेल्या वर्षी जूनच्या पहिल्या आठवड्यात एक घटना घडली. माझी नव्या नोकरीसाठी निवड झाल्याचं कळलं. घरच्यांना थोडं बरं वाटावं म्हणून मी पेढे घेऊन घरी आलो. तर ही बया आपल्या दोन पिलांना दारात घेऊन लेकुरवाळ्या पाहुणीसारखी दार उघडण्याची वाट बघत बसलेली. पांढरीशुभ्र मांजरी नि तिच्याहून पांढऱ्याशुभ्र कोवळ्या, जावळ-केसांची पिलं. प्रथमच पोरंबाळं घेऊन आलेली. त्या अगोदर दोन-तीन महिने बेपत्ता झालेली. तिला अशा परिवारासह बघताच मला अतिशय आनंद झाला. जणू 'तुमची निवड झाली ना? मग पेढे दिलेच पाहिजेत. काढा पेढे.' असं म्हणत ती माझं दार धरून बसली होती.

मी पटकन पुडकं सोडलं नि तिघांना तीन पेढे द्यायचं ठरवलं. पिलांजवळ जाऊन त्यांना पेढे खाऊ घालू लागलो, तर ती दूर पळाली. मग मांजरीच्या पुढ्यात ते ठेवून दूर झालो; तर लगेच पेढ्यांकडं धावत येऊन मटामट खाऊ लागली...दोन-अडीच महिन्यांची पिलं. गोजिरवाणी, कोवळी, अंगावर घेता येण्याजोगी स्वच्छ, खोडकर वाटणारी, मिस्कील दृष्टीनं पाहणारी, धरायला गेलं की पळून जाऊन दुरून बघत बसणारी.

स्वातीला ती खूपच आवडली. त्यांना घरात घेऊन भरपूर दूध घातलं. त्यांच्यासाठी बाल्कनीत टी. व्ही. चं रिकामं कार्डबोर्डचं खोकं नेऊन ठेवलं. त्यांचा बिछाना तयार केला. रात्री सगळ्यांना पुन्हा दूधभाकरी घालून खोक्यात ठेवलं तर सगळी गाढ झोपी गेली. बाल्कनी त्यांच्या नावे करून टाकली.

पुढं तिन्हीही आमच्या घरची होऊन गेली.

...मांजरी या सोसायटीत कोठून आली कुणास ठाऊक? तिच्या आई-बापांचा, भावंडांचा पत्ता नाही. तिला एवढी मोठी होईपर्यंत कुणी वाढवली? ती इतकी माणसाळली आहे की या रानात रानटीपणानं वाढली असेल असं वाटलं नाही. गावाबाहेरची ही वस्ती. पोत्या-पिशवीत घालून गावाबाहेर आणून पिलं इथं सोडून दिली जातात. भिकाऱ्यांची, कामगारांची, पालांतली पोरं नि गुराखी ती बेवारशी, निरागस अर्भकं खेळ म्हणून चेचतात, ठार मारतात...घारी-गिधाडांची धन करतात. इथं आल्यापासून गेल्या अडीच-तीन वर्षांत हे मानवतावादी दृश्य राष्ट्रीय महामार्गाच्या दोन्ही बाजूंनी मी पुष्कळ वेळा पाहिलं आहे. उलट्या करून झटकलेल्या पोत्या-पिशव्यांतून खाली पडताना या पिलांनी सैरभैर पसरलेल्या रानाकडं सभोवार दृष्टी टाकून, उंच झाडांवरची घारी-कावळ्यांना आपल्या मण्यांएवढ्या लुकलुक्या डोळ्यांनी पाहून फोडलेला आक्रोश मी गलबलून ऐकला आहे. त्या पोत्यासारखंच मनाचं तोंड घट्ट आवळून पुढं स्वत:ला ढकलून देत निघून गेलो आहे. कदाचित त्यांतीलच एखादं पिलू चिवटपणे जगलं असेल नि तेच मोठं होऊन या माळरानावर घरं होताच सोसायटीच्या आश्रयाला आलं असावं.

पण ती कोठून आली काहीच सांगत नाही. तिच्या गूढ वाटणाऱ्या चेहऱ्याकडं, डोळ्यांकडं पाहिलं की वाटतं सटवाईदेवीला पाठीवर घेऊन अज्ञाताकडं सनातन प्रवास करत चाललेली ती प्रकृती आहे. हा सगळा प्रदेश माझ्या ओळखीचा असला तरी, काळोख्या रात्री मधेच पडलेल्या खांबावरच्या दिव्याच्या प्रकाशात मूळ अंधारातून बाहेर पडून पुन्हा मूळ अंधारात ती ज्या धिम्या, नि:शब्द गतीनं जाते ती तिची चाल, मनावर खोल गूढ पावलं उमटवते. अंधारात चाहूलही न देणाऱ्या पावलांनी ती खिडकीत येऊन ओरडते तेव्हा, अचानक अनंताची माऊली खिडकीवर येऊन उतरली आहे आणि चिमणं रूप घेऊन मला हाका मारते आहे; 'आत घे' म्हणते आहे, असा भास होतो. नियतीनं अशा अनेक संधी आयुष्यात माझ्या खिडकीपाशी ललाटरेषेसारख्या पाठविल्या होत्या. पण मी त्यांच्याकडं दुर्लक्ष करून, तामस गुणाची चादर पांघरून गाढ झोपून गेलो...

मात्र पिलांना घेऊन ती आली नि त्यांना घरादारानं लळा लावला. ती घरभर हिंडू लागली. दिवसभर हॉलमधल्या खुर्च्यांच्या गाद्यांवर, दिवाणाच्या बैठकीवर,

टेकायच्या उशांशी आणि लोडांशी दंगामस्ती करू लागली. मांजरीही त्यांना खेळू लागे. दुपारी विश्रांतीच्या वेळी घरी येऊन त्यांना चाटून स्वच्छ करी. जवळ घेऊन पाजे. त्यांच्याबरोबर झोपी जाई. तिला काही खायला दिलं नि पिलांनी त्यात तोंड घातलं तर 'खावा बापड्यांनो' म्हणून हळूच आपलं प्रौढ, शांत तोंड काढून घेई नि जिभेच्या छोट्या गुलाबी रुमालानं ओठ पुसून मोकळी होई.

पिलं वाढत होती. गेल्या वर्षीच्या आक्टोबरमध्ये शांताबाई शेळके कधीतरी येऊन गेल्या नि त्यांनी पिलांची 'चुन्या-मुन्या' ही नावं ठेवली. मांजरमय मनानं वावरणाऱ्या शांताबाईंनी केलेलं हे बारसं, घरी सगळ्यांना आवडलं...चुन्या सगळ्यांचा जास्त लाडका होता. तो सगळ्यांजवळ येत असे. सगळ्यांकडून कुरवाळून घेत असे. डोळे मिटून मांडीवर बसत असे. बारीक आवाजात लहान मूल जसं अँ ऽ अँऽ अँ ऽ करून रडत रडत काही मागतं; तसं ओरडून हा दूध मागत असे.

मुन्या स्वत्त्वाला जागत होता. बोक्यासारखा वागत होता. प्रेम करून घेत असला तरी 'मऊ मांजर' होऊन माणसाजवळ बसायचं नाकारी. दिलेलं खाऊन टुणकन उडी मारून निघून जाई. दूर जाऊन जिभेनं अंग पुसत बसे. कधी सकाळी उन्हात एकटाच एकाग्र चित्तानं विचारवंतासारखा अंग स्वच्छ करी. त्याचं हे काम मनोभावे चाले.

...कीर्ती म्हणाली, "त्यांचं पांढरं अंग त्याला दुधासारखंच वाटत असेल हो, म्हणून तो सारखा चाटत बसतोय"...फारसा आईजवळ बसत नसे. घरातील मोठ्या झुरळांची किंवा गवतावर हिंडणाऱ्या फुलपाखरांची शिकार करण्यात एकटा एकटा मग्न होई.

थोडी मोठी झाल्यावर पिलं आई मागोमाग जाऊ लागली. आई त्यांना बोलावून नेई. सहा-सात महिन्यांची तरी ती त्यावेळी झाली असावीत. सोसायटीत कधी मी संध्याकाळी इकडंतिकडं मोकळ्या परिसरात फेरी मारली तर, ही तिन्ही मायलेकरं जंगलात जळण गोळा करणाऱ्या लेकुरवाळ्या बाईसारखी उंच वाढलेल्या काँग्रेस गवतात भेटायची.

...हळूहळू मांजरीचं पोट दिसू लागलं. ती जास्तच गूढ वाटू लागली. कधी फळली, कधी गाभण राहिली कळलंच नाही...माता मेरीसारखी आपोआप गर्भार राहिल्यागत वाटली.

मग मात्र या दोन्ही पोरांचा सहवास टाळू लागली. पोट घेऊन घरभर हिंडे, पण पिलं जवळ आली तर कॅर्रर ऽ करून त्यांना रागावे. आचळात तोंड घालू लागली तर मागच्या पायांनी त्यांचं तोंड ढकलून देई. तिला काही खायला घातलं तर त्यात त्यांना ती खाऊ देईनाशी झाली...पोटातल्या गोळ्यांना नीटपणे

वाढविण्यासाठी तिला पोटभर अन्नाची गरज भासत असावी. खाऊन झाल्यावर ती बाहेर पडे. बाहेर पडताना चुन्या-मुन्या मागोमाग येऊ लागले तर ती त्यांना मँऽऽऽव करून पायानं फाट्दिशी थोबाडात देई, जोरात एखादा फटकारा त्यांच्या डोक्यावर मारे नि 'मागोमाग येऊ नका' म्हणून सांगे. पिलं मागं सरकल्यावर निघून जाई. कुठं निघून जाई हे जसं त्यांना कळत नव्हतं तसं ते मलाही कळत नव्हतं.

एकटी एकटी राहू इच्छित होती. तिनं बाळंतपणासाठी जागा हेरून ठेवली असावी. त्या जागी जाऊन मुक्काम टाकत असावी. रात्रीही चुन्या-मुन्या दोघेच बाल्कनीत किंवा जिन्यात दिसत असत. सकाळी ती परत आल्यावर मात्र कधी कधी तिच्या अंगाला किंवा पांढऱ्याशुभ्र तोंडाला कोळशाचं काळं लागलेलं असे. त्यामुळं कित्येक वेळा ती विनोदी दिसे. आम्ही तिचं हे सोंग पाहून हसलो तरी ती गंभीरच...हसता तर हसा; माझ्या बाळंतपणाची व्यवस्था मलाच केली पाहिजे, जागा हेरून आतापासनंच तिथं जाऊन राबता ठेवला पाहिजे, कशी का असेना पण जागा सुरक्षित पाहिजे; असा काहीतरी भाव तिच्या डोळ्यांत जाणवे. तिनं हेरलेली जागा मात्र कुठं तरी कोळशाच्या पोत्याच्या आडोशाला असावी याची खात्री झाली होती...आता तिला सोसायटीतल्या तीन बोक्यांपासून आपली होणारी बाळं सुरक्षित ठेवायची होती.

चुन्या-मुन्या हळूहळू दोघे स्वतंत्र राहू लागले. रात्री शिकारीला एकटे एकटे बाहेर पडू लागले. खाण्याच्या वेळी आरडाओरडा करत घराकडं येऊ लागले.

काही दिवस गेल्यावर मांजरी मधेच पाच-सहा दिवस आली नाही. आम्ही कयास बांधला की, ती व्याली आणि जेव्हा सात-आठ दिवसांनी आली तेव्हा तिच्या पोटाची सपाट पोळी झाली होती. आम्ही नक्कीच ओळखलं की, कुठं तरी व्याली आहे. स्वातीला ते सांगताच तिला भरपूर दूधभाकरी कुस्करून घातली. स्वाती तिच्यावर धाकट्या बहिणीसारखी प्रेम करते.

ती खाऊन हॉलमध्ये आली. मित्रांबरोबर गप्पा मारत बसलो होतो. माझ्याकडं बघून केविलवाणी ओरडली. समोर मित्र बसले होते. एकाच्या मांडीवर हळूच जाऊन बसली. त्यांनी तिच्या पाठीवरून हात फिरविला.

चहा आला. बिस्किटं आली. मित्राला मी सांगितलं की, तुमच्या हातानं त्या मांजरीला एक बिस्किट द्या. त्यानं ते दिलं नि मांजरी मांडीवरून उतरली...कोपऱ्यात बसून बिस्किट खाल्लं नि पटकन कसली तरी आठवण झाल्यासारखी वाटून निघून गेली.

मित्रमंडळी आली की, त्यांच्या मांडीवर जाऊन त्यांना प्रेम, लळा लावण्याची तिची जुनी सवय. तिला अनुभवानं कळलं होतं की, मित्रांबरोबर बोलत असलो

तर मी तिला जवळ घेत नाही. स्टुलावर बिस्किटं असली तर तिला देत नाही. म्हणून ती एखाद्या तल्लख बुद्धीच्या लहान मुलीसारखी पाव्हणे आल्याचा फायदा घेऊन त्यांच्याकडून बिस्किट उकळते...मित्रांना वाटतं, मांजरी किती माणसाळली आहे. पण मांजरी किती हुशार आहे याची कल्पना मला असते. केवळ खायला मिळावं म्हणून ती पाहुण्यांच्या प्रेमात पडते...मी एम्. ए. ला असताना अशीच एक आमची धूर्त मैत्रीण होती. हॉटेलात आम्हा मित्रांबरोबर भरपूर खाऊ लागायची. पैसे आम्ही द्यायचे नि ही तिसऱ्याच एकावर प्रेम करायची.

रात्री वॉचमन दुधाच्या बाटल्यांचे पैसे न्यायला आला नि बोलता बोलता म्हणाला, "जोगळेकरसायबाच्या बंगल्यात मांजरीण यालीय. दोन पिल्ली झाल्यात—मगाशी दुधाचे पैसे आणायला गेलो तर बाई म्हणाल्या; 'चार आणे देती; तेवढी पिल्ली कुठंतरी टाकून ये. घरात मोरीपाशी घाण नको.' म्हटलं; "आपून न्हाई बा असलं पाप करणार. माणसाच्या हातानं एक मांजार मेलं, तर सोन्याचं मांजार करून देवाला व्हावं लागतं. चार आण्यात मला दोन मांजरं मारायला लावता व्हय?"

"असं का?...बरं केलंस." मी म्हणालो नि पैसे आणायला आत गेलो.

त्याला पैसे देता देता म्हणालो, "मांजरी कधी व्याली?"

"तीन-चार दीस झालं म्हणं."

तो निघून गेला.

दुसरे दिवशी कामावरून परत आलो तेव्हा कीर्ती सांगत आली, "बाबा, मांजरीची दोन्ही पिली कुणीतरी समोरच्या घाणेरीत टाकली होती. ती कधीपासनं ओरडत होती. मांजरीही तिथंच ओरडत बसली होती. मग हळूच एक पिल्लू घेऊन गेली नि कुठंतरी ठेवून आली. पुन्हा दुसरंही घेऊन गेली."

"कुठं घेऊन गेली?"

"कुठं घेऊन गेली कुणास ठाऊक?"

मला रात्रभर झोप लागली नाही. माणूस नावाच्या बुद्धिवादी प्राण्याची गंमत वाटली. प्रत्यक्षात स्वत:पलीकडं काहीही विचार न करणारा नि ग्रंथांत सर्व भूतमात्रांपोटी एकच आत्मा असल्याचा चिरंतन सिद्धांत मांडणारा हा प्राणी.

रविवार होता. अकराच्या सुमारास पुन्हा कुणीतरी मांजरी बाहेर गेलेली बघून ती पिलं घाणेरीत फेकून दिली...पुन्हा ती आंधळा टाहो फोडत होती. मुलं गंमत बघत घाणेरीभोवती जमलेली. त्यांची मोठी कृपा झाली की, कुणी दगड उचलून त्या डोळे मिटलेल्या मांसाच्या गोळ्यांवर टाकला नाही.

शोधाशोध करून मांजरी केव्हातरी पुन्हा तिथं जाऊन पोहचली. तिच्या

लक्षात आलं की, आपली मानलेली घरं विश्वास ठेवण्याजोगी नाहीत...ती मनाचा धडा करून एक पिल्लू ठेवण्यासाठी म्हणून आमच्याकडं आली...

चुन्या-मुन्या रात्री शिकार करून जिन्यातच बसत; त्यांना उबीला बसता यावं म्हणून मी त्यांचं खोकं जिन्यातच नेऊन ठेवलं होतं.

काहीतरी होऊ दे म्हणून मांजरीनं त्या खोक्यात पिलू नेऊन ठेवलं नि ती दुसरं पिलू आणायला गेली...पिलू आणून ठेवल्याचं कीर्तीनं मला सांगितलं. मी पळत जाऊन बघितलं; तर मूठभर मांसाचा गुलाबी गेंद वळवळतेला. खोक्यात पुरेशी मऊ जागा करावी नि खोकं घरातच कुठंतरी चुन्यामुन्यापासून दूर ठेवावं म्हणून मी मिनिटभर आत आलो नि खोक्यात घालण्यासाठी शोधाशोध करू लागलो. स्मिताशी बोलून एक जुनी चादर काढली. स्मिताला सांगितलं, "पिली बाल्कनीत आणून ठेवू या. पिलू मांजरीसारखं पांढरं आहे. दुसरंही तसंच असावं."

बोलून चादर घेऊन मी बाहेर गेलो तर, मुन्यानं तो गोळा पोटावरच फाडला होता. हुंगून हुंगून तो खाता येतो काय याचा विचार करत होता. आतली लहान मुलाच्या तळव्यासारखी गुलाबी वाटणारी कोवळी आतडी बाहेर पडली होती. रक्तही लालभडक नव्हतं. गोंडस गुलाबी गोळा...थंडगार. डोळे मिटूनच जगात आला नि डोळे न उघडताच निघून गेला...माझ्या जिवाची कालवाकालव झाली. मुन्याचा संताप आला.

त्याला धरायला गेलो तर तो सुसाट पळून गेला. स्मिताला सांगण्यासाठी घरात गेलो. तोवर पुढील दारानं मांजरी मोकळीच येऊन हॉलमध्ये मँव मँव करत उदासवाणी उभी राहिली. ती दूध-भाकरी मागते आहे असं वाटू लागलं. म्हणजे एक पिलू इथं मेलंय; त्याचं रक्षण करायचं सोडून ही गाढवी पोट जाळण्यासाठी पुढच्या दारानं इथं येऊन बसलीय. मला तिचाही संताप आला...म्हणजे दुसरं पिलूही आणायला गेली नाही नि पहिल्या पिलाजवळही बसली नाही. मानगुटाचं कातडं हातात धरून मी तिला उचलली नि रागारागानं लाल गुळणीगत वाहणाऱ्या थंडगार पिलाजवळ नेऊन टाकली.

तिनं त्याला क्षणभर हुंगून पाहिलं नि 'आता ह्यात काही राहिलं नाही.' हे ओळखून गरीब चेहऱ्यानं पुन्हा ती घराची पायरी चढू लागली...ना संताप, ना तडफड, ना उलघाल. मुकाटपणे परतली. जन्मभराच्या बेभरवशाच्या जगण्याला वैतागून आपली दोन पोरं विहिरीत टाकणाऱ्या आमच्या गावाकडच्या वडारणीसारखी वाटली...स्वाती-कीर्ती तोवर दारात येऊन झाला प्रकार पाहू लागल्या.

मी ते पिलू खोल खड्डा करून डिडोनियाखाली हळूच पुरून टाकलं. त्याच्यावर माती ढकलताना वाईट वाटलं. एक कोवळी निर्मिती निसर्गानं हळूहळू केली नि आकाराला आणली; तर मुन्यानं ती फटकन फोडून मातीला मिळवली...कुणी

अनेक दिवस गर्भ सांभाळतं नि व्यथा-वेदना सहन करून; स्वत:च्या जिवाचा कडेलोट करून तो जगात आणतं, सांभाळतं नि वाढवतं. कुणी तरी क्षणकालाच्या आनंदाप्रीत्यर्थ पोटाची भूक घेऊन हॉटेलात येतं नि तो जीव न्याहारीला खाऊन, हाडं टाकून देतं...चिकन मस्त झालेली असते...एका मानवी जनावराच्या न्याहारीची एवढी किंमत?...एवढ्या कष्टानं जतन केलेल्या जिवाचं एका न्याहारीच्या एवढंच मोल! कशासाठी हा सगळा खेळ? कशासाठी हे निर्माण करायचं नि कशासाठी उद्ध्वस्त करायचं?...शेवटी शिल्लक राहते ती व्यथांची गुंतवळ. असलाच तर, प्रत्येकाच्या आयुष्याचा एवढाच अर्थ.

संध्याकाळी स्वाती-कीर्ती खेळायला गेल्या नि त्यांनी मुलांना दुपारची गंमत सांगितली. तर मुलांनी त्यांना दुसरी गंमत सांगितली की, अकरा-बाराच्या सुमारास मांजरी घाणेरीतलं एक पिलू घेऊन गेली तोवर सोसायटीतल्या काळी कुत्रीनं दुसरं पिलू पळवून नेलं नि कोवळं कणीस खाल्ल्यागत खाऊन टाकलं...पानशांच्या बंगल्यातनं पिल्लीही कशी घाणेरीत टाकली नि नंतर काय काय झालं हा इतिहास त्यांनी स्वाती-कीर्तीला सांगितला नि स्वाती-कीर्तीनं मला सांगितला.

ऐकता ऐकता माझ्या लक्षात आलं की, एक पिलू ठेवून दुसरं पिलू आणायला म्हणून मांजरी गेली ती रिकामीच परत का आली! जीवननाट्य पाच-दहा मिनिटांत संपलं होतं. मांजरी सगळं सहन करून गप्प बसली. पानशांच्यावर, जोगळेकरांच्यावर 'आपल्या निरपराध मुलांचा त्यांनी निर्घृण खून केला' म्हणून तिनं खटला भरला नाही की, निषेध म्हणून ती घरं वर्ज्य केली नाहीत. पोटासाठी, खरकट्यातल्या मुटकाभर घासासाठी ती दुसऱ्या दिवसापासूनच त्यांच्याकडं जाऊ लागली. पुन:पुन्हा खेपा घालू लागली...आमच्या सोसायटीच्या जन्माअगोदरही ती या नैसर्गिक परिसरात जगत होती...आता तो परिसर मानवी कायद्याच्या व्यवस्थेनुसार आमच्या मालकीचा झाला होता. म्हणून संस्कृतिरक्षक, संघसेवक पानसे आणि जोगळेकर यांना तिच्या पिलांना मारण्याचा हक्क निर्माण झाला होता. त्यांच्यापुढं ते लोकमान्य टिळकांनी सांगितलेलं 'अंतिम न्यायासनही' काही करू शकत नव्हतं.

रात्री चुन्यामुन्याचा खाना बंद केला. दोन्हीही बोकेच. मुन्याला पकडून खच्चून दोन झपाटे दिले नि खिडकीतून फेकून दिला. त्याची ती अवस्था बघून चुन्याही येडबडला नि पळून गेला.

सगळ्या मांजर-जातीचीच चीड आली. ''घरातून ह्या दोन्हीही बोक्यांना हकलून द्या.'' असं सगळ्यांना सांगितलं...ही मांजरंच पाळणं नको. जो नर आपल्या आईचंच पिलू मारून टाकतो, जो जन्मताच आपल्या भावाच्या नरडीचा घोट घेतो, जो स्वत:शिवाय दुसऱ्या कुणा भाईबंदाला जिवंतच ठेवू इच्छित

नाही; त्या जातीचं जनावर आपण पाळायचं कशाला? जगू देत त्यांची ती.

माझ्या ताटात भाकरी वाढणारी स्मिता माझ्या ह्या पुरुषी रागाला किंचित उपहासानं हसली नि गप्पच बसली. त्यामुळं मला काहीच करता आलं नाही.

दोन दिवस मी मांजरीला आणि बोक्यांनाही काही घातलं नाही. त्यांना घरात थाराच दिला नाही. तरीही ती जेवायच्या वेळी येत नि आमच्या तोंडाकडं बघत. दीनवाणं ओरडत...अशी ओरडू लागली की ती अतिशय केविलवाणी दिसत. तिन्हींचीही पोटं खपाटीला गेलेली दिसली. शेवटी वाटलं; त्याला त्यांचा तरी काय इलाज आहे! निसर्गानंच त्यांच्यांत एक नाट्यपूर्ण आश्चर्य निर्माण करून ठेवलं आहे. त्याप्रमाणं ती जगतात... माणूस नाही माणसाचा खून करत? सगळ्यात क्रूर माणूसच...म्हणजे सगळ्या प्राणिमात्रात क्रूर, निष्ठुर मीच!...या सगळ्या प्राण्यांनी मिळून प्रथम मलाच फाडलं पाहिजे.

तिसऱ्या दिवसापासून पुन्हा मी मांजरांना दूध-भाकरी खाऊ घालू लागलो. त्यांच्यासाठी पाणी ठेवू लागलो. त्यांना गोंजारू लागलो, जवळ घेऊ लागलो.

मधे पाच-सहा दिवस गेल्यावर एक वेगळीच घटना पाहायला मिळाली. दुपारची वेळ होती. उन्हाचं सगळीच घरात झोपली होती. मी झोपून उठून बाथरूमकडं चाललो होतो; तर मधल्या पॅसेजमध्ये गाढवाएवढे झालेले चुन्या आणि मुन्या दोघेही मांजरीला पीत होते. आणि तीही मूर्ख वयसंकोच सोडून देऊन त्यांना चोरून पाजत होती. सगळीच झोपलेली आहेत याची त्यांनी दखल घेतली होती की काय नकळे. आता चुन्या-मुन्या जवळ जवळ मांजरीएवढे दिसणारे. त्यातल्या त्यात चुन्या तर अधिक तगडा, उंचेला, मोठ्या हाडांचा असामी. आणि तो खुशाल डोळे मिटून तिला चुरूचुरू पीत होता. मुन्या मात्र माझी चाहूल लागल्यावर माझ्यावर सावध नजर ठेवूनच आईला पिऊ लागला. त्याच्या धूर्तपणाची मला गंमत वाटली. मी स्वतःशीच हसू लागलो...मांजरांचा काय हा खुळचटपणा! मी बाथरूमकडं निघून गेलो.

तोंड धुता-धुता माझ्या लक्षात आलं, दोन-तीन दिवस मूल प्यालं नाही तर बाळंतिणीचे स्तन तटतटून जातात. मग स्तनाभोवतीच्या शिरा, पाठीचा भाग यांना ओढ लागते नि सगळं अंग दुखू लागतं. स्तनभाग दगडासारखा होतो. मग दूध पिळून काढावं लागतं. स्तन मोकळे करावे लागतात; तरच सारं अंग सलाम पडतं. मांजरी त्यासाठी तर पिलांना पाजत नसेल?

मी परत आलो तर हा प्रकार चाललाच होता. पाहताना लक्षात आलं की, मांजरीही सावधपणानं हा प्रकार करू देत आहे आणि पिलंही एक उद्योग म्हणूनच तिला चोखत आहेत. त्यात बाळाला भरवतानाची एकाग्रता नि बाळ पिताना त्याचीही होणारी एकाग्रता मुळातच नाही...मांजरी पाच-सहा दिवस

आपली तटतटलेली आचळं मोकळी करून घेण्याचा उद्योग करती आहे.

एक जुना प्रसंग आठवला. आठ-दहा वर्षांचा असताना आमच्या कोयी जातीच्या शेळीला पहिल्यांदा एकुलतं एकच करडू झालं होतं आणि ते म्हशीच्या गोठ्यात इकडं-तिकडं उड्या मारताना म्हशीच्या पायाखाली सापडलं नि मरून गेलं. करडू मेल्यावर दोन दिवस शेळी कासेतच हात घालू देईना. मुळातच दूध जास्त. तटतटू लागल्यावर तिची तीच कासेत तोंड घालून दूध पिऊ लागली. आई म्हणाली होती, ''तिला आपलंच दूध प्यायची खोड हाय.'' पण त्या खोडीचा अर्थ आता कळतोय...चुन्या-मुन्या नसता तर मांजरीही कदाचित एका बाजूला निवांतात बसून स्वत:चं दूध प्याली असती.

पिली मेल्यावर मांजरी नि चुन्या-मुन्या पुन्हा एकत्र बसू लागले. चुन्या मांजरीचा विशेष लाडका. तो तिच्याजवळ बहुतेक वेळा बसलेला असायचा. ती त्याचं अंग चाटून त्याला स्वच्छ करून द्यायची. त्याच्या अंगावरच्या पिसवा तिथल्या तिथं कचाकचा चावून मारायची. चुन्या मुन्यापेक्षा अंगानं जाड आणि थोराड होता. पण बारीक आवाजाचा, शांत, अधिक माणसाळलेला. एवढा दांडगा असला तरी आईजवळ लाडात यायचा. बळेबळे आपलं तोंड तिच्या तोंडासमोर नेऊन तिला अंग चाटायला लावायचा. मुन्या बहुधा अलग बसे. माझ्या घुम्या चुलत भावासारखा एकटाच कुठं तरी जाऊन येई.

पिली मेल्यावर एक-दीड महिना मधे गेला. रात्रभर जिन्यात मांजरांचं गुरगुरणं ऐकू येत होतं. एकदा तर ते जास्तच ऐकू येऊ लागलं, पण ते माणसाने मांजराचे आवाज काढल्यागत. मांजरं माजावर येऊ लागली की आवाज काढतात तसं. वाटलं, काळा बोका असेल आणि मांजरीवर बळजोरी करीत असेल. चुन्यामुन्या कुठं तरी पळून गेली असतील.

एक दोनच्या सुमारास उठून बघितलं तर काळा बोका दिसलाच नाही. मांजरंही तिन्ही एका जागी होती. मात्र एका जागी बसलेली नव्हती. उभी होती. म्हणून वाटलं, काळा बोका आला असावा आणि त्याची चाहूल लागल्यावर तिन्हीही मांजरं उठून त्याच्यावर धावून गेली असावीत. तोवर आपण आलो असणार नि दार उघडण्याचा आवाज ऐकून काळा बोका पळून गेला असणार.

दार झाकून शांतपणे झोपी गेलो.

पहाटे साडेपाच-सहाच्या सुमाराला नेहमीप्रमाणं उठलो. अधूनमधून मांजरांचं गुरकावणं, ओरडणं, कावणं ऐकू येत होतं. असतील काही तरी भांडत, खेळत म्हणून दुर्लक्ष केलं. प्रातर्विधी आटोपले तरी खालच्या आवाजात ओरडणं, गुरकावणं चाललंच होतं. उत्सुकता म्हणून हळूच दार उघडून पाहिलं तर, एक विपरीत दृश्य जिन्याच्या चौकोनात बघायला मिळालं.

मांजरी दोन्हीही बोक्यांना गुरकावत होती. मात्र आज दोन्हीही बोके तिच्या गुरकावण्याला भीक घालत नव्हते. चुन्या जरा एका बाजूला कानांची दिशा आईकडे करून तिच्याकडं टवकारून बघत होता. मुन्या तिच्या गुरकावण्याला भीक न घालता मागं सरून तिच्या पाठीवर झेप टाकून वरच्या बाजूनं तिचं मानगूट धरण्याचा प्रयत्न करीत होता आणि मांजरी फारशी गडबड न करता गुरकावून, थोडी बहुत मान वळवून त्यांच्यावर तिथल्या तिथं धावल्यागत करत होती. पण तिचा इलाज नव्हता. तिला दोघेही भीक घालत नव्हते. युक्तीनं मागून येऊन मानगूट धरण्याचा प्रयत्न करीत होते. चुन्यापेक्षा मुन्या जास्त आक्रमक होता. चुन्या थकून बसल्यागत दिसत होता, मुन्या युक्तीनं तिची मान पकडण्याच्या बेतात होता नि ती त्याला जवळ येऊ देत नव्हती. मात्र ती जिन्यातून बाहेरही निघून जात नव्हती.

कदाचित मला बघून सगळीच निघून जातील म्हणून, मी दार बहुतेक झाकून मला दिसेल इतकं किलकिलं ठेवलं. एका विपरीत जिज्ञासेनं बघत राहिलो.

मुन्यानं एका क्षणी मांजरीवर चपळाईनं पाठीमागून झडप टाकली नि तिचं मानगूट आपल्या तोंडात बक्ककन गच्च पकडलं. तिनं चर्रऽ करून ते खाली घातलं. पाठीमागच्या पायांनी दडपत मुन्यानं तिला चारी पायांवर दडपून बसवली नि हा लहानखुरा, अटकर बांध्याचा बोका तिच्या पाठीवर जाऊन गच्च बसला. बसला तरी ती शेपूट बाजूला सरकवायला तयार नाही. मग पुन्हा मुन्यानं तिच्या अंगावर बसूनच मागच्या पायांनी जोरकस लाथ हाणायला सुरुवात केली. तशी तिनं हळूच शेपटी एका बाजूला सरकवून आपली मान भुईसपाट धरली. मुन्या आपल्या कंबरड्यात खाली वाकून ते पुढच्या बाजूनं गच् गच् हलवत पुढं नेत झुलू लागला. एका टोकदार उत्कट स्पर्शाच्या क्षणी मांजरीनं डोळे मिटले नि मुन्या स्थिर झाला. शेजारी बसलेला चुन्या ते सगळं दृश्य साक्षीदारासारखा शांत नि श्रांत वृत्तीनं पाहत होता.

थोराड मांजरी नि तिच्या निम्म्यानंही नसलेला, पण तिच्यावर स्वार झालेला मुन्या नि साक्षी राहून त्यांची झोंबी बघणारा चुन्या, या तिघांचाही अवतार वेगळा वाटत होता. गेल्या पंधरा-वीस दिवसांपर्यंत ही दोन्हीही तिची पिलं तिला पीत होती. आई होऊन ती त्यांना पाजत होती; वात्सल्यानं चाटत होती. गाभण होती तेव्हा त्यांना जवळ येऊ देत नव्हती. ते तिच्या ताटात तोंड घालू लागले तर गुरकावून त्यांना पिटाळत होती. बाहेर जाताना मागोमाग येऊ लागले तर पायांचा जोरकस फटकारा देऊन त्यांना घरात हाकलून जात होती. जिनं ही पिल्लं मांसाचे गोळे असताना आपल्या तोंडात हळुवार घेऊन माऊलीच्या निष्ठेनं सात-सात घरं हिंडवली नि जिवाच्या सावलीसारखी सांभाळली, तीच मांजरी आज

त्याच पिलांच्या तोंडात आपलं मानगूट देऊन खाली पडते आहे, त्यांच्याकडून रेटली जाते आहे. त्या आईच्या दोन मांड्यांच्या मधली आचळं मिटल्या डोळ्यांनी शोधत शोधत पिणारे दोन बच्चे; तिच्याच दुधावर पोसून आज तिलाच आपल्या अंगाखाली नर होऊन रगडत आहेत. त्याच मांड्यांना आपल्या पुरुषी मांड्या भिडवत आहेत. ज्या जन्मस्थानातून त्यांचा जन्म झाला तेच आता भोगस्थान म्हणून भोगत आहेत. आईलाच भोगणारी ही औलाद...

मला तो प्रकार घृणास्पद, ओंगळवाणा, चीड आणणारा वाटला. परक्या बोक्यासारखा तो प्रकार नव्हता. ती तिची मुलं होती. ती त्यांची आई होती. पण ते नर होऊन पिकले होते. त्या क्षणी त्यांना नरमादी एवढंच नातं दोघांमध्ये दिसत होतं...कसल्या तरी सणकेनं मी दार धाडकन झाकलं नि अंथरुणावर येऊन पडलो...उठावसंच वाटेना.

...थोडा वेळ गेला नि मनाचे पापुद्रे सोलत सोलत खाली खाली चाललो...मला का घृणा आली? माझ्यावर झालेल्या संस्कारांमुळं? बहीण-भावाचा, आई-मुलाचा भोग वर्ज्य, ते पाप; असे संस्कार. यम-यमीचं प्रेम वर्ज्य; कारण ते बहीणभाऊ आहेत...पण या यमीचा यमुनारूप निसर्गभाव युगायुगातून काळ्या, गूढ रंगात अखंड वाहतो आहे. प्रत्यक्ष परमेश्वरानं तिचं सांत्वन करण्याचा प्रयत्न केला. तिचे अश्रू संस्कृतिगंगेला मिळाले तरी काळेच राहिले...संस्कृतीखाली दडपून ठेवलेलं हे एक त्रिकालाबाधित सत्य येथून पुढंही अनंत काल असंच वाहत राहणार – या मांजरीच्या प्रतीकरूपानं. संस्कारित मानवी मनाखाली असंच स्पंदणार. त्याचं नाव पाप असं ठेवलंय, विकृती असं ठेवलंय...

...लिंगभोग म्हणजे काय, जीवाची एक प्राणिजन्य पातळीवरची नैसर्गिक भूकच ना? तो एक अतिसंवेदनशील त्वचास्थानाला मिळालेला दुसऱ्या एका तितक्याच उत्कट संवेदनशील त्वचास्थानाचा स्पर्शच ना? ... या उत्कट हळुवार स्पर्शफुलणीचा फायदा घेऊन निसर्ग आपलं कार्य साधून घेतो म्हणून या स्पर्शसंवेदना पाप, असाच ना याचा अर्थ? वास्तविक हे सर्जन अतिपुण्यकारक मानायला पाहिजे...असं व्हावं, असं केलं तर हा फायदा; तसं केलं तर हा तोटा; अशाच सगोत्री-विगोत्री नफ्यातोट्याच्या विचारातून लैंगिक पापपुण्य जन्मलंय आणि ते मनाच्या अणुरेणूत इतकं भिनलंय की, त्याच्यावर आता युगानुयुगं विचारच करायचं कारण नाही. मनुनिर्मित तो संस्कार आता मानवी स्वभाव होऊन राहिलाय.

...मांजरीचं नि तिच्या पिलांचं मन अजून आदिम युगात होतं तसंच मूलधर्मी राहिलंय. डार्विननं का कुणी असंच कुठंतरी म्हटलंय की, पृथ्वीच्या उत्क्रांतिकालात प्राक्‌युगातील माकड पुढं मानवरूप झालं. त्या युगातील बहुतेक प्राण्यांची शरीरं

पुढं अशी उत्क्रांत होत गेली; पण मांजर आदिम युगात होतं तसंच राहिलंय...मूळ प्रकृतीसारखं.

...असं झालं हे बरंच झालं. तेवढाच एक पृथ्वीच्या पाठीवर परमेश्वरी मूलबंध शिल्लक राहिला. तेवढीच एक मूळ प्रकृतीची रेखा एका संस्कारसंपन्न बुद्धिवादी प्राण्याच्या दाट सहवासात असूनही अस्पृष्ट राहिलीय...मुन्यानं मांजरीचा भोग घेतला नि त्या माऊलीनं त्याला तो दिला. त्याच्या जन्मातलं पहिलं उत्कट सुख त्याला प्रथम आईनं दिलं...मी थरारलो. फार फार नागडा होत चाललोय असं वाटलं...उठलो नि उभा राहिलो. पारोसे कपडे चढवले. ते चढविण्याची केविलवाणी गरज वाटली...आतल्या मनावर काहीच चढविता येईना त्याची लाज वाटू लागली...

दार उघडून पुन्हा पाहिलं. चुन्यामुन्या निघून गेले होते. मांजरी दारातच दाराकडं तोंड करून महालिंगाच्या देवळासमोरच्या शांत नंदीसारखी बसली होती. दार उघडल्यावर तिनं मला हाक मारली; "मिंऊं!"

ॐ-सारखी मला ती वाटली. त्या पांढऱ्या, निष्कलंक, सनातन ठिपक्यावरून मी हात फिरवू लागलो...आता तुला बाळं होणार. तुझी जीवनरेषा आणखी पुढं सरकणार.

–आणि त्यातून पुढे दोन महिन्यांनी या तिन्हींचा परवाच्या रात्री जन्म झाला... मुन्याला आपल्या पराक्रमाचा अजूनही पत्ता नाही.

मुन्या रात्री आला नव्हता म्हणून सकाळी लौकर उठून पाहिलं तर आलेला दिसला. पावसात खूप भिजला होता. त्याला कोरडं केलं नि कोपऱ्यात बसवला...निर्धास्त वाटलं. पाहिलं तर त्याला कुठं बोक्यानं विशेष ओरबाडलं नव्हतं. नाकावर फक्त एक ओरखडा आडवा दिसला. त्यानंतर मांजरीला पाहिलं तर ती अतिशय जागरूक राहून बघू लागली. पण ओरडली नाही.

नंतर पुनः पुन्हा पाहिलं; तर जागरूकपणेच पाहत होती. पिलांजवळून उठत नव्हती. पिलं सतत तिच्या कुशीत आपआपली आचळं शोधण्यासाठी धडपडणारी. मांजरी त्यामुळं लेकुरवाळी वाटत होती.

दूध आलं. दूध तापल्यावर तिला थोडं काही खायला घालावं असं वाटलं. रात्री काहीच खाल्लेलं नव्हतं म्हणून दूध-चपाती कालवून घेतली. खोक्यासमोर ती धरल्यावर चटकन तिनं बघितलं, पण बाहेर यायला तयार नाही. मग मी हळूच तिच्यापुढं ताटली नेली. तिनं दोन घोट चाखले. मग मी ती ताटली बाहेर काढली आणि तिला बोलावू लागलो. क्षणभर तिनं यावं का न यावं याचा विचार केला. त्या द्विधा अवस्थेत माझ्याकडं मुकाटपणं बघू लागली. मी पुन्हा तिला

"ये; चल." म्हणून विश्वासानं बोलावलं. मग आज्ञाधारकपणे माझ्याकडं हळूच आली. अगदी संथ गतीनं प्रथम दूध प्याली. एवढ्या संथ गतीनं कधीच पीत नव्हती. चपाती खायलाच तयार नव्हती. गप उभी राहिली. मी हळूहळू तुकडे हातात घेऊन तिला चारले. ते त्याच संथपणे त्याकडं बघत, छोटे छोटे घास करत तिने खाल्ले. एरवी दुधानं काला झालेल्या नि हातात घेईल तेवढ्या चपातीचा ती घास करत असे.

...एकदम मऊ झाल्यासारखी वाटली. मुलाला नुकताच जन्म देऊन नि:सत्त्व झालेल्या जीवासारखी तिची संथ हालचाल. ओरडणं बिलकूल नाही...बाळंतपणात वाचा गेली असावी; असं वाटण्याइतकी मुकी. फक्त भावपूर्ण डोळ्यांना पाहणं...वेणा, वेदना, रक्ताच्या खजिन्याचे संपूर्ण दान; हे सर्व भोगून पुन्हा जन्म घेतलेल्या नि बोलण्याचंही त्राण नसलेल्या बाळंतिणीसारखी तिची स्थिती. एका मुलाला जन्म दिला तर एक पुनर्जन्म. हिचे तर एका बाळंतपणात तीन पुनर्जन्म. तीन वेळा वेणा-वेदना आणि रक्तत्याग. पूर्वी दोनच वेळा हे होई. आता ह्या खेपेस त्रिवार!...कुणासाठी? हिला का वंशाला दीप ठेवायचा आहे? का अष्टपुत्रा आर्य स्त्री होऊन धन्य धन्य व्हायचं आहे? कोणत्या संस्कृतीची परंपरा हिला उज्ज्वल करायची आहे म्हणून हे निस्तारत आहे? का ही फक्त निसर्गतच आहे?

मुलांची नावं ठेवण्याची कल्पना हिला सुचत असेल? 'कुलदीप', 'दीपक', 'प्रताप', 'प्रभाकर' इत्यादी इत्यादी? वंशवर्धक, प्रकाशदायक? किंवा मुलगी असेल तर 'सरिता', 'लता', 'पुष्पा', इत्यादी कोमल, नाजूक?...हे माणसाचे वेडाचार! हिला फक्त 'आपली मुलं' म्हणून ती जोपासायची, वाढवायची असतील. ती आपल्याला म्हातारपणी सांभाळतील, रक्षण देतील किंवा वंश वाढवतील अशी मुळीच तिची इच्छा नसणार. तशी तिनं चुन्या-मुन्याकडनं कधीच अपेक्षा केली नाही. ते केव्हाही यायचे, केव्हाही जायचे. दोनदोन, तीनतीन दिवस बेपत्ता व्हायचे. तरीही ही खुशाल, स्वस्थ. चुन्यामुन्याही पाचव्या दिवशी आले तरी तेही खुशाल, स्वस्थ. आईची मुळीच क्षमायाचना करत नसत. किती कोरं जीवन जगतात हे सगळे! निसर्गानं आरंभावस्थेत जशी घडी घालून दिली तसंच. अजून ती घडी मोडली नाही. संस्कृतीच्या भट्टीत घालून आम्ही मात्र सगळं वस्त्र विसविशित करून टाकलंय. मूळचा रंगच नाहीसा करून त्यावर रंगीत-रंगीत पाना-फुलांचे ठिपके देऊन डागळून टाकलंय...त्या डागांनाच आपण कशिदे म्हणतो.

दोन घास शिल्लक ठेवून तिनं बाकीची सगळी दूध चपाती संपवली. मग तोंड वळवलं. पोट मोकळं झालेलं. तरी अन्न उरवलंच. हे पहिल्यांदाच घडत होतं...माणसानं काय, मांजरानं काय; बाळंतपणात जपून खावं, म्हणजे बाळांना त्रास होत नाही. नाही तर अंगावर दुधातून तेच जातं नि त्यांना अपचन होतं.

आपलीही आतडी नाजूक झालेली असतात; त्यामुळं अवाजवी खाल्लं तर ते पचणार नाही. तेव्हा जपून खावं.

ती हळूहळू मोकळी पण बळ गेलेली पावलं टाकत मागच्या, म्हणजे जिन्याजवळच्या दारापाशी जाऊन थांबली नि पाठीमागं बघू लागली. मी दार उघडलं तर पटकन बाहेर गेली. माझ्या लक्षात आलं की तिला आपले पाय मोकळे करायचे आहेत. सकाळचे विसर्जन-विधी आटपून घ्यायचे आहेत. हळूहळू पावलं टाकीत ती खाली बघून पायऱ्या उतरली. मी हळूच दार लावून घेतलं.

दोन तासांनी दाराजवळ येऊन ओरडली. मी तिला आत घेतलं. चटकन जाऊन खोक्यात उडी मारली. हळूच पिलांना चुकवून बसता बसता ती आपल्या कुशीत पिलं आचळाखाली येतील अशा बेतानं बसली...मांसाचे ते जिते गोळे वळवळ करून, मिटल्या डोळ्यांनी तिची आचळं शोधू लागले.

रात्री झोपण्यापूर्वी मी आणि स्मिता तिच्या खोक्याजवळ जाऊन बसलो. डोळे मिटून आचळं पिलांच्या ताब्यात देऊन निश्चेष्ट पडली होती. संपूर्ण पांढरं असलेलं पिलू आचळ शोधत होतं. एकानं तिच्या कासेत तोंड खुपसलं होतं. एक तिच्या पुढच्या पायांमध्ये अडलं होतं. मी हळूच तिन्हीही सरळ केली. तशी ती करताना तिनं मागचा वरचा पाय अगदीच हळुवारपणे अंतराळी धरला. त्यात मी पिलं सरकवली...आश्चर्य वाटत होतं ते याचं की, त्यांना नीट एक दिवसही झाला नव्हता. तरी ती मिटल्या डोळ्यांनी आचळं कशी शोधतात? सारखी इकडं-तिकडं नाकं कशी नेतात? आचळं नाकाला लागली की बरोबर तोंडानं कशी पकडतात? एकमेकांवर पडली तरी त्यांना लागत कसं नाही? कुशीत घुसल्यावर घुसमटत कशी नाहीत? एक ना दोन, शेकडो प्रश्न मनात एकमेकांवर वळवळू लागले. एकाचंही मला नीट उत्तर देता आलं नाही...मात्र नाकाचा, वासाचा उपयोग ती डोळ्यांपेक्षा जास्त करतात याची खात्री झाली. आचळांचा वासच त्यांना आचळ असल्याची हमी देत असावा. म्हणजे वास घेण्याची मांजराची प्रकृती ही जन्मजातच. जन्मल्या दिवसापासूनची. निसर्ग किती सुजाण, शहाणा, समजूतदार आहे याचं आश्चर्य वाटलं—काही तरी स्मिताशी बोलत मी माझ्या झोपण्याच्या खोलीकडं गेलो.

"मुन्या अजून आला नाही. त्याची दूध-चपाती तेवढी त्याच्या जाग्यावर नेऊन ठेवा हो, रात्री कधीतरी येऊन खाईल." स्मितानं आंथरुणाकडं जाता जाता मला सांगितलं...ती स्वाती-कीर्ती, मांजरी, तिची पिलं, मुन्या आणि मी सर्वांचीच आई होती...येणाऱ्या जीवाला पोटात पोटाशी धरून ती हळूच झोपली.

३

4th September

एकतीस ऑगस्टला सकाळी साडेआठ वाजता दूध तापवल्यावर मांजरीला चपाती-भाकरी घातली आणि बाहेर सोडली. कोठीचं दार बंद करून मुन्याला आत घेतला. मांजरी विऊन आज तिसरा दिवस. मुन्याला आईची गाठ पडू दिली नव्हती. एरवी त्याची आई कधी ना कधी त्याच्याजवळ जायची. त्याला अधूनमधून चाटायची, पुसायची. पण आता ते जमून येत नव्हतं. त्याचं कौतुक संपलं होतं...मला माहीत नाही; पण आणखी बरोबर एक वर्षानं त्याला तीन प्रतिस्पर्धी येणार होते. त्याच्याच पोटचे...त्याचेच...तेच...तोच ते. तेच तो...आपला आपणच वैरी!

मी त्या एकट्या जीवाला जवळ ओढला नि पाठीवरून, डोक्यावरून हात फिरवला. डोळे मिटून तो सेवा घेऊ लागला. मँव करून आपल्या वरच्या पट्टीत ओरडून दूध-चपाती मागू लागला. त्याला ती घातली. थोडा वेळ समोरच्या खुर्चीवर झोपू दिला.

दोन तासांनी मांजरीनं हाक दिली नि तिचं दार उघडलं. तिला आत घेतलं. मुन्याला बाल्कनीत ढकलला नि हॉलचं दार बंद केलं. कोठीघराचं दार उघडून मांजरीला आत जाऊ दिलं.

महिना अखेर. स्वाती दुपारीच घरी आली. तिनं आणि कीर्तीनं मांजरीचं खोकं साफ-सफय करून ठेवलं. तेवढ्या वेळात तिला बाहेर काढलं होतं.

संध्याकाळी साडेसहाला मी आलो तेव्हा तिला पुन्हा बाहेर काढली. ती गेल्यावर पिलांजवळ पाच मिनिटं बसलो. आई निघून गेल्यावर ती आईला नाकांनी वास घेत शोधत होती. एकमेकांच्या अंगावर आईच समजून चढत होती. एक दुसऱ्याच्या, दुसरं तिसऱ्याच्या आणि पुन्हा तिसरं पहिल्याच्या अंगावर अशी चढाचढी चालली होती.

ते गोळे एक गुंतवळ तयार करत होते आणि पुन्हा सोडवत होते. कानांच्या

पाळ्या घडी घातलेल्या पोळीगत दुमडून एकमेकांना मिटलेल्या. डोक्याची कोवळी कवटी कपाळापुढं आल्यानं नाकं जास्तच नकटी दिसणारी. गर्भाशयातच अजून आपण फिरत आहोत असा भास करून देणारे मिटलेले डोळे. अजून त्यांचं विश्व त्यांच्याच डोळ्यांच्या आत होतं. त्या डोळ्यांबाहेर केवढा जीवन-झगडा, हाहाकार पसरला आहे, केवढं हत्याकांड त्यांना जन्मभर करावं लागणार आहे, याची आरंभरेषा अजून त्यांच्यापासून दूर होती. बोक्यांपासून त्यांना वाचवण्यासाठी आम्ही संरक्षणफळी भक्कम उभी केलेली; पण त्या डोळ्यांच्या आतील काळ्या अज्ञेय छायेत ती निर्धास्त. फक्त दुधाचं आचळ शोधत फिरत होती नि त्यातच जगत होती.

दुसऱ्या दिवशी उठून बघितलं तर रात्री मांजरीनं सगळ्या खोलीभर घाण करून ठेवली होती. झोपताना तिच्या कोठीघराचं दार झाकून घेतलं होतं. एखाद्या वेळेस मुन्या घरात असला, कुठं तरी कॉटखाली किंवा इतरत्र चुकून बसलेला असला तर, तो पिलांच्या माना मुरगळेल ही भीती होती. म्हणून दार पुढं ओढून घेतलेलं. शिवाय मांजरीनं रात्री घरभर हिंडू नये, असाही विचार होताच. पण काल तिला भरपूर वेळ बाहेर काढलेली असल्यामुळं ती खोलीत घाण करील अशी रात्री तरी मुळीच शंका नव्हती. दोन ठिकाणी घट्ट हगून ठेवलेलं. तर एके ठिकाणी पातळ. खोक्याशेजारी मुतलेली. दुसऱ्या कोपऱ्यात ओकलेली. सगळ्या खोलीतून दरवळ सुटलेला. सगळी घाण मला आणि स्वातीला काढावी लागली. मी ती घाण न संतापता काढायचं ठरवलं.

आरंभी मात्र थोडी चीड आली...ह्या मांजरीला आपलीच खोली आहे, इथं पिलं राहणार आहेत, ह्या खोलीत घाण केली तर आपणाला हाकलून देतील, एवढं तिला कळायला पाहिजे होतं. त्या दणक्यात तिला मी पिलांपासून खसकन उचलली आणि तिनं जिथं जिथं घाण केली होती तिथं तिथं नेऊन "काय घाण केलीस ही!" म्हणून एक एक चापटी दिली.

गोंधळून माझ्याकडं ती बघू लागली. मी तिला अचानक असा का मारतोय ते कळलं नसावं. मँव करून ओरडली. मग माझं मलाच हसू आलं. तिला तिच्या पिलांजवळ नेऊन ठेवलं. शांत होत गेलो. ती का माणूस आहे रात्रीचं उठून हाक मारायला! तिला रात्री अनावर झालं असेल म्हणून घाण करून ठेवली असणार. बहुतेक तिचं पोट बिघडलं असावं. बाळंत झाल्यापासनं तिला नुसतं दूधचपातीच चाललंय. दूध जरा जास्तच घातलं. त्यामुळं कदाचित तिला हगवणही लागली असावी. किंवा त्या उलटी झालेल्यात जे काही पडलं आहे त्यावरून, काल संध्याकाळी ती चिमणी मारून खाऊन आलेली असावी. तिच्या ओकारीत ती

दिसतेय. तरीच ती सकाळी आणि रात्रीही दूधचपाती खायला धजत नव्हती. पोटभर दूध-चपाती खाऊनही तिनं चिमणी कशाला मारील असेल? कदाचित दोन दिवसांच्या केवळ दूध-चपातीनं, नुसत्या अळणी अन्नानं तोंडाची चव गेली असेल. मांजराची हिंस्त्र जात ही; केवळ दूधचपातीवर कशी राहील? मांस-मछली खाल्ल्याशिवाय त्यांचा आहार पुरा होत नसावा. कदाचित आपल्या पिलांना चांगलं हिंस्त्रतायुक्त सकस दूध मिळावं म्हणूनही चिमणी मारून खाल्ली असेल. त्या चिमणीची पिलं कुठंतरी घरट्यात असतील तर त्यांचं काय? त्यांना ऊब देणार कोण? खरं तर ती अधिक निरुपद्रवी, दुबळी, प्रतिकारहीन जात. त्यांच्या पिलांचे फार हाल...या तीन गोंडस, कोवळ्या जीवांसाठी कुठंतरी बाकीचे जीव बळी चालले आहेत त्याचा यांना पत्ताही नाही. जन्मभर तो कधी लागणार नाही. किंबहुना तो कधी त्यांच्या नीतीच्या व्यवहारात नसेलही. जीवमात्राची किती हिंसा केली याची आपण कुठं नोंद ठेवतो?...चुन्या तर तोंडात बडीशेप टाकल्यागत झुरळं पकडून खात असे आणि पुन्हा लगेच मजेत खेळत असे. जणू खेळता खेळता खिशातला एक एक खारा शेंगदाणाच सहज तोंडात टाकायचा. जग हे असंच चालणार. हा अंधार आपल्या डोळ्यापाठीमागंच असलेला बरा.

काही तरी विचार करत खोलीतली सगळी घाण कागदांनी, फडक्यांनी पुसून काढली. स्वातीनं खूप मदत केली.

स्वाती म्हणाली, ''बाबा, खोली धुऊन काढू या.''

''ठीक आहे. त्याशिवाय घाण वास जाणार नाही.''

आम्ही सगळं सामान आवरून खोली धुऊन काढली. दोन तास ते सर्व काम पुरलं. मांजरीनं विशिष्ट ठिकाणी घाण करावी म्हणून स्वातीनं एक युक्ती शोधून काढली. एक पत्र्याचं तगड घेतलं नि त्याच्यावर वाळू-माती पसरून ते खोक्याजवळ ठेवलं. हेतू असा की, मांजरीनं त्यावर घाण करावी.

खोकं साफसूफ करून पिलं त्यात ठेवली नि मग कामाला लागलो.

रात्री मी नऊ वाजता आलो. लगेच जेवायला बसायचा विचार होता. मांजरीचं आज पोट बिघडल्याची शंका आल्यामुळं तिला कुणीच काही खायला घातलं नाही. शिवाय कालच्या रात्रीसारखा प्रकार होऊ नये म्हणून मी असा विचार केला की, जेवण होईपर्यंत तिला मागच्या जिन्याच्या दाराबाहेर ठेवावी. तेवढ्या दरम्यान ती हगून-मुतून येऊ शकेल. म्हणून तिला तिच्या पिलांपासून उचलून बाहेर नेऊन ठेवली. पिलांपासनं उचलताना तिनं काहीही विरोध केला नाही. फक्त मँव करून सूक्ष्म नकार दर्शविला. खालच्या बोदग्यात नख्या रुतवल्या. तरी तिला उचललंच. मग मुकाटपणे आली नि दारात सोडल्यावर माझ्याकडं

केविलवाणेपणानं बघत उभी राहिली...घ्या ना आत. आता कशाला सोडता मला बाहेर? बाळांना उबीला घेऊन बसले तर त्यांना गाढ झोप लागेल. मलाही स्वस्थ वाटेल. पण मी तिचं त्याक्षणी काहीच समजू शकलो नाही.

जेवण झाल्यावर अर्ध्या तासानं बघितलं तर दारात नव्हती. स्मिताला म्हटलं, "मांजरी घरात नाही. घटकाभरात फिरून येईल घाणबीण करून."

"तशी आली तर बरं; नाही तर काही रातचं पकडून खाऊन आली तर, पुन्हा रातभर खोली घाण करून ठेवायची."

आता या क्षणी अकरा वाजायला आले आहेत. तरी मांजरी अजून आली नाही.

पिलं एकमेकांच्या उबीला पडली आहेत. ती एकमेकांचा चिमुकला भार सहन करतात असं दिसतंय. एका पिलावर ही दोन्हीही पिलं अगदी दोन्ही बाजूंनी भार टाकून पडली आहेत. तरी त्या खालच्याला काही वाटत नाही. ते आपलं डोळे मिटून झोपलं आहे का डोळे मिटून जागं आहे? मजा आहे त्यांची. डोळे मिटून झोपली तरी डोळे मिटूनच त्यांना जागही येते. त्यांची वळवळ थांबली की गाढ डोळे मिटून झोपली आहेत असं दिसतं आणि वळवळ करू लागली की डोळे मिटून जागी आहेत असं वाटतं.

...परमेश्वर कुत्र्यामांजरांचे डोळे काही दिवस असे का मिटवून ठेवतो कळत नाही. ती जन्माच्या क्षणीच रांगायला लागतात. मांजरीच्या कुशीत बरोबर घुसायला लागतात. नाकानं इकडं-तिकडं बारीक हुंगायला लागतात आणि आचळ आलं की बरोबर चोखायला लागतात. मांजरीही त्यांना पायानं, मानेनं, तोंडानं बरोबर आचळाकडं ढकलत असते. एकमेक एकमेकाखाली आलं किंवा नुसतंच आचळ शोधत बसलं नि ओरडू लागलं तरी, मांजरीला त्याची फिकीर नसते...यावेळी नाही, नंतरच्या वेळी त्याला आचळ मिळेल; याविषयी तिला गाढ विश्वास असतो. मला मात्र काळजी लागून राहते...ही आंधळी असून अंधारातही एकमेकांच्या उबीला कशी येऊन बसतात याचं कोडं पडे.

...रात्री मांजरी लौकर आली तर बरं होईल. मला गाढ झोप लागेल...तिची पिलं माझ्या कुशीत उबीला घेऊन मला झोपता येणार नाही...

पण रात्री मांजरी आलीच नाही. दोन-तीन वेळा जाग येईल तेव्हा उठून दार उघडून पाहिलं तर कुणीच जिन्यात नाही. शेवटी माझी रात्र बिन झोप लागताच गेली.

सकाळी साडेसहाच्या सुमारास ती धावत आली नि कोठीघरात शिरली. पटकन खोक्यात गेली नि पिलांना चाटू लागली. चाटताना पिलांना कळलं नि

ती मीं ऽयूं, मीं ऽयूं, मीं ऽयूं करून अगदी बारीक आवाजात ओरडू लागली. वळवळ करत तिन्हीकडं तीन जाऊ लागली. मी तिच्या मागोमाग गेलो होतो. माझी अपेक्षा होती की, प्रथम तिनं बैठक मारून त्यांना पाजावं. मग चाटावं. म्हणून तिला हाक मारून बसवण्याचा प्रयत्न केला. पण बसायला तयारच नाही. ती आपली चाटण्याच्या उद्योगाला निष्ठेनं लागली. त्या चाटण्यात कामाचा आविर्भाव होता. तो एक उद्योग म्हणून ती करू लागली. एक एक पिलं चाटायला घेत होती. पिलं आंघोळीच्या वेळी बाळं वळवळतात तशी वळवळत होती. रडत-भेकत होती...पण त्यामुळंच त्यांच्या अंगावर बाळसं वाढणार होतं.

त्यांना आंघोळी घातल्यावर ती त्यांच्या हगण्यामुतण्याकडं वळली. जिथं जिथं त्यांचा थेंबभर मूत, चिमूटभर घाण पडली होती; ती जागा चाटून स्वच्छ करीत होती. हा प्रकार थोडा गलिच्छ वाटला. पण विचार केल्यावर दिसून आलं की, त्यांची आई लेकुरवाळी झालेली बाई आहे. बाळंतीण बाई मुलाचा मलमूत्र हातांनी काढून टाकते; तसे तिला हात कुठं आहेत? आणि ती जागा तर पिलांना स्वच्छ करून ठेवली पाहिजे; तरच ती सुरक्षित राहतील. त्यांना त्या घाणीमुळं रोग-आजार होणार नाहीत, घाण खाण्यासाठी मुंग्या-कीटक-झुरळं येऊन त्या पिलांना चावणार नाहीत; याची ती दक्षता घेत होती... असं जर असेल तर मग ती मलमूत्राची घाण तेथून हलविलीच पाहिजे आणि ती दुसरं कोण हलवणार? आपणच हलविली पाहिजे. आपणास हात तर नाहीत...ती माऊली ते सर्व आपल्या पोटात घेत होती.

माझ्या डोक्यात त्याक्षणी आणखी प्रकाश पडला. काल ती खोलीत ओकली होती, दोन दिवस घरातच असल्यामुळं तो मलमूत्र तिला सतत दोन दिवस पोटात घ्यावा लागला आणि कोठीतून बाहेर जायला तर मिळालंच नाही. घराची दारंही बंद आणि खिडक्याही बंद. म्हणूनच ती ओकली असावी.

...म्हणजे मांजरी पिलांचा मलमूत्र पोटात घेऊन बाहेर जाऊन ओकून येत असणार. मांजरांना हुकमी ओकाऱ्या काढता येतात. अनेक वेळा त्यांच्या पोटात नको तो पदार्थ गेला असं त्यांना वाटलं तर, किंवा पोटात तो पदार्थ पचत नाही असं दिसलं तर, गाई-म्हशी जशा घास बाहेर काढून रवंथ करतात तसं आपलं पोट विशिष्ट प्रकारांनी हलवून मांजरं अन्न बाहेर काढतात. कालची तिची ओकारी म्हणजे दोन दिवसांचं सर्व बाळंतपणाचं पोटात घेतलेलं काहीबाही असणार...रात्री बाळंत झाली. सकाळी तर सगळं खोकं स्वच्छ होतं. रक्ताचा एक थेंबही तिथं नव्हता किंवा वारेसारखी वस्तू वा तिच्यातील द्रव काहीच तिथं नव्हतं. पहिलं पिलू संध्याकाळी जन्माला आल्यावर ती माझ्याकडं येऊन मला बोलावून घेऊन जेव्हा खोक्याकडं गेली होती तेव्हा, रक्ताचा एक थेंब ती खोक्यातून उडी

मारताना निरणातून पटकन खोक्याजवळ पडला होता. रात्रीपर्यंत तो तसाच अळून गेला होता. सकाळी तो तिनं चाटल्याचं लक्षात आलं होतं. ते दोन दिवस ती काहीच खाण्याचं नाकारत होती. अगोदर बाहेर जाऊन पोटात घेतलेलं सगळं टाकून यायचं आणि मगच अन्नाला जीभ लावायची असं तिच्या मनात असावं. पण तसं तिला करता आलं नव्हतं...आई होणं हे जीवमात्रांनाही इतकं अवघड आहे.

मी दार उघडून कोठीघरात गेलो की ती पटकन कान टवकारून बघते. तिच्या लक्षात येतं की माणूसच आहे, बोका नाही. मग मान खाली घालते. पायाचा पंजा हातासारखा वाकवून पिलांना जवळ घेते आणि डोळे मिटून दूध होऊन पिलांच्या पोटात जाऊ लागते. निसर्गाची अखंड क्रिया ही अशी चालवते. मूळ रूपांचा निसर्गातून असा चैतन्य-प्रवास सुरू होतो...त्या आदिमातेला नमस्कार!

न्याहारीची वेळ झाली. ती अगोदरच बाहेर गेलेली. मी पिलांना पाहून घेतलं. त्यांना भूक लागलेली असावी. एक बारकं पिलू दोन पिलांच्या अंगाखाली पूर्ण सापडलं होतं. त्याला जरा थोडा वेळ वर घ्यावं असं वाटलं. खाली ते बरंच गुदमरलं असावं अशी शंका आली. त्याचं तोंड दुसऱ्या पिलाच्या अंगाखाली गेलेलं. म्हणून वर काढायला गेलो तर मी ऽऽ यूं, मीं ऽऽ यूं इतकं जोरात सुरू झालं की, सगळ्या खोक्यातून तिन्ही पिलं तोल सावरत रांगू लागली. बारकं पिलू तर डोळे झाकून स्वत: भोवतीच फिरू लागलं. डोळे झाकूनच सगळं खोकं तिन्हींनीही धुंडाळलं. पण आई नव्हती तर भेटणार कोठून? त्यांचा मीं ऽऽ यूं, मीं ऽऽ यूं चा हलकल्लोळ वाढतच होता.

चार पाय असले तरी त्यांना अजून बळ लागलेलं नव्हतं. अजून डोकं वर करताना तोल जात होता. त्यामुळं पाय हळुवार उचलून पुढं टाकत होती. घोरपडीसारखी जमिनीबरोबरच सरपटत होती. पोटं थोडीशी मोठी वाटणारी. डोक्याची कवटीही लहान बाळाच्या कवटीप्रमाणं मोठी वाटणारी. त्यामुळं कान डोक्यावर न दिसता डोक्याच्या दोन्ही बाजूंना किंचित खाली आलेले. लहान मुलाच्या टकोच्याला दोन्ही बाजूंना कापडी गोंडे लावतात तसे. पाठमोरं पाहिलं तर, चार-पाच महिन्यांच्या गर्भातील मुलाचं बंद बाटलीतलं दर्शन होत होतं. सगळं तसंच. तुलनेनं मांजरीच्या गर्भाशयात तिच्या गर्भाची वाढ झपाट्यानं होते. दोन एक महिन्यातच तिचा गर्भ पूर्ण विकसित होतो आणि जन्माला येतो...माणसासारखं आठ-नऊ महिने तिला गर्भ पोटात वागवावा लागत नाही. ती गाभण असताना पोटाला हात लावला तर आत पिलं वळवळताना जाणवतं.

शेवटी तिन्ही पिलं पुन्हा एका जागी आली नि एकमेकांवर चढून गच्च

बिलगून बसण्याचा प्रयत्न करू लागली...आई आली नाही हे त्यांच्या लक्षात आलं. बिलगताना त्यांची गंमत होत होती. प्रत्येक पिलू दोहोंच्या मध्ये सांदरीत जाऊन जास्तीत जास्त ऊब शोधण्याचा नि अंग टाकण्यासाठी मवाटी पकडण्याचा प्रयत्न करत होतं. त्यामुळं खाली जाणारं पिलू पुन्हा वर येऊन दोहोंच्या सांदरीत घुसण्याची धडपड करत होतं. त्यामुळं दुसरं खाली जात होतं आणि पुन्हा ते वर येण्याची धडपड करत होतं. अखंड वळवळ चालू होती. आणि हे सगळं डोळे झाकून...कुणीतरी एक खाली जाणारच हा मानवी विचार त्यांच्या डोक्यात येत नसल्यामुळं त्यांची धडपड मनापासून आणि गंभीरपणे चालली होती. शेवटी केव्हातरी याचं अंग त्याच्याखाली नि डोकं दुसऱ्याच्या मानेवर; तर त्याचं अंग दुसऱ्याच्या मानेवर नि डोकं खाली; अशी काहीतरी नैसर्गिक समान विभागणी झाली आणि कोणतंही संपूर्ण खाली किंवा संपूर्ण वर न राहता एक जिवंत डिझाईन करून झोपी गेली.

मांजरीची वाट बघून दाराला कडी घातली नि बाहेर कामाला गेलो.

आज परवाच्या इतकी मला काळजी वाटली नाही. असंही वाटलं की, मांजरी पिलांपासून थोडी थोडी अशीच दूर राहणार. तिला तिचा दिनक्रम आहेच. चोवीस तास सतत पिलांजवळ पडून राहणं प्राण्यांना शक्य नाही. पिलांचं पोषण, संरक्षण जसं महत्त्वाचं तसा 'आईचा' दिनक्रमही महत्त्वाचा. तिला पोटपाणी आहेच. तेव्हा ती दिवसातील थोडा थोडा वेळ अशी बाजूला एकटी स्वतंत्र राहणारच.

माणसाचंच अनैसर्गिक आहे. बाई बाळंतीण झाली की तिला खोलीत पंधरा–वीस दिवस तरी ठेवतात. खरं तर चार–पाच दिवसांनी ती छान हिंडत राहिली पाहिजे...लघवीला, शौचाला जाण्याच्या निमित्तानं चार पावलं बाहेर जाऊन आली पाहिजे. खातपीत राहिली पाहिजे. अगदीच चोवीस तास बाजेवर मुलाजवळ निजणं बरं नाही. मांजरीपासनं थोडं शिकलं पाहिजे. स्मिताला आता आठवा महिना. हे तिला सांगितलं पाहिजे. तिच्या पोटाचा ढीग असाच मांजरीच्या पोटासारखा दिसतो आहे.

आता मांजरी नेमानंच रात्री हिंडू लागली. हॉलमध्ये बसायचा दिवाण आहे त्यावर मी निवांतपणे झोपलो होतो. शेजारीच तीन दारी खिडकी आहे. वारा येण्यासाठी खिडकी उघडी सोडली तर डास आत येऊ नयेत म्हणून एका दाराला बारीक जाळी मारून घेतली आहे. त्यामुळं त्या बाजूचं काच-दार उघडं असतं. तर तिथं पहाटे पाच वाजता मांजरी आली नि मला हाका मारू लागली. मला आश्चर्य वाटलं. पटकन तिला मी आत घेतलं नि तिच्या पिलांपाशी सोडून आलो.

कोवळी पहाट झाली होती. मागच्या दारात येऊन तिनं हाका मारल्या असाव्यात. बराच वेळ कुणी येण्याची वाट पाहिली असावी; पण कुणी नाहीच आल्यावर पुढच्या बाजूला येऊन तिनं खिडकीतनं मला हाका मारल्या असाव्यात. अगदी खिडकीच्या काठावर बसून अंधारातच तोंड आतल्या बाजूला करून तिनं मला हाका मारून उठवलं. तिला पुष्कळच विचारशक्ती असावी. मी रात्री किंवा सुटीच्या दिवशी दुपारी कुठं झोपतो हे तिनं अनेकदा पाहिलं आहे. पुष्कळ वेळा ती चुन्या-मुन्याबरोबर हॉलमधल्या मोठ्या खुर्चीच्या गादीवर झोपलेली असायची. ते तिचं विश्रांती-स्थान होतं. तिथं मी वाचत, लिहीत बसतो. झोपतो. ते बरोबर हेरून ती पहाटे आली असणार.

पिलांत नेऊन सोडल्यावर प्रथम त्यांना पाच-दहा मिनिटं चाटून काढलं. अगदी स्वच्छ, ओलं, लालसर केलं. मग मलमूत्र. ते पोटात घेतल्यावरच मग त्यांना जवळ घेतलं...तिचा हा रोजचा उपक्रम झालेला. जवळ घेताना सगळ्यात मोठं पिलू तिच्या अंगाखाली गेलं होतं; त्यामुळं त्यांना पाजण्यासाठी नीट पडायची खोळंबून राहिली होती. तिच्या अंगाबुडाचं पिलू मी काढल्यावर मग पडली.

अशी पडली की, तिची आचळं वर आली. एखाद्या माणसाला मानेबुडी उशी न देता जसं आपण उताणं पडायला सांगतो; मग तो डोकं जमिनीबरोबर जसा घेतो तसं तिचं मान फिरवून डोक्याचा पाठीकडचा भाग खाली टेकणं. डोळे झाकून पडणं, वरच्या बाजूचे पाय अबदार धरणं. पिलू आत घुसतंय अशा संवेदना होताच पाय हळूच वर उचलणं. तसाच अवघडून ठेवून झोपणं.

पिलं आचळं चराचर चोखत होती. हे सोडून ते धरत होती. मानेवर येत होती, अंगावर चढत होती तरी ती डोळे मिटून गप्पच पडली होती. झोपमोड होऊ देत नव्हती. डोळा बिलकूल उघडत नव्हती...कदाचित अंगाखांद्यावर तुरतुरणाऱ्या बाळसुखाच्या अपरंपार संवेदना अनुभवत ती समाधानानं तशीच डोळे मिटून पडली असावी.

मुन्याला सकाळी दूध-चपाती घातली नि बाहेर सोडण्याचा विचार केला. त्याला बाहेर सोडल्यावर कोठीघराचं दार मोकळं सोडता येतं. यामुळं मांजरीला हवं तेव्हा खोक्यातून बाहेर येऊन घरात फिरता येतं. हॉलमध्ये विश्रांतीसाठी पडता येतं. बाहेर जायचं असेल तर ती तशी सूचना देते...मी दिवाणावर वाचन-लेखन करत बसलेला असतो. माझ्याजवळ येऊन डोळ्यात बघत ओरडते. मग मी उठतो. उठलो की ती दाराकडं जायला लागते. दार उघडलं की मग लगेच बाहेर पडते नि पुढं बघून जायला लागते.

मुन्यानं दूध-चपाती खाल्ल्यावर मी त्याला धरलं. दोन मिनिटे त्याला गोंजारावं असं वाटलं. पण तो माझ्याजवळ राहायला फारसा राजी नव्हता.

अधून-मधून मी त्याच्यावर ओरडत असतो. माझ्या मोठ्या आवाजाला तो बिचकतो...पूर्वीपासूनच तो माझ्यापासून दूर आहे. पण आताश तो पूर्वीइतका माझ्यापासून फार दूर पळत नाही. पटकन पकडून जवळ घेतला तर थोडा वेळ गप्प बसतो. म्यां ऽऽव, म्यां ऽऽव करून वरच्या आवाजात ओरडतो. सोडून दिला की खूष होतो.

आज असाच माझ्यापासून उगीचच टेबलाखाली, कुठं सांदरीत लपू लागला. मलाही त्याला थोडं तरी कुरवाळल्याशिवाय चैन पडेना. म्हणून त्याला पकडण्याचा प्रयत्न करू लागलो. शेवटी टेबलाच्या सांदरीत गेला. मग त्याची शेपटी धरूनच बाहेर ओढला. बाहेर आल्यावर मानगूट धरलं तर मानगूट सोडवून घेऊन जाण्यासाठी त्याची जोरात धडपड सुरू झाली. म्हणून मग डावा हात त्याच्या पोटाखाली घालून गच्च धरून त्याला भिववण्यासाठी उंच उचलला तर जास्तच गडबड करून वळवळू लागला. नि त्यातूनच बरोबर माझ्या तोंडावर उडी मारली नि तेथून खाली. माझ्या तोंडावर खूप ओरबाडलं गेलं.

संध्याकाळी त्याची हळुवारपणानं गंमत केली. टेबलावर लेंगा काढून ठेवला होता. त्यावरच बसलेला. मी पडून वाचत होतो. अंगावर झडीच्या गार वाऱ्यामुळं चादर घेतली होती. पटकन मुन्याला धरलं. त्याला गोंजारलं. चादरीखाली घातलं. मग मीही चादरीखाली डोकं खुपसून आत तो काय करतोय हे बघू लागलो. तर सगळीकडची चाहूल घेत तसाच बसला. मी माझं अंग त्याच्या शेजारी सरकवलं. त्याला अंगाबरोबर घेतला. तर गप्प बसला. मग बराच वेळ त्याला तसा बसू दिला. तोही बसला. त्याला माझ्या शरीराची ऊब येऊ लागली. बरं वाटत असणार. डोळे मिटून बसून राहिला.

हळूच चादर उघडून पायशाला टाकून दिली. तरी तसाच उबीला डोळे मिटून बसला. त्याला थोडा माझा सराव व्हावा, मी त्याला काही करत नाही हे कळावं म्हणून असं केलं. मोठा लहरी आहे.

सध्या एकटाच बसून असतो. गेल्या आठ दिवसांत तो आणि त्याची आई एकत्र अशी कधी दिसलीच नाहीत. दोन्ही एकमेकांपासून दूर राहतील अशी मीच व्यवस्था केली होती. तो घरात आला की मांजरीला कोठीघरात घालून कोठीचं दार बंद करून घेतो. त्याला खायला घालून बाहेर काढला की मग दार उघडतो. एखाद्या वेळेस त्याला तिच्या पिलांचा वास यायचा नि तो अस्वस्थ होऊन जायचा.

आज सांजेला तो एकटा चुन्याच्या आठवणी करतोय असं वाटलं. उदास चेहरा करून, खाली मान घालून बसला होता. म्हणून रात्री जेवण्याच्या वेळी त्याला आणि मांजरीला एकत्र आणलं. दोघांना एका ताटलीत दूध-चपाती

घातली. दोन्ही उचलून घेतली नि त्यांच्या आवडत्या खुर्चीत हॉलमध्ये नेऊन बसवली.

पाच-एक मिनिटं अंगाला अंग चिकटवून बसली. आताशा बरेच दिवस मांजरीनं त्याला जवळ घेतलं नव्हतं की चाटलं नव्हतं. गाभणी होती, दिसांत पडली होती तेव्हा तर ती त्याला फटकारतच होती. त्यामुळं ती जवळ आल्यावर तो बिचकतच होता. पण मांजरी शांतपणानं बसली नि पाचच मिनिटांत कशाचा तरी वास अंतराळात घेऊ लागली. इकडंतिकडं पाहू लागली आणि चटकन उठून मँव करून आत स्वैपाकघरात गेली. तरी मुन्या खुर्चीवरच.

तो लगेच जिथं ती बसली होती ती जागा हुंगू लागला. तिचं निरण जिथं टेकलं होतं तिथं नाक चिकटवून जिभेनं चाटू लागला. चाटून झाल्यावर तशीच जीभ बाहेर काढून तोंड किंचित आ ठेवून वेडवण दाखवू लागला. बैल, रेडे, बोकड असली सगळी जनावरं मादीच्या मुताचा वास घेऊन, तो किंचित चाटून जसं करतात; तसं याचं करणं. कधी कधी माद्याही असं करतात. मला मोठं आश्चर्य वाटलं – म्हणजे यांच्यातही हा प्रकार आहे. दोन–तीन वेळा त्यानं असं केलं नि मग ती कुणीकडं गेली याचा तेथूनच अंदाज घेऊ लागला नि पटकन उडी मारून तिच्या दिशेनं गेला.

मला शंका आली की हा तिच्या मागावर पुन्हा जातो की काय. तिच्या निरणाचा विशिष्ट वास या काळात असणार. ती बाळंतीण झालेली आहे. तेव्हा याला ती पुन्हा माजावर आली असं वाटतंय की काय? का हा तिची पिलं कुठंतरी असणार याची खात्री त्या वासाच्या आधारानं करून घेऊन तिचा पिच्छा पुरवेल?

पूर्वीही असाच त्या खुर्चीवर येऊन प्रथम तिचा वास घेई त्यावेळी मला वाटलं होतं की, वास घेऊन आपल्या जाग्यावर आई, चुन्या यांच्याशिवाय दुसरं कुणी येऊन बसलं तर नाही ना; याची खात्री करून घेत असावा. पण तो असा काही अर्थपूर्ण प्रकार असतो याची मला कल्पना नव्हती. म्हणजे तो आता एक नर म्हणून वागत होता. तिचा मुलगा म्हणून वागत नव्हता...त्याला आता मांजरीपासून लांबच ठेवला पाहिजे. नाहीतर पटकन तिला पुन्हा गाभणी करून ठेवील नि मला आणखी दोन-तीन पिलांना तोंड द्यावं लागेल.

मुन्याला स्वैपाकघरात ठेवून मी मांजरीला पटकन कोठीघरात घेतलं नि आत राहूनच दार बंद केलं. मांजरी उडी मारून खोक्यात गेली नि पिलांना चाटू लागली.

पिलांनी चिमुकला आक्रोश मांडला. त्यातलं एक सहज उत्सुकता म्हणून तळहातावर घेतलं; तर ते इवल्याशा नख्या रुतवून पुढं सरकू लागलं. अतिशय

बारीक, कोवळ्या; तरी केकताडाच्या पानकाट्यासारख्या नख्या. मांजरीच्या कुशीतली पिलं जशी लगेच कुशीत शिरून आचळं शोधू लागतात, तसंच हे तळहातावरचं बाळही डोळे झाकूनच शोधाशोध करू लागलं नि आपण चुकलो आहोत असा मीं ऽऽ यूं, मीं ऽऽयूं आवाज करू लागलं. मुसमुस असा अतिशय बारीक आवाज करून ते वास घेत होतं.

वासाशिवाय मांजरांना दुसरी भाषा नसावी. अमुक एका मार्गानं आपण गेलो का नाही, अमुक एका मार्गानं आपली आई किंवा भावंड गेलं की नाही, हे मांजर वासावरच हेरत असणार. शब्दानं सांगण्याची भाषा नाहीच त्यांना. दुधाच्या भांड्याचा वास त्यांना बरोबर लागतो. झाकण असलं तरी मांजरी बरोबर तिथं जाते. तिथंच, त्याच आकाराच्या भांड्यात भात, आमटी, भाजी, इतर काही अन्न तशाच झाकणांनी झाकून ठेवलेलं असतं. सगळी भांडी एकाजागी असतात. तरी मांजरी बरोबर दुधाच्या भांड्याजवळ जाते. मांजरी माजावर आली की नाही ते मुन्या वासावरच ओळखतो. हवेत वास घेऊनच मांजरी हॉल सोडून कोठीच्या दाराकडं गेली. चुन्या बाहेरून आला की, मुन्या त्याच्या तोंडाचा वास घेऊन बघे...पण मघाशी मांजरीनं कसला वास घेतला, काही कळत नाही.

४

6th September

काल एका पिलानं डोळे उघडले. एकाचा एकच उजवा डोळा मधेच किंचित उघडला आहे. बहुधा एक-दोन दिवसांत त्यांचे डोळे उघडतील असं वाटतं. ज्याचे डोळे उघडले आहेत; ते डोळे झाकल्यासारखंच वागतं. सरळ आचळात शिरत नाही. आचळ हा प्रकार अजून त्याला ओळखत नसावा. दिसण्याची क्रिया डोळ्यांनी होत असली तरी कशाचा काय अर्थ आहे, संबंध आहे हे त्याला अजून कळत नसावं. लहान मुलाचे जसे नुसते डोळ्यांच्या जागी डोळे असतात, तसेच यांचेही डोळे. डोळ्यांच्या जागी नुसत्या दोन दोन निळ्याभोर, खोल वाटणाऱ्या बारीक टिकल्या...

...रात्री मांजरी खोक्यात उडी मारून गेल्यावर, दोन्ही पायांवर बसून पिलांना चाटू लागली. त्यामुळं पिलांना आई आल्याचं कळलं. पण ती पाठीमागच्या पायांवरच बसलेली असल्यामुळं त्यांना पिता येईना. म्हणून ती जोरात ओरडू लागली. एखादी बाळंतीण रडणाऱ्या तान्ह्या बाळाचं अंथरूण साफ करीपर्यंत, बाळुतं, बोदगं बदलेपर्यंत त्याची नकळत समजूत काढत असते, 'झाऽलं झाऽलं. नाही गप; नाही गप.' करत असते; तशी मांजरी आपल्या रडणाऱ्या बाळांसाठी 'मँव, मँव' असं अगदी खालच्या आवाजात करत होती, मलमूत्र काढत होती.

सगळं झाल्यावर त्यांना पाजायला बसली. खोकं तसं लहान. त्यात ती बसू बघत होती तरी पिलं धावतच होती. एक पिलू अंगाखालीच आलं होतं. त्यामुळं तिला बसायला येईना झालं होतं. त्याला तिनं चाटत चाटत आणि ढकलत बाजूला आणलं. तरीही ते तिच्या अंगाखालच्या दिशेनंच धावत होतं. मग बाजेवर मूल असल्यावर बाळंतीण जशी तिथल्या तिथंच अंग फिरवून एका अंगावर वळते, तशी ती तिथल्या तिथं सरळ आडवी बसून हळूच तिथंच अशी वळली की, तिची आचळं आपसूख वर आली नि पिलूही अंगाखाली आलं नाही. मग सगळीच तिच्या अंगाच्या दिशेनं जाऊ लागली. एक नुसतंच पायाखाली

चाललं होतं. दुसरं मानेच्या दिशेनं चाललं होतं. तिसरं पोटावर चढू बघत होतं...तिन्हीही ओरडत होती. मांजरी त्यांच्याशी डोळे मिटून पडून मँव मँव करत बोलत होती. जणू खूप खूप सांगत होती...अशी ओरडू नको; शोध म्हणजे सापडेल. 'काऽय, काऽय. झालं हं, झालंच आता. आत्ताच सापडेल बघ तुला. पी ऽ पी ऽ. नाई ऽ नाई ऽ आहे गप. पाजते हं, गप...इकडं नको; तिकडं. जरा खाली जा; म्हणजे सापडेल हांऽ!' त्यांची समजूत काढत होती असं तिच्या वत्सल, प्रौढ ओरडण्यावरून वाटत होतं. आचळं सापडेपर्यंत पिलांचा आरडाओरडा चालूच होता. जणू त्यांनाही ठाऊक होतं की, आरडाओरडा केल्यावर आई लगेच मिळते नि दूध पिता येतं.

...पिलं किंचित मोठी झाल्यासारखी वाटतात. मांजरी अतिशय शहाण्या माणसासारखी वागते आहे. मवाळ वर्तन ठेवते आहे. काही खायला हवं असेल तर मग मी जिथं वाचत असेन किंवा पडलेला असेन तिथं जवळ येते, तोंडाकडं बघते. मग मांडीवर बसते आणि मँव करून ओरडते. जणू 'भूक लागली' असं सुचवते. या सुचविण्यामागं नम्रता असते...तुमचं काम चाललं असेल तर चालू द्या. फक्त मी 'भूक लागली' एवढंच सुचवलं असा भाव असतो. डोळे मिटून जवळ बसतच ती असं एकदोनता करते. असं असूनही, बोट करून एखादी जागा दाखवली तरी तिथं आज्ञाधारकपणे जाऊन बसते. पण भूक लागल्याचंही सांगते. त्यामुळं तिची दया येते आणि तिला काही घालावं वाटतं.

दिवसा घरी असली म्हणजे मुलांजवळच झोपते. मुलांना ऊब देण्यासाठी ते झोपणं असतं, संरक्षणही असतं. पण उबीची भावना जास्त असते. पिलं एकमेकांवर रांगत, पुन्हा रडत, पुन्हा चढत, दूध पिऊन उताणीही पडलेली असतात. त्यांचे पाय आणि लहान बाळाचे तांबूस गोंडस तळवे, दोन्ही सारखेच...यांचा स्पर्शही बाळाच्या तळव्याहून कोमल कोवळा असतो...ती इतकी निष्पाप, गोजिरवाणी, प्रेम निर्माण करणारी असतात की, पुढं ती हिंस्र, भांडखोर व प्राण्यांचा-कीटकांचा बळी घेणारी होतील याची शंकासुद्धा येत नाही.

५

10th September

तेरवा सकाळी मांजरीला पोटभर खायला घातल्यावर तिला बाहेर जाण्यासाठी मी दार उघडलं. मागे न बघता मुकाटपणानं निघून गेली...तिचं हे नेहमीचंच वागणं; पण आज मला मोठं गूढ वाटलं.— एरवी आपण अन्न, चहापाणी ज्यानं दिला त्याचे कृतज्ञ असतो. पुन:पुन्हा त्याच्याकडं स्नेहल वृत्तीनं, उपकृत भावनेनं बघतो. क्वचित शब्दांतून ती व्यक्त करतो...पण मांजरीला हातांनी दूधभाकरी भरवली तरी ती तशीच निघून गेली...एखाद्या अडाणी माणसासारखी. खरं तर अडाणी माणसंही पोटभर जेवून, पाणी पिऊन किंवा फराळ खाऊन चालली तर खाली बघून निघून जातात. थोडीशी कृतज्ञता, थोडासा उदंडपणा, थोडासा मिंधेपणा, थोडासा पोट थंडगार झालेपणा, थोडासा दुवा असे अनेक भाव त्यांच्या डोळ्यांत नि त्या वर्तनात असतात. देणाऱ्यानं हे दिलं म्हणजे काही फार केलं नाही, माणसानं असं नि:स्वार्थी बुद्धीनंच करावं, त्याची नोंद त्याच्याजवळ इतरांनी केली पाहिजे अशी अपेक्षा ठेवू नये, हे केलं म्हणजे काय फार मोठे उपकार केले असं नव्हे; अशीही भावना त्यात असते...

मांजरीच्या वर्तनात नेमकं असं काहीतरी होतं. तिचा नि माझा संबंध ती ठेवत होती...मूलभूत संबंध असाच असतो असं जणू वर्तनानं सांगत होती. गूढ संबंध शब्दांनी बांधू नये, संकेताच्या कप्प्यात घालून त्याला एकाच बाजूनं पाहू नये. आई, बहीण, भाऊ, मुलगा, मुलगी, प्रिया, पत्नी, दाता, त्राता, नेता, पिता सर्वच संबंध शब्दांत नि संकेतात बांधलेले. म्हणून फसवे. प्रत्येक निर्माण होणारा संबंध हा अद्वितीय असतो. एक दुसऱ्यासारखा कधीच नसतो. म्हणून तो शब्दातीत ठेवावा. तो शब्दात बांधला की त्या शब्दानं निर्दिष्ट होणारे सर्व परंपरागत संस्कार, सर्व अपेक्षा त्या संबंधांकडून आपण करू लागतो आणि त्या पुऱ्या झाल्या नाहीत की मग दु:खी होतो; फसतो, चिडतो, रागावतो, अस्वस्थ होतो, निराश होतो...हे सगळंच चूक. त्या वेळचा तो तो संबंध फक्त अनुभवायचा,

संवेदनांनी, त्या त्या वेळी सुखावून, आनंदून जायचं. त्या त्या वेळी ते ते फक्त जगायचं, हेच खरं. असं जगता आलं तर ते मूळ प्रकृतीचं जगणं. नाही तर मग पूर्व-निश्चित जगणं होऊ लागतं. मग आनंद नाहीसा होतो. सकाळी चहा घ्यायचा आहे हे एकदा नक्की झालं की मग पोटाला गरज आहे की नाही; मनापासून तो प्यावा असं वाटतं की नाही याचा विचार न करताच तोंड धुण्याइतक्याच यांत्रिकतेनं आपण तो करतो आणि पितो. एखाद्या वेळेस चहात साखरच घातली नाही किंवा दूधच कमी पडलं तर 'हा काय चहा झाला?' म्हणून नाकारतो. म्हणजे 'चहा'चा आपण एक संकेत ठरवून, चहातला आनंद घालवून बसलो आहोत. एखाद्या क्षणी साखर, पाणी, दूध, चहापत्ती यांच्या अपघाती प्रमाणातून जे तयार झालेलं असतं ते अनपेक्षितपणे आस्वादणं यातही जो आनंद आहे, जे रोमांचित होणं आहे ते प्रमाण ठरवून निर्माण केलेल्या चाकोरी-चहात नाही.

संस्कारांमुळे अपेक्षा ठेवूनच एखाद्या वस्तूला आपण सामोरे जातो आणि त्यामुळं बहुतेक वेळा दु:खाचे धनी होतो. एखादी कृती एखाद्यासाठी करणं आणि तिच्या मोबदल्यात दुसऱ्याकडून अपेक्षा करणं हे मूलभूत नव्हेच मुळी. मांजरी या अपेक्षापूर्तीनं कधी वर्तन करीत नसावी. असा उद्धटपणाही तिच्या वागण्यात नसतो आणि खोटी खोटी लाचारीही तिला माहिती नसते. पोट भरल्यावर ती उगीच कृतज्ञतेनं रेंगाळत न राहता मुकाटपणे निघून जाते...किती तरी कोरं मौलिक जगणं ती मला शिकवीत होती.

एकूण पाच डोळे उघडले होते. एकाचा एकच डोळा उघडायचा राहिला होता...आता पिलं खोक्याभर हिंडत होती. खोक्यातनं बाहेर काढलेलं त्यांना थोडं थोडं कळत असावं. एखादंच खोक्यात ठेवलं नि दोन बाहेर काढली तर खोक्यातलं पिलू बाकीच्यांना शोधू लागतं, मीं ऽऽयूं, मीं ऽऽयूं करून ओरडू लागतं, नाकानं हुंगू लागतं...त्यांच्यावरचे बारीक केस दाट होऊ लागले होते. उताणी, पालथी कशीही झोपतात. आज सायंकाळी एकमेकांवर नेहमीसारखी न झोपता; स्वतंत्रपणे पण एकमेकांना खेटून लांबसडक झोपली होती —जंगलातल्या वाघाच्या कुटुंबासारखी. वळवळ मात्र कायमची असते. एक दुसऱ्याच्या अंगावर नेहमी चढू पाहत असतं. वरचढपणा असा मुळातून प्रत्येक जीवमात्राला येतो की काय कुणास ठाऊक! ही थकून गप्प कशी बसत नाहीत, सतत न कंटाळता एकमेकांवर चढतच कशी राहतात याचं आश्चर्य वाटतं.

मुन्याला बाहेर काढून मांजरीला खायला घालावं लागतं आहे. तो मग बाहेर ओरडतो. मांजरी आत खात असते. आता तो अधिकच एकटा एकटा वाटत चालला आहे. कंटाळत असावा...पण आता त्याला अटळपणे एकट्यानेच दिवस काढावे लागणार.

तेरवाच्या आधल्या दिवशी म्हणजे चार दिवसांपूर्वी दुपारी, काळा बोका घराभोवती घिरट्या घालून गेला. बराच वेळ टेहाळणी करत बसला होता. मुन्याच्या पाठीमागं लागून आला असावा. कारण मुन्या बाल्कनीत होता. बाल्कनीच्या ग्रिलमधून मुन्याला आत येता येतं, पण बोका किंवा मांजरी आत येऊ शकत नाहीत अशी ती गोल भोकं आहेत. बोका प्रथम जिन्यात येऊन बसलेला दिसला. पुष्कळ वेळा त्यानं मुन्याला त्या जिन्यातच गाठलं होतं. मांजरी जिन्यात बसते हे त्यानं पाहिलं होतं. मुन्या तिथंच सापडेल, तो तिथंच येईल या हेतूनं तो तिथं बसला असावा.

एकदा दार उघडल्यावर स्मिताच्या ते ध्यानात आलं आणि तिनं हुसकवलं तरी गेला नाही. तिनं जेव्हा काठी आणली तेव्हा गेला. नंतर पुन्हा थोड्या वेळानं वॉचमन सोसायटीचं एक परिपत्रक घेऊन आला, तेव्हाही तो जिन्यात येऊन बसला होता. वॉचमननं त्याला हकलला. ''काय दांडगा बोका हाय हो! हितंच बसला हुता बघा.'' त्याचे उद्‌गार.

संध्याकाळी पुन्हा तो ग्रिलच्या खालच्या बाजूला येऊन बसला. मुन्या आत बाल्कनीत पिपावर बसलेला...पुन्हा मी त्याला हाकलून दिला.

शांताबाई शेळके आज पिलं पाहून गेल्या. त्यांच्याजवळ बराच वेळ मांजरी जाऊन बसली होती. त्या जेव्हा आपल्या हातात घेऊन पिली पाहू लागल्या तेव्हा, मांजरी दारात येऊन लांबून पिलांचं कौतुक पाहत होती. थोडीशी काळजीतही होती; पण बरीचशी निर्धास्तही होती. 'कशी जाईच्या फुलासारखी आहेत.' शांताबाई बोलून गेल्या.

परवा विद्यापीठात बाराच्या सुमारास जे गेलो ते रात्री नऊ वाजता अनेक कामे करून परत आलो. आल्या आल्या स्मितानं उद्‌गार काढले; ''काळ्या बोक्याचा काही नेम सांगता येत नही हो!''

''का? पिलू-बिलू नेलं की काय?'' मला एकदम धसका बसला. काळ्या बोक्याचा स्वभाव मला माहीत होता. काल घिरट्या घालत होता.

''पिलू नाही नेलं! पण तो घरात आला होता.''

''कधी?''

''दुपारी भांडीवाली आली नि भांडी घेऊन गेली. मी कोठीघराचं दार झाकलं नि जिन्याजवळचं दार उघडं ठेवलं. मांजरी घरातच पण कोठीघराबाहेर होती. दार उघडं ठेवून माझ्या खोलीत मी लिहीत बसले. मांजरी माझ्याजवळच बसलेली. ती अचानक एकदम पळाली नि पुन्हा परत आली. का पळाली म्हणून पाहिलं तर, कोठीघराचं दार झाकलेलं बघून पुन्हा येऊन माझ्याजवळ बसली. भांडीवालीनं

अचानक कोठीचं दार उघडलं की काय या शंकेनं मी जाऊन बघितलं तर बंदच होतं. खाडदिशी स्वैपाकघरातील भांडी पडल्याचा आवाज आला. मला काही कळेचना. भांडी तर मोलकरीण घासते आहे. मी स्वैपाकघरात गेले तर हा काळा बोका पातेल्यातली अर्धी भाकरी तोंडात घेऊन अचानक पळाला. पत्ता नाही ते तो आला होता. कोठीघराचं दार उघडं राहिलं असतं तर त्यानं तिन्हीही पिलांचे मुडदे पाडले असते.''

''बाप रे! बाकीच्या खिडक्या बंद होत्या ना?'' जाळीच्या खिडक्या नेहमी उघड्या ठेवून बाकीच्या खिडक्या बहुधा बंद असतात म्हणून मी विचारलं.

''बाकीच्या खिडक्या बंद होत्या. पण जिन्याजवळचं दार उघडं होतं ना, तिथनंच तो आला असणार. बहुधा अगोदरच जिन्यात वरती जाऊन मुन्याची वाट बघत बसला असावा. मग दार उघडं राहिल्यावर आत घुसला असावा. मुन्या तिकडं बाल्कनीत होता. हॉलचं दार बंद असल्यामुळं तो त्याच्या तावडीत सापडला नसावा. कोठीघरही बंद म्हणून तो स्वैपाकघरात घुसला असणार...मला वाटतं, मांजरीचा त्यानं कधी तरी वास घेतला असणार. तिच्या वासावरनं ती बाळंत झाल्याचं त्याला कळलेलं असेल आणि दोन्हीही मांजरं इथंच बहुतेक वेळ असतात, हे हेरून तो पिलांच्या शोधात नक्की आला असणार. एरवी तो घरात कधीच येत नाही.''

तीन-सव्वातीन वर्षांपूर्वी आम्ही या घरात राहायला आलो; त्यावेळी खिडक्यांना जाळ्या बसवून घेतल्या नव्हत्या. काही दिवस काचाही बसवलेल्या नव्हत्या. तेव्हा मात्र तो रात्री येऊन घरभर फिरून जायचा. त्यावेळी दूध, उरलेलं अन्न चांगलं बंदोबस्तात ठेवावं लागायचं. तरीही एखाद्या बेसावधक्षणी त्यानं दूध पालथं केलेलं होतं. खिडक्यांना काचा-जाळी बसवल्यावर मात्र तो गेल्या दोन-अडीच वर्षांत राजरोसपणे कधी आत आला नव्हता. आता मात्र तो सारखाच दिसतो; म्हणून मला काळजी. रानबोका आहे. त्याची विजेची चपळाई, हिरवे भेदक डोळे, गावठी कुत्र्याएवढी उंची, काळाभोर रंग, डोळ्यांच्या वरच्या बाजूलाच फक्त दोन तपकिरी ठिपके, भेदक क्रूर पाहणं...एखादा अतृप्त क्रूर आत्मा त्याच्या रूपानं आल्यासारखा वाटतो. पोरी तर त्याला भिऊनच असतात. स्मितानंही हुसकलताना तो चटकन पळाला नाही. तिच्या हातात झाडू आल्यावर पळाला.

मला त्याची काळजी वाटू लागली. जेवण करून कोठीघरात जाऊन आलो. पिलं खुशाल मांजरीच्या उबीत डोळे मिटून पडलेली. एखादी राजपूत राणी आपल्या दोन-तीन लहान गोंडस मुलांना घेऊन आपल्या महालात निर्धास्त झोपलेली असावी आणि बाहेर शत्रू दाही वाटांनी किल्ल्याला वेढा घालण्यासाठी

वाटचाल करीत असावा; अशी काहीतरी कल्पना मनात आली...कधी ती बळी जातील याचा पत्ता नव्हता. मांजरीच्या पाठीवरून हात फिरवून, पिलांना थोडं गोंजारून मी कोठीचं दार गच्च ओढून घेतलं नि झोपी गेलो.

काल सकाळी पिलांना थोडं मोकळं हिंडू द्यावं आणि खोक्याच्या तळात घातलेली चादरीची घडी जरा झटकून घ्यावी म्हणून मी पिलं बाहेर काढली. कोठीघरातच पिलांना पाजून मांजरी पोत्यावर येऊन बसली होती. पिलं बाहेर काढताना तिचा कुरबुरीचा सूर बाहेर आला. मॅर्र्र्र! ती पिलांकडं बघू लागली. पिलंही बाहेर काढल्याबरोबर मीं ऽऽयूं, मीं ऽऽयूं करत आईला शोधत तिन्ही दिशांनी विखुरली. कुणीही स्पर्श केला की, त्यांना वाटे आईचाच स्पर्श. किती सुखाची समजूत करून घेतात बिचारी. स्पर्श झाल्याबरोबर त्यांचं ओरडणं सुरू होतं. मग शोधाशोध करण्यासाठी उठत पडत धावाधाव करतात. अजून त्यांनी मान धरलेली नाही. ती उचलली की, बारीक थरथरत असते. आतापर्यंत ती चारी पाय पासले पाडूनच त्यावर रांगत होती. हळूच पाय ताठ करून मागचे अर्धे पाय कोपरांत टेकून जरा जरा चालू शकतात; पण लगेच कोलमडून पडतात. आता त्यांच्या पायात बळ येत चाललेलं दिसतंय. अजून आई कुठं आहे आणि कोणत्या रोखानं आपणाला जायचं आहे हे त्यांना कळत नाही. नुसती तोंड असेल त्या दिशेनं चालत राहतात. मधे दुसरं पिलू आलं तरी त्याच्यावरून चालतात. हाताचा पंजा समोर ठेवला तरी, त्यावर चालत येतात आणि पंजा वर केला तरी सरळ पंज्याबाहेर अंतराळात चालू लागतात...पडण्याची भीती असल्यामुळं पंज्याबाहेर त्यांना मी चालू देत नाही. त्यांना मानही तशी मांजरासारखी अजून चारी दिशांनी वळवता येत नाही. उगीच थोडी इकडं-तिकडं नकळत थरथरत हलते; नाहीतर सरळच असते.

दूध पिऊन झोपलेल्या पिलांना कारण नसताना मी उठवलं नि बाहेर काढून सैरावैरा ओरडत सोडलं.

मांजरी पोत्यावरून उडी मारून पटकन खाली आली. तरी ही पिलं काही एकत्र येईनात. खोकं हलवून बाजूला काढून ठेवलेलं. खोक्याची जागा मोकळी. पिलं सैरावैरा. 'बघू तरी मांजरी काय करते' म्हणून मीही गप्प बसलेला. मांजरी त्यांना चाटू लागली. त्यांच्या अंगावरच्या पिसवा चावून मारू लागली. विश्वासाचा सूर काढू लागली. आपण कुठं आहोत याचा स्थलदर्शक आवाजही मँ ऽ ऽ ऊ करून काढू लागली. तरीही पिलं एकत्र येईनात. हे सगळं बघून तिनं हळूच एका पिलाच्या मानेवर तोंड ठेवलं नि ती मान जमिनीबरोबर स्थिर होईल अशा बेतानं खाली रेटली नि तोंडाचा आ ऽ करून चारी सुळे मानेवर कुठंही रुतणार नाहीत अशा बेतानं एकदम मानेखाली नेले आणि आकड्यासारखा त्यांचा उपयोग

करून मग पिलू उचललं नि सरळ चालू लागली.

माझी उत्सुकता वाढली. म्हटलं; बघावं कुठं नेते.

सरळ माझ्या खोलीत गेली आणि पलंगावर उडी मारून पिलाला तिथं घेऊन बसली. माझ्याकडं बघून ओरडू लागली. तिनं स्पष्ट सुचवलं की, ती मुलं इथं गादीवर आणा. फरशीवर ते कोवळे जीव सोडू नका. त्यांना गारठा लागेल...मला ते अजून गार फरशीवर बसवत नाही. नेहमी उबीला बसावं लागतं. कोरड्या जागी बसावं लागतं. म्हणूनच कपड्यांचं गाठोडं, खुर्चीतल्या उशा, पोतं, पलंगावरची गादी, तुमची मांडी, झोपल्यावर तुमची छाती अशा उबदार ठिकाणीच मी बसत असते. तिच्या बोलण्यातून आणि डोळ्यांतून मला हे कळलं आणि सरळ उरलेली दोन्ही पिलं आणून तिच्याजवळ ठेवली.

खिडकीतून उनं आली होती. थोडा वेळ त्यांना त्या उनात तसंच बसू दिलं. मांजरीनं त्यांना पुन्हा पाजल्यावर ती शांत झाली. तिच्या अंगावर ती तशीच बसली...मिचमिच डोळे उघडलेले. जगात आलेले ताजे ताजे डोळे. इतके नितळ, इतके गहिरे, तरी इतके खोल, निळेभोर आणि तरीही अतिशय लहान. निळ्याकाळ्या जोंधळमण्याएवढे...त्या डोळ्यांना अजूनही कशाचा काही अर्थ लागत नव्हता. तसा लागला असता तर ती पलंगाच्या काठाकडं अडखळत, चालत, पडत, रांगत गेली नसती.

खोकं झटकून काढलं. तासभर खोलीतच वाचत बसलो आणि कामाला जायची वेळ झाल्यावर त्यांना खोक्यात आणून ठेवलं.

संध्याकाळी सहाच्या सुमारास परत आलो. मांजरी बाहेर फिरायला गेली होती. स्मितानं पुन्हा सांगितलं की बोका येऊन घटकाभर फिरून गेला. स्वैपाकघराच्या उघड्या खिडकीतून आला होता. दोन-तीन दिवस पाऊस थोडा कमी झालेला असल्यामुळं आता स्मिता स्वैपाकघराच्या खिडक्या उघड्या ठेवते. बंद केल्यावर खोलीची हवा कुबट होते, वातावरण बिघडतं आणि डाळींना, चहापावडरीला बुरशी चढते असा तिचा अनुभव. तसंच डास आणि चिलटंही सांदरीत होतात. म्हणून तिनं दारं उघडी ठेवलेली. कोठीघर पक्के बंद करून, मांजरीला घराबाहेर काढून दुपारी झोपलेली.

झोपून उठते तर काळा बोका दारातच तिच्याकडं डोळे लावून निर्भीडपणे बघत बसलेला...ती एकदम दचकली. मांजराच्या रूपात आलेल्या असंतुष्ट कुलपुरुषासारखा तिला तो अगदीच दुष्ट, भेसूर दिसला. तिनं लगेच त्याला हुसकलं तर चटकन हलायलाही तयार नाही. म्हणून तिनं पलंगाजवळचं चप्पल भिरकावलं. मग पळाला.

...चुकून जर कोठीघराचं दार उघडं राहिलं नि स्मिता झोपली नि हा आत

आला तर काय घ्या?...कोवळ्या पिलांची मला काळजी वाटू लागी. त्यांना पाहायला म्हणून मी दार उघडलं तर जाळीच्या खिडकीबाहेर हा पिलांच्या खोक्यांकडं बघत टपलेल्या खुन्यासारखा बसलेला...अरे बापरे! म्हणजे याला नक्कीच वास लागलेला दिसतोय. मांजरीला हुंगून बघितलं की, काय यानं? तिच्या अंगाचा वास, तिची ओली आचळं, तिचं नुकतंच जन्म दिलेलं निरण हुंगलं की काय यानं? घरात येऊन सगळ्या खोल्यांतून हिंडल्यावर बंद खोलीचा संशय आला की काय याला? हा एवढ्या उंचावरच्या जाळी असलेल्या खिडकीवर येऊन डोकावतो आहे त्याअर्थी, त्यानं या घरात पिलं असल्याची खात्रीच करून घेतली आहे.

मी चटकन जाळीचं दार उघडलं तर उडी मारून पसार झाला. पिलांच्या कोवळ्या, निरागस जिवांना यातल्या कशाचाच पत्ता नाही. मृत्यू त्यांची टेहळणी करून, त्यांना हेरून गेला होता.

काल रात्री जेवायच्या वेळी मांजरी आली. दूध-चपाती घालून तिला कोठीघरात सोडलं...तिलाही याचा काही पत्ता होता की नाही? का आपली खुशाल हिंडते आहे? वॉचमननं सांगितलं होतं, तो इथं आला त्याच वर्षी ती घर बांधणाऱ्या कामगाराच्या एका झोपडीत व्याली होती. तिला एक काळंभोर नि एक काळं-पांढरं पिलू झालं होतं. पण पंधरा दिवसांतच त्यांच्या माना तुटून पडलेल्या त्यांना दिसल्या होत्या...म्हणजे हिनं अनुभवलंय आणि खूप सोसलंयही. ज्या जातीत ती जन्माला आलीय त्या जातीचा हा रिवाज स्वीकारून ती मुकाट वागत असेल...फार काळजी घेऊनही उपयोग नाही. जे व्हायचं ते चुकणार नाही. आपण चोवीस तास पिलांजवळ राहून त्यांचं संरक्षण करू शकणार नाही. स्वत:च्या पोटापाण्यासाठी हिंडलं पाहिजे. शिकार केली पाहिजे. चिमण्या, उंदरं भरपूर खाल्ली तरच पिल्लं नि आपण चांगले पोसू; असा तिनं अगोदरच स्वभाव बनवला असावा. तसा तो बनणंही तिच्या जातिधर्माला धरून आहे.

आज रविवार होता म्हणून सगळेच उशिरा उठलो होतो. स्मितानं चहासाठी स्वैपाकघरात स्टोव्ह पेटवल्यावर मांजरी येऊन दुधाची वाट बघत बसली...स्वाती सहज कोठीघरात गेली. खोक्यात डोकावून बघितलं तर दोनच पिली. ती एकदम ओरडत आली, ''बाबा, खोक्यात दोनच पिली आहेत.''

माझ्या काळजाचं पाणी झालं. धावत गेलो. खोकं नीट तपासलं. आसपास शोधलं. कुठंच पत्ता नाही. काही तरी आठवण झाली नि मी एकदम सगळ्या घराच्या खिडक्या तपासल्या. जाळीच्या खिडक्या सोडल्या तर सर्व बंद होत्या.

कोठीघरातही तसंच होतं.

"खिडक्या तर बंद आहेत. मग बोका पिलं खाणार कसा? आणि नेणार तरी कसा?...का काल संध्याकाळी कोठीघराचं दार उघडं होतं तेव्हा, संधी साधून अगोदरच दबा धरून बसलेल्या बोक्यानं ते पळवलं? काल संध्याकाळी दोन-चार वेळा आपण मागची-पुढची दारं उघडली होती."

"नाही हो. आला असता तर थोडी तरी चाहूल लागली असती आणि सगळ्याच पिलांचे मुडदे पाडून गेला असता तो."

"काही सांगता येत नाही."

सगळीच चिंतेत पडली.

स्मिताचे डोळे एकदम चमकले; "मांजरीनं खाल्लं काय हो?...जन्मतः तिनं खाल्लं नव्हतं. आता चांगलं पोसल्यावर खाल्लं असेल. मांजरी आपलं एक पिल्लू खाऊन टाकते म्हणं."

"कुणास ठाऊक!"

मी मांजरीकडं बघितलं. ती डोळे मिटून दूध तापण्याची वाट बघत निवांत बसलेली. तिनं खाल्लं असेल असं वाटेना. पण काही नेमही सांगवेना. एरवी अतिशय गरीब दिसणारी ही बया प्रसंग पडल्यावर तापट, उग्रचंडी होते; याचा मला अनुभव होता.

...एकदा जेवणाच्या टेबलावर चढून, झाकलेली ताटली सारून ती दूध शोधत होती. मी गेल्याबरोबरच, कधी नव्हे ते पसार झाली होती. एरवी ती मला पाहून अशी कधीच पळत नाही. पुन्हा एकदा दुधाच्या कपाटाच्या कडीवर पाय मारून ती कपाट उघडण्याचा प्रयत्न करीत होती. त्यावेळी अशीच पळाली होती. चुन्यामुन्याबरोबर भांडताना तिचा एकदा असाच उग्रपणा जाणवला होता. तिच्याविषयी नक्की काही सांगता येत नव्हतं...रात्रीही तिनं कदाचित एक पिलू मटकावलं असेल. मोठंच पिलू नाहीसं झालंय. मी तिचं पोट तपासलं. पोट चांगलं गरगरीत भरलं होतं. माझी खात्रीच झाली की, तिनं हे पिलू खाल्लं असणार...पण ती किती वात्सल्यानं पिलांना पाजवत असते. ती कुशीत शिरताना पाय हळुवार वर उचलून धरते. जमिनीकडच्या बाजूची आचळं पिलांना नीट पिता येत नाहीत म्हणून त्यांना पाजण्यासाठी कधी जवळजवळ उताणी होते. तर कधी पिलं जास्तच शोधाशोध करू लागली तर, उठून वरचं खाली नि खालचं अंग वर करून पुन्हा झोपते. रात्री अचानक उठून तिला पाहिलं तर अंगाचीच सबंध अर्धवर्तुळाकार कूस करून घेऊन तिन्ही पिलांना आपल्या सबंध अंगानं वेढून ऊब देत असते. एखादं पिलू तिच्या मानेवर तर कुणी तिच्या नाकावर, डोळ्यांवर आपल्या छोट्या नख्यांचा मलमली पाय देऊन तिचं आचळ शोधण्यासाठी

इकडं तिकडं जात असतं; तरी ती डोळे मिटून गप्प पडून राहते...अशा वेळी तोंडात आलेला कोवळ्या मांसाचा पाय तिला सहज खाता आला असता. तोंडाजवळ पुष्कळ वेळा येणारं पिलू किंवा चाटता चाटता तोंडात येणारं लुसलुशीत पिलू तिला सहज खाता आलं असतं...ती त्यांची आई आहे. निसर्ग असं कधीच करू शकणार नाही. बोका पिलाला खाऊ शकेल; पण आई खाणं अशक्य आहे.

...मग लोक म्हणतात ते खोटं असेल? काही सांगता येत नाही. निसर्गाचं कुणी काय सांगावं? तो विचित्र आहे. चमत्कारिक, लहरी, निर्दय आहे. कदाचित असाही एक रिवाज असावा; की लेकरावर सर्वांहून जास्त प्रेम करणारी आई लेकरालाच खाणारी असू शकते म्हणूनही, त्यानं एक माऊली निर्माण केली असावी आणि अपवाद ठेवला असावा. असा अपवाद ठेवला तरच निसर्गात वैचित्र्य, बेलागपणा निर्माण होणार.

...शांताबाई शेळके मधे एकदा आल्या होत्या. मुन्यानं मांजरीचं पिलू नुकतंच फोडलं होतं. त्यावरून त्यांनी सिंहिणीची रीत सांगितली होती. नुकताच पिलांना जन्म दिल्यावर तासाभरात सिंहीण अशी पुढं चालू लागते. आणि तिच्या मागोमाग पिलं येऊ लागतात. त्यातलं सगळ्यात मागं राहणारं किंवा जागेवरून मुळीच न उठलेलं पिलू सिंहीणच खाऊन टाकते...का? तर दुबळा जीव जगात ठेवा कशाला! त्याचा तो स्वत:च्या पायावर उभा राहणार नसेल तर त्याला इतर प्राणी सहज खाऊन टाकतील. आणि सिंहीण जिथं बाळंत होते तिथंच ती काही मुक्काम करू शकत नाही. अशा वेळी त्या पिलांचं संरक्षण करत बसणार कोण तिथं? असा त्या प्राण्याचा विचार असावा. मांजर त्याच प्राण्याच्या जातीतलं.

...कदाचित तसंही असेल. किंवा असंही असू शकेल की, तीन पिलं सांभाळण्यापेक्षा दोन सुदृढ करावीत. आचळं सहा असली तरी कधी कधी चार आचळांतून दूध येतं. तेव्हा प्रत्येकाला दुधासाठी दोन तरी आचळं असणं जरूर. तरच ती सुदृढ होतील असाही कदाचित विचार असावा.

माझ्या मनात हा विचार आला नि मी चटकन मांजरीला धरलं. तिची आचळं तपासली; तर सहाही आचळं पिलं चोखत असल्याचं दिसलं. म्हणजे सहातूनही दूध येत असणार. मग ही पिलं खाईल कशी? का एक पिलू खाल्लं म्हणजे त्याचंच मांस नि इतर शरीरद्रव्य पोटात जाऊन त्याचंच बनणारं दूध बाकीच्या दोन पिलांना एकदम सुदृढ करत असेल?...असा विचार मांजरं करत असतील? का निसर्गानंच त्यासाठी अशी योजना करून ठेवली आहे?...आपली पिलं सुदृढ व्हावीत असं कोणत्याही आईला वाटणारच. पण त्यासाठी ती आपलंच पिलू कसं खाईल? फार तर इतर प्राणी मारून खाईल.

चहा केला. गरमगरम चपाती त्याच्याबरोबर खाल्ली. स्मिताला मदत म्हणून भाजी चिरू लागलो. तरीही मनाला विचार भंडावू लागलेच. मग मांजरी आपलीच पिलं खाते; हा समज खरा की खोटा? पुन्हा मी नीट खोकं तपासलं. रक्ताचा थेंबबिंब पडला आहे का पाहिला; तर तसंही काही दिसलं नाही...मांजरीकडं पुन्हा पाहिलं, तर ती गरीब गायच वाटत होती. डोळे मिटून तिचं उदंड दूध पाजणं आठवून माझी मनोमन खात्रीच होत होती की, ही आई म्हणून अपार मायेची माऊली आहे. आपण मांसाचा गोळा होऊन पिलांपुढं पडते. पिलं दूध पिताना आपल्या पुढच्या नखदार दोन्ही पायांनी मांजरीच्या आचळांजवळ तणावे देऊन अशी नखं रुतवतात की, मांजरीला जणू तीच फाडून खात आहेत असं वाटतं. आचळ पिताना ती इतकं ओढत असतात की, आतून रक्तही येत असेल नि ती पीत असतील असा भास होतो. पिणं संपल्यावर तिचं गोरं गोरं आचळ लालभडक होऊन गेलेलं असतं. पातळ लालसर त्वचेखालच्या निळ्या रक्तवाहिन्या त्वचा सोलून काढल्यावर जेवढ्या स्पष्ट दिसाव्यात, अशा आचळांजवळ दिसतात. तरीही ती त्याच्यासाठी डोळे झाकून दूध होऊन संपतच चाललेली असते. निदान ही मांजरी तरी आपली पिलं खाणार नाही.

मनोमन काही तरी पटल्यासारखं झालं नि मी सगळं घर धुंडाळायचं ठरवलं...प्रथम एकदा सगळं कोठीघरच नीट तपासायचं. शेल्फावर खूप रद्दी होती. ती तपासली. धान्याची पोती ठेवली होती, त्यांच्या सांदरी तपासल्या. खोक्याची भिंतीकडची सांदर पाहिली. कपड्यांच्या उघड्या शेल्फचा पडदा बाजूला सारला नि अत्यानंदानं एकदम आरोळीच ठोकली, "अगं, पिलू आहे!"

वाटेल तशा टाकलेल्या कपड्यांच्या गर्दीत पिलू दूध पिऊन खुशाल उताणं आ ऽ वासून झोपलेलं. नुकतेच पांढरे केस येऊ लागलेला मांसाचा लालेलाल गोळा.

"माझ्या पिल्या तूऽ!" मी त्याला घेऊन जवळजवळ उडीच मारली.

मग खूप उलटसुलट गप्पा झाल्या.

"अहो, मांजरी पिलांना निदान सात घरांतून फिरवून आणते म्हणे. म्हणून कदाचित तिनं तिथल्या तिथं जागा बदलली असेल."

"शक्य आहे. कालही तिनं थोडी जागा बदललीच होती. माझ्या खोलीत गेली होती पिलं घेऊन."

पण कदाचित बोक्यापासून पिलं सुरक्षित राहावीत म्हणूनही ती जागा बदलत असेल. मग इथं तर पिलं सुरक्षित आहेत याची तिला खात्री आहे. का, काळा बोका घरात वावरून गेला, खिडकीत बसून गेला, याचा तिला वास

आला असेल? म्हणूनच ती सुरक्षित जागी पिलांना हलवीत असेल.

असं जर असतं, तर मग तिनं सगळीच पिलं शेल्फावर नेली असती. पण तसं काही केलेलं दिसत नाही...काहीच गूढ उकलत नाही. गूढाची महागुंफाच ही!

''ही मांजरी पिलं खाते हे तरी निदान खोटं ठरलं.'' मी सगळ्यांना उद्देशून स्वत:शीच उद्गारलो.

कदाचित मांजरं बाळंत झाल्याबरोबर ती जागा स्वच्छ करण्यासाठी आपली वार खात असतील. कदाचित एखादं पिलू मरूनच बाहेर आलं असेल तर तेही खाऊन टाकून, बाहेर जाऊन ओकत असतील आणि पाहणाऱ्याला वाटत असेल, मांजरीनं पिलूच खाल्लं. त्यातूनही हा गैरसमज निर्माण झाला असेल. कुणी सांगावं?

❖

६

15th September

खायला मिळालं की मुन्या मुकाटपणे एकटा बसतो. नाही तर बाहेर काढला की, कुठं तरी उद्योगाला म्हणजे शिकारीला, दुसऱ्या घरात कुठं दुधं उघडी असतील तर तिकडं जातो. दिवसातला बराच वेळ तो घरात किंवा बाल्कनीत झोपतो. रात्री घरात सहसा नसतोच. पहाटे पहाटे येत असतो.

तीन दिवसांपूर्वी दुपारी स्मिता घरी आल्यावर तिच्याबरोबरच मुन्या आत आला. घरी आल्यावर स्मिता कपडे बदलण्यासाठी कोठीघरात गेली होती. गडबडीत बाहेर येताना दार उघडंच राहिलं. तिच्याबरोबरच मुन्या आत येऊन स्वैपाकघरात खायला मिळावं म्हणून ओरडत बसला होता.

ती स्वैपाकघरात गेली नि जेवायला बसली. त्याला थोडा चपातीचा तुकडा टाकला. तुकडा घेऊन तो दारात खायला बसला. पुन्हा तिथनंच तुकडा संपल्यावर ओरडू लागला. त्याच्या आवाजानं पिलं ओरडू लागली. त्यांना वाटलं, 'आईच आली' असावी...आम्हीही मांजरीसारखे आवाज काढले तर ओरडू लागतात. खोक्यातून हिंडू लागतात. त्याच्यावर आतून चढण्याचा प्रयत्न करतात.

ती आता ओरडू लागल्यावर मुन्याला एकदम जिज्ञासा निर्माण झाली नि तो कोठीघरात अचानक पळाला. स्मिताच्या ते लक्षात आलं. ती अवघडलेली. हळूहळू कोठीघरात गेली तर मुन्या खोक्यावरून आत डोकावत दोन्ही पायांवर उभा राहिलेला...त्याला एक बालविश्व बागडताना अचानक दिसलं. बाप मुलांना पाहत होता. भाऊ नवजात भावंडांना पाहत होता. आपणच आपणाला पाहत होता. आपलंच बालरूप पुन्हा आकाराला आलेलं त्याला दिसत होतं. आपल्या आईला आपल्यापासून दूर नेणारे, आपणाला एकटे एकटे पाडणारे ते निष्पाप बालजीव जिवाच्या जिज्ञासेनं तो पाहत होता; की तो नुसते वळवळणारे बालजीव पाहत होता? हुंगण्यासाठी तो अधिक खालपर्यंत तोंड नेऊ लागला. तोपर्यंत स्मितानं त्याला हुसकावलं.

कशासाठी हुंगत होता? एक जिज्ञासा, की भावी काळात आपणच आपल्यावर उठणाऱ्या आपल्याच नवरूपाचा शत्रुशोध? त्यानं पूर्वी जे केलं तेच पुन्हा केलं असतं...स्मितानं त्याला घराबाहेर काढलं नि कोठीचं नि घराचंही दार बंद करून घेतलं.

पिलं आता चांगली मोठ्यानं ओरडतात. त्यांचा आवाज घरभर ऐकू जाण्याइतका मोठा झाला आहे; तरीही तो पिलांचाच आवाज असतो. मोठा दिसायला चुन्यासारखा आहे. तो आईच्या शोधात जास्त असतो. त्याच्या मागोमाग, मुन्यासारखा आहे तो तर जास्तच धडपड्या आहे. दोघांहून छोटी वाटणारी पण दोघांहून डोळे मात्र मोठे असलेली ती मादी असावी. तिचा आवाज त्या दोघांहून बारीक आहे. ती जरा शांत आहे. फक्त एक तपकिरी ठिपसा सोडला व मिशांजवळ असलेले दोन छोटे ठिपसे सोडले तर ती पांढरीशुभ्र आहे. स्वाती तर त्यांची चुन्या, मुन्या, पांढरी अशीच नावे घेते.

जन्माच्या वेळेपेक्षा आता ती दुप्पट मोठी झाली आहेत. जन्मल्यावेळी त्यांचा आकार शेपूट नसलेल्या चिमणीएवढा किंवा पुरुषाच्या हाताच्या अंगठ्याच्या दुप्पट होईल एवढा होता. शेपटीविनाची लांबीही तेवढीच होती. पण आता ती दुप्पट झाली आहेत...जन्मली त्यावेळी नुसते तांबूस-पांढरे, कोवळे मांसाचे गोळे होते. आता त्यांच्या अंगावर केस थोडे जास्त आले आहेत. त्यांचा पांढरा-तपकिरी रंग ठळक झाला आहे. गुबगुबित वाटतात. डोळे उघडे ठेवून खोक्यातून वर बघतात, आई आली का ते. पलंगावर आईसोबत मोकळी सोडली तर दूध पिऊन झाल्यावर, पुन्हा आचळं शोधण्याच्या धडपडीत आईपासनं लांबही जायला लागतात. पावडरीचा गोल पांढरा डबा जवळ केला तर डब्याकडं धावायला लागतात. म्हणजे त्यांना 'आई हीच' असं अजून नीटपणे दिसत नसावं किंवा कळत तरी नसावं. हातात घेतल्यावर आचळाचा शोध करत नाहीत; पण आईजवळ सोडल्यावर मात्र आचळांचा शोध करीत बरोबर आचळाकडंच जातात. जाताना हुंगत हुंगत जातात...त्यांच्या चालण्यात रोज रोज फरक जाणवतो. हळूहळू चारी पाय ताठ करून चालतात. हळूहळू पाय उचलतात. पडतात. कधी मग मागचे पाय अर्धे कोपरापर्यंत पूर्ण आडवे भुईवर ठेवून चालतात. म्हणजे रांगतात.

तेरवा रात्री स्मिताच्या खोलीत काही तरी गडबड ऐकायला आली. उठून पाहिलं तर कीर्ती घाबरून उठली होती.

"काय झालं?"

"अहो, हे बघा. मांजरी एक पिलू घेऊन इथं आली आहे."

कीर्तीच्या गादीवर आणून पाजत बसली होती. झोपेत पिलू कीर्तीच्या अंगाजवळ थोडंसं खाली आलं नि ते ओरडू लागल्यावर आणि वळवळीचा

स्पर्श झाल्यावर कीर्ती घाबरून उठली.

मला हसू आलं. आपलं पिलू कीर्तीच्या अंगाखाली गवसल्यानं मांजरीही जास्त ओरडली आणि स्मितानंही तिला हकलल्यानं ती अस्वस्थपणानं अधिकच ओरडू लागली.

मी बघितलं तर पुन्हा तेच पिलू, म्हणजे छोटा चुन्या होता...ही ह्याच पिलाला का सारखं घेऊन जाते? हा नाहीतरी जास्त ओरडत असतो. हिला तो नाहीशा झालेल्या चुन्यासारखा वाटतो का? नाही म्हटलं तरी हिचा चुन्यावर जास्त जीव होता. जणू तोच पुन्हा बालरूपात आला म्हणून ही त्याच्यावर जास्त माया करीत असेल? का ह्याच्या ओरडण्याचा अर्थ ह्याला जास्त भूक लागते; किंवा ह्याला दुधाळ आचळ पिलं पिण्याच्या गडबडीत वाटणीला येत नसावं; म्हणून ह्या एकट्याला दूर नेऊन पाजत असते?...

मी त्याला नि तिला उचलून पुन्हा खोक्यात नेऊन ठेवलं. तिला रागे भरलो. तिथंच 'खोक्यात बस' म्हणून दडपली. पिलं सगळी तिच्या कुशीत दिली नि तिला गोंजारून झोपायला गेलो. पोरी नि त्यांची आई आपल्या जागी झोपल्या.

पुन्हा पहाटे तोच प्रकार झाला. पुन्हा उठलो. पुन्हा कीर्तीचीच गादी तिनं पकडलेली नि पुन्हा तेच पिलू तिच्या कुशीत पितेलं. ही खुशाल बसलेली...माझी खात्रीच झाली की एखाद्या पिलाला इतरांबरोबर दूध मिळालं नाही आणि ते पिलू जास्त ओरडू लागलं, तर ही बया त्याला घेऊन बाजूला जाते नि स्वतंत्रपणे पाजत बसते.

मी तिला नि पिलाला पुन्हा उचललं नि कोठीघरात आणून सोडलं, कोठीघराचं दार बंद करून मग झोपण्यास गेलो. कीर्तीलाही, "दार बंद करून घेतलं, तू आता निर्धास्तपणानं झोप. मांजरी येणार नाही," असं सांगितलं.

स्वैपाक करताना त्याची चर्चा झाली. स्मिता म्हणाली, "कोठीघरात कोंदट हवा आहे. ते सारखं बंद असतं. तिथं सामानांची गर्दी आहे आणि डास-चिलटंही फार आहेत. तिथं मांजरीच्या पिलांवर पिसवाही जास्त होतात असं दिसतं. म्हणून ती पिलांना घेऊन इकडं येत असावी."

"तसंही असेल कदाचित. आपण त्यांना थोडा वेळ दिवसाचं तुझ्या खोलीत आणून ठेवू या. इथं प्रकाश, हवा भरपूर आहे."

सकाळी स्वाती-कीर्ती उठल्यावर, तो उपक्रम केला. तर मांजरी मागोमाग येऊन स्मिताच्या खोलीत पिलांसह खोकं ठेवल्याबरोबर उडी मारून त्यात बसली. लगेच पिलांसमोर आडवी झाली...आडवी होता होता तिनं वर बघितलं. खिडकीतनं वर मोकळं मोकळं आभाळ दिसलं. डोळे भरून तिनं ते पाहिलं. दुसऱ्या ठिकाणी खोकं आणल्याची तिला जाणीव झाली.

...कोठीघरात खोकं शेल्फाच्या खाली जमिनीवर ठेवलं होतं. खोक्याच्या वर वीत दीड-वीत अंतरावर वरची फळी आडवी येत होती. त्यामुळं मांजरीला बाहेरून खोक्यात जपूनच उडी मारावी लागायची. वरच्या फळीमुळं व एकूण भरलेल्या सामानामुळं अंधुक अंधुक प्रकाश यायचा. पण आता स्मिताच्या खोलीत तिला भरपूर प्रकाश नि हवा मिळू लागली.

परवा काळा बोका जिन्यात मुक्काम टाकून बसलेला स्मिताला दिसला. स्मितानं ते दार तसंच झाकलं आणि हळूच हातात काठी घेतली. ती घेऊन तिनं पुन्हा दार उघडलं तर जिन्यात कुणीच नाही...अशुभ भास व्हावा तसं झालं. संध्याकाळी मी आल्यावर तिनं हे सांगितलं...स्मिता अलीकडं जणू आपण मांजरी होऊन पिलांना जपण्याचा प्रयत्न करीत होती.

बोका आल्याचं तिनं मला सांगितल्यावर मी अगदी चिंतेत पडलो...एकदा तो माझ्या तावडीत सापडायला पाहिजे. म्हणजे त्याला अर्धमेला करूनच सोडतो. निदान कायमची अद्दल तरी घडवून त्याचं हे घर बंद करतो.

काल रात्री एक स्वप्न पडलं नि अचानक उठून बसलो. कोठीघरात जाऊन पाहिलं तर मांजरी, पिलं गडद झोपून गेली होती. सगळ्यांचा मिळून एक जीव होऊन गेला होता. दिवा लावला तर मांजरीनं डोळेही उघडले नाहीत. थोडीशी उताणी झाली होती. पिलं पिता पिता हळूच खाली झोपून गेलेली. तिची लालचुटूक आचळं तशीच वर उघडी पडलेली...बाळंतिणीच्या खोलीतलं नेहमीचं दृश्य. पाजता पाजता आई नि पिता पिता बाळ दोन्हीही गाढ झोपलेली नि स्तन तसेच उघडे, वर टोक करून राहिलेले. जगाला जीवन देणारे वत्सल अमृतकुंभ. निळ्या रक्तवाहिन्यांची भोवतीनं जिवंत गूढ नक्षी. परमेश्वरी गाभाऱ्यावरचा घुमटाकार आणि शेजारी बाल नवचैतन्य...

तिची झोपमोड करू न देता मागं सरकलो. बटनाचा आवाज न करता ते हळूच बंद केलं नि दिवा विझवला.

परत येऊन पलंगावर पडून राहिलो. स्वप्न आठवू लागलो.

—बारीक पाऊस सतत पडत आहे. मांजरीला पिलांच्या जागा बदलायच्या आहेत. जागा बदलण्यासाठी कोणत्याच घरात तिला थारा मिळत नाही. आमच्या घरातून तर तिला पिलं बाहेर न्यायची आहेत. पिलं अजून अतिशय लहान. जन्मल्यानंतर फक्त एक-दोन दिवसांची. शेवटी तिनं ओल्या रानातच एक खड्डा काढला आहे आणि त्यातच आडोशाला पिलं नेऊन ठेवली आहेत. वरून पावसाचा एखाद-दुसरा थेंब तिथं पिलांच्या अंगावर पडतो आहे. मांजरी त्यांना तिथं ठेवून कुठंतरी गेली आहे. पिलं पावसाच्या गार थेंबांमुळे, त्यांच्या अंगाखालची

माती अर्धी-कच्ची भिजल्यामुळं, गारठून वळवळत आईची ऊब शोधत आहेत. बारीक ओरडत आहेत. मला सुगावा लागला की, मांजरीनं तिथं पिलं नेऊन ठेवली आहेत.

मी तिकडं गेलो तर अर्धवट भिजलेली माती पिलांच्या अंगभर लागली आहे. ती वळवळत मातीत फिरताना त्यांच्या अंगांना जास्तच माती लागते आहे. पण त्यांची आई त्यांच्याकडं येत नाही.

निरखून पाहिलं तर दोनच पिलं. तिसरं गेलं कुठं? शेजारीच मातीच्या रंगासारखा रंग असलेल्या एका मोठ्या बेडकानं एक पिलू पकडून ठेवलं आहे. ते त्याच्या तोंडात वळवळत आहे. तरी बेडूक त्याला गच्च धरून बसला आहे. त्याला ती शिकार पोटभर मिळाली असल्यानं पहिली उडी मारून तो खड्ड्याच्या बाहेर अगोदरच पडला आहे. आता तो दुसरी उडी मारण्याच्या बेतात आहे. तोपर्यंतच मी तिथं गेलो आहे. मी पटकन त्या बेडकाला पकडतो आणि त्याच्या तोंडातलं पिलू हळूच सोडवून हातात घेतो. पिलू डोळे मिटलेलंच. फक्त वळवळणारं. त्याला कशाचंच काही नाही. बेडकाच्या तोंडात ज्या शांत भावनेनं ते होतं, त्याच शांत भावनेनं ते माझ्या हातात. बेडकानं त्याला खाल्लं असतं तरी वेदनेच्या आक्रोशाची एकही लाट हवेवर न उमटवता ते मटकन बेडकाच्या पोटात गेलं असतं. मी सगळीच पिलं उचलून घरी घेऊन आलो.

—स्वप्न आठवत आठवतच झोपी गेलो. झोपेत पिलांचं नि मांजरीचं खोकं उशाला घेऊन झोपलो आहे, असा पुन्हा स्वप्नभास होत होता.

आज पिलांची नावं ठेवली. चुन्यासारखं तांबूस दिसणारं पिलू म्हणजे 'पवळ्या', 'छोटा मुन्या' म्हणजे 'बाळ्या' आणि शेवटची 'ढवळी.' त्यांचे रंग ठळक आणि निश्चित झालेले दिसले. शिवाय आज अनंतचतुर्दशीची सुट्टी. त्यामुळं दिवसभर कंटाळा येईल तसं मांजरी आणि पिलं यांच्या सहवासात राहता आलं, त्यांच्याबरोबर खेळता आलं.

त्यांचं बारसं तर करून टाकलं, पण पुढे त्यातले कोणते नर नि कोणत्या माद्या निघतील याचा नेम नाही. तूर्त अंदाज बांधूनच नावे ठेवली. अंदाज चुकलाच आणि नावे बदलावी लागलीच तर पवळी, बाळी आणि ढवळ्या असं पुल्लिंगाचं स्त्रीलिंगी आणि स्त्रीलिंगाचं पुल्लिंगी करून बोलायचं, असाही मनात विचार करून ठेवला.

पवळ्याचं एक दिसून आलं. तो मांजरीला पिताना फारच आरडाओरडा आणि मारामारी करत असतो. आपणाला आचळ मिळेपर्यंत ओरडत असतो. बाकीची पिलं हुंगत हुंगत शोधण्याच्या प्रयत्न करतात. हा आक्रस्ताळा आहे. एकदा आचळ सापडलं की क्षणभर चोखून बघतो आणि दूध येत नाही असं

पाहून लगेच ते सोडून दुसऱ्याच्या शोधाला लागतो. त्यामुळं पुन्हा त्याचा आरडाओरडा सुरू. तेवढ्यात दुसरी पिलं आपआपलं आचळ पकडून चोखू लागलेली असतात. आचळं चोखू लागल्याबरोबर लगेच दूध येऊ शकत नाही. थोडा वेळ ती चोखतच राहावी लागतात. चोखताना मग जनावर डोळे मिटून दूध वाहू देण्याच्या मनोवस्थेत जाऊ लागतं. नंतर पान्हेव घातला जातो आणि मग दूध येता येता भरपूर येऊ लागतं. पण एवढा धीर त्या पवळ्याला नाही. त्याचा आरडाओरडा लगेच सुरू होतो. शोधाशोधही त्याचबरोबर चालू असते...दरम्यान उरलेली पिलं एकच आचळ चोखू लागल्यानं तिकडं पान्हेव येत असतो. त्यामुळं हा पवळ्या दुसऱ्याचं आचळ त्याला ढकलून काढून घेण्याचा प्रयत्न करतो. ढवळीवर त्याचा प्रथम रोख असतो. ती सगळ्यात बारीक, अजून अंगावर केस कमी आलेली, दुबळी, एकच आचळ धरून मुकाट पीत राहणारी आहे. तिच्यावरचा त्याचा हल्ला यशस्वी होण्याची जास्त शक्यता असते. पण आपल्या आचळाचं संरक्षण करण्यापुरती आणि आपलं हित पाहण्यापुरती ती तयार आहे. हा पवळ्या तिच्या आचळाकडं तोंडाने मुसांडी मारून आणि पंजानं तिचं तोंड ढकलत आचळ काढून घेण्याचा निकराचा प्रयत्न करू लागला की, ती आपला पंजा त्याच्या तोंडावर सारखा दडपत राहते, त्याला रेटत बाजूला ढकलते. एका बाजूनं आचळ तोंडात घट्ट धरते. मग तो पुन्हा ओरडत राहतो. दुसऱ्याकडं जातो. बाळ्याही वस्ताद आहे. तो तर त्याची डाळ शिजू देत नाही. तो पंजानं जोरात त्याला मागं रेटतो. बाजूला ढकलतो. मग तो पुन्हा ओरडत इकडं तिकडं दुसरं आचळ शोधतो. पण तोपर्यंत उरलेल्या दोन्ही पिलांनी आपली बैठक पक्की केलेली असते. नीट बसून ती चोखत राहिलेली असतात. त्यामुळं त्यांच्या अंगाखाली गेलेली खालची आचळं पवळ्याला शोधणं जिकिरीचं पडतं. वरच्या बाजूला एक आचळ, मांजरीच्या तोंडाकडचं उरलेलं असतं. एखाद्या वेळेस ते बाळ्यानं चोखूनही संपवून दुसरं धरलेलं असतं. या वेळेपर्यंत पवळ्याची धडपड चाललेलीच असते. तो मग मांजरीच्या अंगावरून, मानेखालून, शेपटीकडून आचळ शोधतच हिंडतो. ओरडतो. मांजरी त्याला आवाज करून सांगत असते की, 'पीना, उगीच कुठं इकडं-तिकडं हिंडतोस?' असा किंचित वैतागलेला मॅर्रर असा आवाज ती काढते. तीही त्याच्या ओरडण्यामुळं त्याला खालच्या बाजूची आचळं मिळावीत म्हणून अंग तिथल्या तिथं फिरवून उताणी होते. पण त्या तिच्या अवस्थेचा फायदा उरलेली दोन्ही पिलं नवी आचळं पकडून घेतात. पवळ्याच्या नशिबी आता वरची चोखलेली आचळं येतात. ती त्याच्या तोंडाला चोथ्यासारखी लागतात. त्यातलं दूध तर संपलेलं असतं आणि दोन्ही घरचा पाहुणा, अरेरावी करणारा, महत्त्वाकांक्षी बेटा उपाशीच राहतो.

आकान्तानं ओरडतो. मांजरीही वैतागून 'मर तिकडं!' म्हणून मर्रर करून आवाज करते नि डोळे मिटून पडते. पिण्याच्या वेळी सगळ्यात जास्त पवळ्याची आरडाओरड. दोन-चार दिवस मांजरी त्यालाच बाजूला घेऊन बसत असे.

ढवळी पिताना नेहमी मागचं आचळ पकडते. पुढच्या आचळापेक्षा मागच्या आचळाला दूध जास्त आणि लौकर येतं. ते तिनं ओळखलेलं दिसतं. एकच आचळ धरून ती बसते आणि निवांत पीत राहते. तेवढं मिळालं तर ती लगेच डोळे मिटून गुंगीत पडते. उताणी होऊन आईच्या कुशीत झोपून जाते. सगळ्यात बारकी आणि निळ्याभोर डोळ्यांची आहे. हरिणीसारखे तिचे डोळे मोठे मोठे आहेत. पांढरी, नाजूक बारीक आवाजाची आहे.

पवळ्या–बाळ्याचे आवाज मोठे आहेत. ते अंगानेही मोठे आणि धडपडे आहेत. स्वतंत्रपणे बसतात. दूध पाजून मांजरी निघून गेल्यावर दोघे एकमेकांवर लोळतात. पवळ्या कळी काढतो. बाळ्याचा पाय धरतो. अजून नीट चालता येत नाही, बसता येत नाही, अजून दात आले नाहीत; तर एवढी अक्कल. पुढं काय काय करणार आहे कुणास ठाऊक!...का आदिप्रकृती यांच्यात पेरलेल्या षड्विकारांना सराव देते आहे?

दिवसभर स्वाती-कीर्ती त्यांच्या भोवतीनंच होत्या. स्मिताच्या खोलीत त्यांना घेऊन लोळत होत्या. मीही वेळ मिळेल तसा जातच होतो. त्या दोघी त्यांना भीती दाखवत होत्या. पिलं पटकन भिऊन तिथंच थांबत होती. कीर्ती हळूहळू मांजरासारखा आवाज काढू लागली तर सगळी एका जागी बसलेली उठली आणि तिच्या दिशेनं ओरडत येऊ लागली...मान वाकडी करून, डोळे स्थिर करून, कान किंचित उभारून तिच्याकडं बघू लागली. त्यांना हा प्राणी कोण आहे याचं कौतुक वाटलं. ती तिला जिज्ञासेनं पाहू लागली. थोड्याच वेळात पोरी कंटाळून खेळायला गेल्या.

सात वाजले. अंधार पडला. स्मिता हातपाय धुऊन कोठीघरात देव्हाऱ्यावरच्या गणपतीला नमस्कार करायला गेली. आज अनंतचतुर्दशी होती. मी गणपतीला नमस्कार करून स्वैपाकघरात आलो. मुली आपल्या मैत्रिणीकडं फिरायला गेल्या. थोडीशी भूक लागली होती म्हणून मी शोधाशोध करू लागलो. एक पेरू खाल्ला. अर्धचतकोर भाकरी नि भाजी शिल्लक होती ती खात बसलो.

अचानक जिवाच्या आकांतानं मांजरी ओरडली नि खोक्यातून वर उसळली. मी खुर्चीतून उठेपर्यंत स्मिता धावत, मला हाक मारत तिच्या खोलीत गेली. काय झालं तिलाही कळेना. मी चक्रावलो, जरा हबकलोही. धीर करून धावलो...शंका आली की कोणीतरी आलंय...साप की काय? कारण फक्त बागेकडच्या खिडक्या उघड्या होत्या. म्हणजे अठरा-एकोणीस फूट उंचावर खिडक्या. तिकडून मांजर येऊच शकणार नाही. आणि खिडक्याही मी सायंकाळी बंद केल्याचं अधुंकसं

आठवलं. मांजरीला ओरडायला झालं काय मग?

हातात झाडणी घेऊन मी धावलो. खोलीत अंधार. त्या अंधारातच हिरवे डोळे चमकले नि काळा सैतान भसकन समोर आला. अरे बाप रे! मागोमाग मांजरी ओरडतच धावली...पिलू पळवलं काय ह्यानं? पिशाच्चाच्या सावलीसारखा वेगानं अंधारात नाहीसा झाला. स्वैपाकघराच्या दारातून येणाऱ्या उजेडात हॉलमध्ये पळताना दिसला. "अहो, हॉलमध्ये गेला. त्याच्या तोंडात काय आहे बघा." स्मिता ओरडली. माझ्या काळजाचं पाणी झालं...एक पिलू गेलं! झाडणीचा मुडगा नीट सरसावून मी हॉलमध्ये गेलो. हॉलच्या सर्व खिडक्या आणि दारही बंद असल्याचं त्याला दिसल्याबरोबर पुन्हा तो पॅसेजच्या दिशेनं धावला. झाडणीचे दोन दणके हॉलच्या तोंडालाच त्याच्या पेकटात बसले. तोंडात काही दिसलं नाही...पिलू टाकलं वाटतं अंधारात.

पण पुन्हा तो स्मिताच्या खोलीत गेला. दुप्पट वेगानं धावलो. पण आत जाता जाता बेसिनजवळची कपडे उन्हात घालण्याची काठी घेतली...दुसरं पिलू घ्यायच्या आत धावलं पाहिजे, हा विचार. मी आत लाईट लावण्यासाठी बटन शोधू लागलो. तोवर त्या खोलीतून बाहेर आला नि माझ्या खोलीत पळाला. माझ्याही खोलीत अंधार. त्या अंधारात जाळीच्या खिडकीतून बाहेरच्या ट्यूबचा प्रकाश आत येत होता. त्याला वाटलं की ती खिडकी उघडी असावी. तो तिकडं धावला. त्या उजेडात खिडकीवर चढताना तो दिसला. खर्र खर्र खर्र नखे वाजली. आवाजावरून ती चित्त्याच्या नखांसारखी चिवट, दणकट वाटली. काळाभोर लोदगाच्या लोदगा आकार. आखूड पायांच्या कुत्र्यासारखा अंगाचा पिंड. मी दारातच उभा. पटकन खोलीचं दार बाहेरून लावून घेतलं...कारण खिडकीच्या उजेडात त्याच्या तोंडात काहीच दिसलं नाही.

"आता थांब, आता त्याचं मी चांगलंच भरीत करतो." स्मिताला मी म्हणालो नि श्वास सोडला. "पिली अगोदर आहेत का बघू नीट."

लाईट लावला नि पिली बघितली. सुदैवानं तीन्ही एका जागी खोक्यात होती. आई उठून गेल्यामुळं तिला शोधत वळवळत होती. ते खोकं मी तसंच उचललं नि कोठीघरात नेऊन ठेवलं. कोठीघराचं दार बंद करून घेतलं. हॉलमधला लाईट लावला. जिन्याखालचं दार उघडलं नि तिथला लाईट लावला. बाथरूम बंदच होतं. जिन्याजवळचं दार तसंच उघडं ठेवलं.

स्मिताला म्हणालो, "तू इथं पॅसेजमध्ये हातात लाटणं घेऊन उभी राहा. मी माझ्या खोलीचं दार उघडून लाईट लावतो आणि त्याला अर्धमेला करतो. मग बाहेर सोडतो. पण जर का चुकवून चटकन दार उघडल्याबरोबर बाहेर आला तर त्याला हॉलमध्ये पिटाळ. का मी खोलीचं दार झाकून घेऊनच आतल्या आत

त्याला बडवून काढू?''

"मी नाही बाई! कसला जंग बोका आहे तो. तुम्हीही तसं काही करू नका. अंजली ठकारना बोक्यानं कसं चावलं होतं तसं चावेल. खोलीचं दार बंद करू नका. मांजराची जात; सगळीकडनं कोंडी झाल्यावर माणसावरच झेप घेऊन डोळे फोडते, नरड्याचा घोट घेण्याचा प्रयत्न करते म्हणे. तसल्यात हा रानबोका. विजेगत चपळ नि हिंस्र असतो. तुम्हीच म्हणता, डोळे फोडले तर काय घ्या. एक म्हणता बेक व्हायचं. दिसतोयच केवढा!''

स्मितानं सांगितलेला धोका मला थोडा खरा वाटला. "ठीक आहे. मी खोली उघडीच ठेवून दणके देतो. म्हणजे पळून जाण्याच्या मन:स्थितीत तो राहील नि धावून येणार नाही. तू पण इथंच थांब आणि देता येतील तेवढे दणके दे.''

"मी नाही. मी आपली दार झाकून घेऊन कोठीघरात बसते. पाहिल्याबरोबरच मला भीती वाटते त्याची.''

...तिच्या अति अवघडलेपणाकडं पाहिलं नि माझ्याही लक्षात आलं की, तिला या संकटात घालायला नको.

"ठीक आहे. तू जा. मग माझा मी काय ते करतो.''

"खोली झाकून घेऊ नका हं.'' ती माऊलीच्या काळजीनं ओरडली.

"नाही, नाही, उघडीच ठेवतो. तू गप बैस.'' मी बोललो.

सगळा विचार केला. काठी शेंड्याकडनं हातात धरली नि बुडख्याकडनं बडवायचं ठरवलं. दुसऱ्या हातात संरक्षणासाठी झाडणी घेतली. अंगावर धावून आला तर झाडणी आडवी करायची असं ठरवलं. विजार थोडी वर खोवली.

हळूच दार उघडलं. चटकन दिवा लावला; तर खोली शांत. एकदमच रिकामी. कोणीच नाही. दारात तसाच उभा राहिलो. सुरक्षित लपण्याची जागा म्हणजे माझ्या टेबलाच्या खालची. टेबलाला एका बाजूनं कपाट असल्यामुळं त्याच्याखाली मांजर लपण्याइतकी जागा होती. मी दारातच बसलो नि वाकून पाहिलं; तर टेबलाखाली तो नव्हता. पण टेबलाच्या पलीकडं बसलेला दिसला. टेबलाच्या खालूनच आवाज न करता काठी हळूहळू पुढं सरकवली. उगंच खडखडाट झाला तर गडबडीनं तो पळून जाईल; म्हणून त्याला मोकळ्या जागेत घेऊन दणके द्यावेत, असं ठरवलं.

...काठी सरकल्याबरोबर त्यानं फिरून पलंगावर उडी मारली नि पलंगावरूनच पुन्हा प्रकाश दिसणाऱ्या जाळीच्या खिडकीवर उडी मारली. तेथून पुन्हा खिडकीच्या पेलमेटवर झर्रकन उडी मारून गेला. असा जाऊन बसला की, काठीचा दणका खच्चून त्याच्या पेकटात बसला. पण हूं का चूं नाही. तेथून त्यानं माझ्या डोक्यावरूनच जमिनीवर माझ्या पलीकडं चित्त्यासारखी लांबच लांब उडी मारली. जमिनीवर

आल्याबरोबर त्याला दुसरा दणका हाणला. तोही बसला. एवढे दोन चांगले दणके खाल्ले पण पडणं नाही की कोलमडणं नाही. तसाच पळाला नि स्वैपाकघरात गेला. पुन्हा धावत गेलो तर स्वैपाकघराच्या खिडकीतून उडी मारून पळाला.

स्वैपाकघराच्या दोन्हीही खिडक्या उघड्या होत्या. जाळीची खिडकी उघडीच. माझ्या डोक्यात प्रकाश पडला. संध्याकाळचे सात वाजलेले असल्यामुळं आणि स्मिता कोठीघरात असल्यामुळं स्वैपाकघरात अंधारच होता. स्वैपाकघरात स्वैपाक करताना स्टोव्हचा धूर होतो म्हणून स्मिता दोन्ही खिडक्या उघड्या ठेवते. त्या दिवसभर तशाच राहिल्या होत्या. अनेक वेळा त्या तशाच राहतात. बाहेरून त्या दहा-बारा फूट उंचीवर आहेत. म्हणून तेथून मांजरं सहसा येत नाहीत. निदान आमची मांजरं येत नाहीत. पण हा काळा बोका स्वैपाकघरातील अंधाराचा फायदा घेऊन आलेला असणार. स्मिता जेव्हा कोठीघरात देवपूजा करत होती आणि मी जेव्हा बाथरूममधून हातपाय धुऊन स्मिताच्या व माझ्या खोल्यांतील दिवे विझवून कोठीघरात देवाला नमस्कार करण्यासाठी गेलो होतो, त्यावेळी हा बोका अंधारातूनच वास घेत, हुंगत पिलांच्या खोलीत गेलेला असणार. नमस्कार करून मी स्वैपाकघरात शिरलो त्यावेळी तो पिलांच्या खोलीत जाऊन बसलेला असणार. मी भाकरी खाऊ लागलो तेव्हा सगळे सामसूम झाल्यावर त्यानं अंधारातच पिलांच्यावर हल्ला केला असणार. तोवर मांजरी उसळून उठलेली असणार. तिचा आवाज ऐकून मी व स्मिता धावलो.

या गडबडीत मांजरी केव्हा बाहेर गेली याचा पत्ताच लागला नाही. तिला शोधली तर ती दिसली नाही...म्हणून मग दोघेही मिनिटभर पिलांजवळ जाऊन बसलो. प्रचंड मृत्यू त्यांना स्पर्शून गेला होता याचा त्यांना पत्ताच नाही. ती आपली गाढ झोपलेली.

तासाभरानं मांजरी परत आली आणि सगळं घर हुंगू लागली. हुंगता हुंगता माझ्या खोलीत तो टेबलाजवळ जिथं होता तिथं गेली. उडी मारून जाळीची खिडकी हुंगली. तशीच हॉलमध्ये, स्वैपाकघरात हुंगली. हॉलमध्ये त्याला जिथं झाडणीचे दणके दिले होते तिथं थांबली. खोल हुंगली. फरशी जिभेनं किंचित चाटली नि जीभ तशीच बाहेर काढून सगळ्यांना दाखवू लागली. तो तिथं थेंबभर मुतला होता...पुन्हा स्मिताच्या खोलीत गेली. ती जागा हुंगून पिलांसाठी ओरडू लागली. म्हणून तिला कोठीघरात नेऊन पिलांच्या खोक्यात सोडली.

आज दिवसभर मुन्या घरी आलाच नाही. रात्रीही तो नव्हता. दोन दिवस झाले. विशाखा आलेली आहे, तिच्याकडं मुक्काम टाकून बसलेला असणार.

❀

७

25th September

त्या दिवशी रात्री झोपता झोपता विचार आला की, मांजरी जर घरात नसती तर तीनही पिलांचे तुकडे पाहायला मिळाले असते...वास्तविक रात्री सातच्या सुमाराला मांजरी सहसा घरी नसते...पिलांचं नशीब घट्ट म्हणून मांजरी त्या दिवशी घरात राहिली नि पिलं वाचली, नाही तर ज्या चोरपावलांनी काळा बोका आला होता; त्याच चलाखीनं मुकाटपणे पिलांचे तुकडे करून निघून गेला असता.

...गावाकडं असं मी अनेकदा पाहिलं आहे. पाच-सहा वर्षांचा असेन. आत्तीच्या घरी तिची राखी वाघरी मांजरी व्याली होती. तीन पिलं झालेली. अधल्या दिवशी त्या पिलांना गोंजारून, त्यांच्याशी खेळून मी गेलो होतो. सकाळी परसाकडंला बसलो होतो, तर आत्ती शेणाच्या बुट्टीत तिनही पिलांचे मुडदे घेऊन आलेली. तीन मुंडकी बाजूला नि तीन धडं एका बाजूला. अगदी कोयतीखाली घालून तुकडे केल्यासारखी...त्यातलं बोका काहीही खात नाही. तुकडे करून ठेवून देतो. नुसते आपल्या संभाव्य प्रतिस्पर्ध्यांचे खून...आत्तीनं ते तसेच उकिरड्यात पुरले.

"काय झालं हे आत्ती?"

"बोक्यानं पिल्यांच्या माना मोडल्या बाबा!"

"अशा कशा? राती तर चांगली हुती!"

"कवा रातचं बोका येऊन गेला पत्त्याच न्हाई...ती रांडबी रातभर पिल्ली सोडून भमक्या मारत हिंडती...अजून तिचा पत्त्या न्हाई बघ. बसू दे आता 'पिल्ली पिल्ली' करत तशीच. मी तरी काय करू? हे बोकं तर कवा येत्यात नि कवा जात्यात त्येचा सूसबी लागत न्हाई."

माझं परसाकडचं आटपून मी आत्तीला पिल्ली पुरायला मदत केली...

देसायाच्या मळ्यातला प्रसंग असाच आठवतो.

स्वाती-कीर्तीला सुट्टी होती. स्मितानं ग्रहण म्हणून रजा काढली होती. सकाळी चहा घेताना सर्वांना सावधगिरीची सूचना दिली, आपण घरात असलो आणि पिल्ली जर आपणाला स्मिताच्या खोलीत आणायची असतील, तर अगोदर सगळ्या खिडक्या झाकाव्यात. फक्त जाळीच्या खिडक्या उघड्या ठेवाव्यात...

स्मिताच्या खोलीची अडचण अशी होती की, तिच्या खोलीच्या दारातून पाणी तापवायच्या बंबाची एक वायर आणली होती. त्यामुळं दार बंद करता येत नव्हतं.

सकाळी हॉलमध्ये मी लिहीत बसलो तर मांजरी कोठीघरातून बाहेर आली. हॉलमध्ये माझ्याकडं ती आली. आल्यावर पुन्हा सगळ्या हॉलचा वास घेऊ लागली. जिथं मी बोक्याला झाडणीचे दोन मुडगे मारले होते तिथं बराच वेळ वास घेऊ लागली. पुन्हा ज्या खुर्चीवरून टेबलावर त्यानं उडी मारली होती त्या खुर्चीचाही तिनं वास घेतला. ती हॉलमध्ये फारच रेंगाळू लागल्यावर तिला उचलून घेऊन स्वैपाकघरात गेलो नि दूध-भाकरी कुस्करून घातली तर तिथंही भाकरी खाल्ल्यावर पुन्हा वास घेऊ लागली.

उनं वर आली. पिलांना थोडं स्मिताच्या खोलीत आणावं असा विचार आला. सगळेच घरी होतो. सकाळची उनं स्मिताच्या खोलीत चांगलीच येतात. तिथं खोकं उचलून नेलं नि पूर्वीच्या जाग्याला ठेवलं, तर मांजरी तिथं धावत आली. कपड्यांचं कपाट उघडं होतं. त्याच्या कप्प्यात घुसली नि जाऊन बसली. तेथून ओरडू लगली...तिला सुचवायचं होतं की, त्या कप्प्यात तिच्याजवळ 'पिलं आणा. इथं सुरक्षित राहतील.' पण आम्ही ती तिथं नेली नाहीत. तिथं नेणं अनेक दृष्टींनी गैरसोयीचं होतं.

...पण जागा बदलणं तर आवश्यक होतं. मांजरीच्या खोलीतल्या हालचालीवरून कळत होतं की, कालच्या रात्री जिथं बोका आला तिथं पिलं ठेवणं तिला धोक्याचं वाटतंय. म्हणून ती नाराज आहे. शेवटी त्याच खोलीत कपड्याच्या कपाटाशेजारी आरशाजवळ जी छोटी बोळकांडी आहे तिथं खोकं ठेवलं; तेव्हा कुठं ती त्यात उडी मारून जाऊन बघून आली नि बाहेर पडली. बाहेर पडल्यावर पुन्हा खोलीभर हिंडून तिनं वास घेतला. बोका येऊन गेल्याची खूण तर वासामुळं लागतच होती.

अकरा वाजता मुन्या ओरडत घरी आला. बाल्कनीत गेला. हॉलचं दार बंद असल्यानं बाल्कनीतून आत घेण्यासाठी ओरडू लागला. म्हणून मग त्याला आत घ्यायचं ठरवलं. प्रथम पिली कोठीघरात नेऊन ठेवली. दार लावलं नि त्याला आत घेतलं तर हॉलमध्ये आल्याबरोबर त्यानं एकदम ओरडणंच बंद केलं. खरं

तर तो बाल्कनीतनं हॉलमध्ये आल्यावर जास्तच ओरडत स्वैपाकघरात जातो. पण आता तो थांबला नि थांबल्या ठिकाणीच फरशीचा वास घेऊ लागला. मांजरीसारखा वास घेत हॉलभर हिंडला. हिंडला नि गपगार उभा राहिला. त्याच्या डोळ्यांत जर्मनीतल्या महायुद्धकालीन ज्यूसारखी भयग्रस्तता दिसू लागली. इकडं तिकडं हवालदिल होऊन तो बघू लागला.

माझ्या लक्षात आलं की, काळ्या बोक्याचं इथलं येऊन जाणं मुन्याला कळलंय. त्या बोक्याचा त्याला वास येतोय त्या अर्थी, तो या क्षणीही इथं कुठं तरी असण्याी भीती त्याला वाटतेय. म्हणून तो गर्भगळित झाला आहे. आत्तापर्यंत काळ्या बोक्याच्या तावडीतून मी त्याला चार वेळा सोडवून आणला होता आणि स्मितानं दोन वेळा सोडवला होता. म्हणून तो बाल्कनीत मुक्काम टाकून होता. बाल्कनीला जी सिमेंटची ग्रिल आहे, तिच्या छिद्रांतून तो मान वाकडी करून आत घालतो नि युक्तीनं आपलं अंग हळूहळू आत ओढून घेऊ शकतो. पण त्यातून काळा बोका, मनी किंवा चुन्या आत येऊ शकत नसत. त्याची बैठकही आम्ही बाल्कनीत ठेवलेल्या रिकाम्या बॅरलवर केलेली आहे, तिथं तो येऊन बसतो.

मी मुन्याला स्वैपाकघरात नेला आणि दूधभाकरी घातली. नंतर तो निघून गेला.

दुपारी पाऊस पडल्यावर साडेचार वाजता मुन्या पळत आला. थोडा पावसात भिजलेला दिसला. आल्यावर मी त्याला कोरडा करून हॉलमध्येच बसवला. डोळे मिटून पेंगता पेंगता एकदम तो जागा होई नि दचकून इकडं तिकडं बघे...अचानक वाऱ्याची लहर येऊन त्याच्या नाकात सूक्ष्मसा का होईना, काळ्या बोक्याचा वास जात असावा. त्या वासानं झोपेत त्याला 'तो आलाच' असं वाटत असावं. पण बराच वेळ झाला तरी कुणी नाहीसं बघून मग तो पुन्हा डोळे मिटे...काळ्या बोक्याचा वास अजून घरात रेंगाळत असणार.

पिलांना पाजून त्यांची आई निघून गेली. दूध प्याल्यावर ती गंमत करत बसली. ढवळी चालत चालत उताणी पडली. सरळ होताना तिचा पुढचा एक पाय तिच्या तोंडाजवळ आला तर तोच तोंडात घेऊन चावू लागली. मग पुन्हा चाटू लागली. बाळ्याजवळ आपण तोंड नेलं की तो जिज्ञासेनं; थोडं शंकेनं निरखत बसतो. हा कोण प्राणी त्याला कळत नाही. पाहता पाहता कान मागेपुढे करतो. भीती वाटली की किंचित मागं सरकून कान टवकारतो. पवळ्या मस्ती करण्याचा प्रयत्न अधिक करतो. तो बाळ्याचा कान धरतो; तोंडात सापडेल तो भाग धरण्याचा प्रयत्न करतो. त्याच्या अंगावर जाता जाता कोलमडतो. जरा गंमतीला येतो.

सगळीच डोळे उघडे ठेवून खोक्यावरच्या आमच्या माना टुकटुक बघत बसतात. त्यांच्या डोळ्यांना काही तरी कौतुक दिसतं. एकदम सताड उघड्या खिडक्यांकडं आपल्या चिमुकल्या माना वळवून बघतात. सर्वसाधारण कागदी लिंबाएवढी त्यांची डोकी आहेत. त्या लिंबालाच लालचुटूक नाक, निळ्याभोर मण्यांचे दोन डोळे, दोन घड्या उघडत चाललेले कान आहेत...त्यांना बघितलं की, पांढरीशुभ्र सुंदर खेळणी जिवंत झाल्याचा भास होतो. हातावर घ्यावी असं सारखं वाटतं. आईला पिताना त्यांना आचळांना नीट लावावं असं वाटतं. त्यांच्या झोपण्याच्या निरनिराळ्या मजेशीर अवस्था बघाव्यात असं वाटतं. एकाचं आचळ दुसरा काढून घेताना त्यांची मारामारी बघण्यात गंमत वाटते...एवढ्या लहान वयातही त्यांना पोटासाठी झगडा करावा लागतो आहे. निसर्गानं जीवमात्रांच्या अगोदरच जमिनीवर झगडा पेरून ठेवलेला असावा...युद्धं चाललीच आहेत. दोन कीटकांपासून ते दोन राष्ट्रांपर्यंत सुरूच आहेत.

पिलांना जवळ जवळ पाऊण तास पाजून मांजरी तिथंच झोपली आहे. पिली तिच्या कुशीत पिता पिता झोपून गेली आहेत. मांजरी, तिचे पाय, पिली सर्व एकजीव होऊन, फक्त एक तपकिरी ठिपक्यांचा पांढराशुभ्र केसाळ गोळा तयार झाला आहे. त्यात सगळीच मांजरं नाहीशी झाली आहेत. मुळात चार भाग असलेला आता फक्त एकच जिवंत गोळा तयार झाला आहे...रोजचंच हे दृश्य.

चार-पाच दिवसांत पिलांनाही आकार आला आहे. त्यांच्या अंगावरचे केस वाढत आहेत, दाट होत आहेत. त्यांचा आकारही वाढत आहे. पांढऱ्या केसांचे जीव असे ते वाटत आहेत. लिबलिबित मांसाचे गोळे हे त्यांचं स्वरूप जाऊन, त्यांचं मांजरपण त्यांना लाभत चाललं आहे. आवाजही किंचित मोठे झाले आहेत. जन्मानंतर चार-पाच दिवसांत जे आवाज होते त्यापेक्षा थोडे मोठे.

त्यांचे डोळे आता नीट, ठळक झाले आहेत. नुसतेच उमलणारे डोळे असं त्यांचं स्वरूप जाऊन, डोळेपण प्राप्त झालं आहे. म्हणजे खोक्याजवळ गेलो की, ती कोण आलंय ते पाहतात आणि कुणीतरी आलं, स्पर्श केला की, आईच आली अशा भावनेनं साताठ दिवसांपूर्वी वागत होती तशी आता ती वागत नाहीत. स्वाती, कीर्ती किंवा मी असे कुणीही त्यांना हातात घेतलं तर आई आली असं त्यांना वाटत नाही. पण हातात घेतल्यावर हाताबाहेर कुठंच जाता येत नाही, आपण अडकून पडलो आहोत, कुणीतरी सोडवावं या जाणिवेनं ती ओरडू लागतात...मांजरीच्या सहवासात आल्यावर त्यांच्या आवाजावरनं हे कळतं. त्यांच्या आवाजात निरनिराळे भाव दाखविणाऱ्या तशा छटा मिळतात. भूक, संकट, वात्सल्य, भांडण, मागणी, विचारणा करणं, प्रतिसाद देणं, वेदना होणं,

पिलांना खायला बोलावणं यासाठी मांजरीच्या आवाजात विशिष्ट छटा मिसळतात. आवाजात लघुत्व, दीर्घत्व, खर्जत्व, उच्चत्व, तोंडाची कमीजास्त पसरण यांनी या छटा निर्माण केल्या जातात. सवयीनं हे सगळं ओळखतं.

म्हणूनच मांजरी आल्यावर जशी ओरडते तसं ओरडू लागलो तर, झोपलेली पिलीही जागी होतात आणि खोक्यावर चढू लागतात. वर येऊ बघतात. पण त्यांना अजून ते शक्य होत नाही. ती वर येऊ लागली नि त्यांना खालून आधार दिला तर, त्यांची वर येण्याची तीव्र धडपड कळते. वर येऊ शकत नाहीत; कारण खोक्याच्या कागदात नख्या रुतवण्याइतकं बळ अजून त्यांच्या हातापायांत आलं नाही. आधार दिल्यावर मात्र खोक्याच्या काठावर येऊन समोरच्या मोकळ्या प्रदेशात आई दिसते का बघतात. एवढ्यासाठीच त्यांची धडपड चाललेली असते. लहान मूल पालथं पडणं, बसणं, रांगणं, चालणं स्वाभाविकरीत्या करतं तसंच यांचं चढणं हे स्वाभाविक वाटतं. सहजासहजी ती चढायला लागतात. प्रौढ माणसालाही झाडावर चढणं ही अवघड कृती वाटते; तसं त्यांचं नाही.

त्यांची झोपण्याची पद्धतही बदलली आहे. पंधरा दिवसांपूर्वी जेव्हा ती 'मांसाचे गोळे' होती तेव्हा एकमेकांवर पडून, एकमेकांची ऊब घेत झोपत. गेल्या पाच-सहा दिवसांत ती बहुधा अंगाला अंग लावून झोपतात. एकटंच एखादं बाजूला झोपलं असेल तर अंगाची चुंबळ करून झोपतं...जणू आपण मोठे झालो आहोत, नीट झोपायला पाहिजे, आपलं आपण स्वतंत्र झोपलं पाहिजे असं त्यांना वाटत असावं. कदाचित त्यांच्या स्नायूंवर त्यांचा नीट ताबा येत चालला असावा. त्यामुळं त्यांना अंगांचे वेगवेगळे आकार करता येणं शक्य झालं असावं. पाच-सहा दिवसांपूर्वी त्यांना फक्त पुढचे पाय नीट टाकता येत असत. पाठीमागचे पाय फेंगडे, कसेही उचलून ती टाकत. आता ती बरीचशी स्थिरपणे पावले टाकतात. पण अजून एखाद्या वेळेस कोलमडतात. कशीही उताणी-पाताणी पडतात. म्हणजे आता ती पहिली पावलं टाकू लागली आहेत.

झोपून उठली की थोडासा आळस देतात. लांब होतात, आखूड होतात. जांभई देतात. उताणीच पडून राहतात. आई आल्यावर दूध पिताना मात्र त्यांची आताशा बरीच मारामारी लागते. विशेषत: पवळ्या फार मारामारी करतो. ढवळीला जास्त त्रास देतो. त्याची भूक मोठी दिसते. दूध कमी येऊ लागलं की तो स्तन सोडून देतो. कदाचित तो भराभरा पिऊन स्तन मोकळं करीत असावा. कधी त्याचा हा उद्योग यशस्वी होतो तर कधी अपयशी होतो. ढवळीही प्रतिकार करण्यात तरबेज झाली आहे.

दूध पिऊन झाल्यावर इतरांपेक्षा त्याचं पोट जास्त भरलेलं दिसतं. ते जास्त फुगल्याची जाणीव होते. मग तो ढेरपोट्या शेटजीसारखा वागू लागतो. बाळ्या

लंबाटा, मोठा, उंच वाटतो. ढवळीचे डोळे अतिशय भाबडे, निष्पाप वाटतात. ती फारशी खेळतही नाही. बाकीचे दोघे भरपूर खेळतात. विशेषत: पवळ्या सगळ्या खोक्यातून काठाकाठानं पळत असतो. उगीच उड्या मारतो. बाळ्याचा कान धरून ओढतो. पाय धरून ओढतो. आपल्याच सावलीवर टपून बसल्यासारखा करतो...हा खेळ अतिशय नाजूकपणे चालतो. कापसाचा गोळा वाऱ्यानं इकडं तिकडं पळतो आहे, त्याला जीव आला आहे असं खेळ बघताना वाटतं.

त्यांचं एकमेकांवर पडणंसुद्धा तसंच, कापसाचे दोन गोळे एकत्र आल्यासारखंच नाजूक. या प्रकारात ढवळी कुठं तरी एका बाजूला गप बसलेली असते. तिचा मग हे कान धरतात. मान, पाय काहीही धरून तिला छळतात, खोडी काढतात. विशेषत: पवळ्या त्या बिचारीला जास्त छळतो. ती मग उगीचच आपला नाजूक पंजा उभा करून हळूच त्याला मारण्याचा, ढकलण्याचा प्रयत्न करते. पण तो एक बायकी प्रयत्न वाटतो. त्यामुळं पवळ्याला तो हवाहवासाही वाटत असावा. ढवळी मांजर असूनही, तिचे निळेभोर डोळे हरिणीचे वाटतात...ती नक्कीच मांजरी असावी.

त्यांना अजून दात आले नाहीत. कदाचित ते आता येऊ घातले असावेत. हिरड्या सळसळत असाव्यात म्हणूनच ती एकमेकांना चावण्याचा, स्वत:चेच पाय चावून बघण्याचा प्रयत्न करतात. मागच्या पायानं अंग झाडतात, स्वत:चं अंग हळूहळू नाजूकपणे चाटतात. डोक्यात काही वळवळत असेल तर डोकं झाडतात. आता त्यांचे कानही पूर्ण उघडले आहेत. त्यांना आकार आला आहे. पूर्वी ते घडी घालून दुमडून ठेवल्यागत वाटत. त्यांच्या पायांना अजून गाद्या तयार झाल्या नाहीत. त्यांची नखं अजून कायमच बाहेर आहेत. वास्तविक, मोठी मांजरं चालताना नेहमी ती आत जातात. केसांत नि गाद्यांत येऊन झाकली जातात. तसं अजून त्यांचं होत नाही. नखं मात्र आता किंचित काळसर नि किंचित मोठी झाली आहेत.

परवादिवशी मुन्या आणि मांजरी हॉलमध्ये एकत्र आली होती. आम्ही बसलो होतो. वाटलं, मुन्याला त्याच्यासारखंच असलेलं त्याचं मूल दाखवावं. म्हणून बाळ्याला हॉलमध्ये घेऊन आलो. मुन्याला ते दाखवलं. मुन्या त्याच्याकडं टक लावून बघू लागला. मग बाळ्याला मांजरीजवळ नेलं. तर ती 'मँव' करून चाटू लागली. तेही कौतुक तो सांख्यांच्या उदासीन, कूटस्थ पुरुषासारखा बघू लागला. ही आपलीच निर्मिती, हे आपलंच बछडं, याची भावना जशी मांजरीला असते तशी त्याला काहीच दिसेना. तो आपला 'माझ्याच जातीचा कोण तरी लहान जीव आपणास भेटतो आहे' किंवा 'आपल्या आईचं लहान लेकरू असावं' या अविकारी दृष्टीनं पाहत होता. मांजरी शांत होती. तिला मुन्याबद्दल विश्वास वाटत असावा. मुन्या तसा माणसाळला आहे. तो काळ्या बोक्याइतका

हिंस्र नाही, किंवा सूडबुद्धीही त्याच्याजवळ नाही, असं वाटतं. पण मांजरांचं काही खरं नसतं. कोणी नसल्यावर तो त्या पिलांना फोडूनही टाकू शकेल. काही सांगता येत नाही.

दोन दिवस बाहेरगावी जाऊन, काल पहाटे दोनच्या आसपास आलो. परत आल्यावर स्मितानं एक गोष्ट सांगितली, "काळा बोका पुन्हा येतो आहे. काल सांजचंच त्याची नि मुन्याची मारामारी जिन्यात लागली. आरडाओरडा ऐकून मी जिन्याजवळचं दार उघडलं, तर वरून खाली मुन्या पळत आला नि पसार झाला. त्याच्या मागोमाग काळा बोका पळाला...मुन्या जिन्यावरून भिऊन, मुतत पळाला हो!"

मी चिंतेत पडलो...काळ्या बोक्याची हड्डी अजून नरम झाली नाही तर! वाटलं होतं; त्याला दोन तरी काठ्या जोरात बसल्या आहेत, त्याचं कंबरडं अधू झालं असेल. पुन्हा तो येणार नाही. निदान इकडं यायला त्याला भीती वाटेल. पण अशा प्रसंगांना तोंड देणं नि या परिसरातील सगळी नर मांजरं नाहीशी करणं हा त्यानं पणच केलेला दिसतो. मुन्याच्या भवितव्याची मला उगीचच काळजी लागून राहिली. मी झोपलो.

विशेष म्हणजे पवळ्याचे खालचे दोन्ही सुळे बाहेर पडले आहेत. सुईच्या टोकासारखे पांढरे, नाजूक दिसतात. बाळ्याचा एकच सुळा बाहेर पडला आहे. बारका राळ्याचा तांदूळ ठेवल्यासारखा तो दिसतो. ढवळीचे सुळे अजून बाहेर पडले नाहीत.

काल सकाळी पलंगावर उन्हाला आणली. तिन्ही एका जागी बसून खोलीतील स्वाती-कीर्तीच्या हालचाली अतिशय जिज्ञासेनं बघत होती. त्यांच्याजवळ चेहरे नेले की, चेहऱ्यावरच्या हालचाली ती उत्सुकतेनं बघत. आम्हीही त्यांच्यासमोर वेडेवाकडे चेहरे करत विदूषकी खेळ मांडत होतो. फोटो काढून घ्यावेत इतकी स्पष्ट जिज्ञासा त्या डोळ्यांतून ओसंडते.

काल संध्याकाळची वेळ. रविवार असल्यामुळं साडेसातच्या सुमाराला सोसायटीचा वॉचमन आठवड्याचे दुधाचे पैसे मागायला आला होता. आठवडाभर मग त्याला दूध-बाटल्यांचे पैसे द्यावे लागत नाहीत. दारातच उभा राहून मी नि तो इकडतिकडच्या गप्पा मारू लागलो. काळ्या बोक्याची मला उगीच शंका येऊ लागल्यानं मी म्हटलं, "दार लावून या. काळा बोका येईल नि पिली तोडून टाकील."

त्यावरून काळ्या बोक्याच्या कथा निघाल्या. वॉचमननं सांगितलं, "शुक्रवारी त्यानं सोसायटीतला एक गिड्डा, तपकिरी-तांबड्या पट्ट्यांचा बोका मारला." –

हा तांबड्या पट्ट्यांचा बोकाही सोसायटीत आम्ही आल्यापासनं, म्हणजे गेली तीन-चार वर्षं होताच. अधूनमधून रात्रीअपरात्री लांबवर बोक्यांच्या लढाईचा आवाज ऐकायला येत असे. त्यात शुक्रवारी तांबडा बोका बळी पडलेला दिसला. त्याचं पोट नि नरडं फोडलं होतं. सोसायटीच्या दक्षिणेला असलेल्या भिंतीवर तो अधूनमधून दिसत असे. रात्रीअपरात्री त्याचे हिरवे डोळे चमकत. पण तो मुन्याच्या वाइटावर कधी नव्हता. वॉचमनच्या या बातमीनं मी जास्त चिंतेत पडलो...हा सैतान कुणाकुणाची कत्तल करणार आहे? ह्याला खून तर चढला नसेल? का हा कुत्र्यासारखा पिसाळला असेल?

रात्री एकच्या सुमाराला ग्रिलच्या समोर एकदम दोन्ही बोक्यांचा आरडाओरडा ऐकू आला. चांगली रणघाई सुरू झाली होती...बराच वेळ कुत्र्यांनी पकडलेला ससा जसा कॅरबॅर, कॅरबॅर ओरडतो तसं ओरडणं...एकमेकाला धरणं, फाडणं, फोडणं.

एकदम उठलो नि धावलो खोलीतून. स्मिताही उठली नि तिनं जिन्याजवळचं दार उघडून हुश हुश केलं. मीही 'छौ छौ' केलं. हेतू असा की, बाहेरची कुत्री धावत यावीत नि मांजरांची मारामारी सुटावी. कारण दार उघडून जाईपर्यंत मुन्याचा प्राण जायचा.

...सुदैवानं कुत्री धावत आली नि दोन्ही मांजरं नाहीशी झाली. मुन्या सटकन सुटून पळाला असणार नि त्याचा पाठलाग करत काळा बोका धावला असणार...मुन्या पांढराशुभ्र असल्यानं तो त्याला रात्री-अपरात्री कुठंही दिसत असावा. उलट हा दुष्कर्मासारखा काळाभोर असल्यानं मुन्याला कधीच दिसत नसावा. म्हणून बेसावध क्षणी मुन्या त्याला सापडत असावा. अंधारानं अचानक आकार घेऊन केलेला हल्ला असं त्याचं स्वरूप मुन्याला वाटत असावं. त्यामुळं तो त्याच्या तावडीत पुन:पुन्हा सापडतो.

मांजराच्या जातीचं दुसरं असं की, आत्मसंरक्षणासाठी ती मालकाच्या घरात कुत्र्यासारखी पळत येत नाहीत; अगर मालक जवळ असेल तर त्याच्याजवळ आत्मसंरक्षणासाठी येऊन थांबत नाहीत. त्यामुळं हा मुन्या काळ्याला पाठीवर घेऊनच पळून जातो.

शिवाय या काळ्याला मुन्याचा मुक्काम आमच्या घरी बाल्कनीत किंवा जिन्यात असतो हे ठाऊक आहे. त्यामुळं रात्री बाल्कनीजवळ बाहेरच्या बाजूला गवतात मुन्या घरी येण्याची वाट बघत काळ्या दबा धरून बसला असावा. त्यामुळंच एक वाजता त्यानं मुन्यावर अचानक हल्ला केला असणार. हल्ला इतका प्राणघातक होता की, त्या आरड्याओरड्यानं मी ओरडताना मांजरीही पिलांजवळून उठून माझ्याकडं धावून आली. मुन्याचा आवाज तिनंही ओळखला असावा. मारामारी घरातच चालली की काय, बोका घरातच आलाय की काय

याची तिला शंका आली असणार नि ती धावली असणार...मी मुन्याला बोलावलं पण तो काही रात्री आला नाही. मग मी पुन्हा अंथरुणावर जाऊन पडलो.

थोड्याच वेळात रात्री लांबवर पुन्हा त्यांच्या मारामारीचा आवाज ऐकू आला नि मी जास्तच काळजीत पडलो...रात्री उघडंवाघडं पळणं बरं नव्हे, शिवाय ती नेमकी कुठं भांडताहेत हे कळणं कठीण, म्हणून तसाच कानोसा घेत पडून राहिलो. मुन्याची अधिकच काळजी वाटू लागली. तो जेमतेम एक वर्षाचा आहे. अजून त्याच्या अंगावरचे केस मऊ, गुबगुबीत जावळाचे वाटतात. ते अजून मांजरीच्या केसासारखे राठही वाटत नाहीत. अजून चांगला भरलेला नाही. बारीक वाटतो.

रानबोका राक्षस वाटतो. एखादं हिंस्र कुत्रं मांजराच्या जन्माला आल्यागत तो भरभक्कम आहे. माझ्या तेरा वर्षांच्या स्वातीला उचलणार नाही असं त्याचं वजन जाणवतं...त्याच्या अंगावर माझी जोरकस काठी पडली होती. एखादं सामान्य मांजर बेशुद्ध पडलं असतं. पण त्यानं ती आणि तेवढीच जोरकस दुसरी काठी अंगावर झेलून, काही न होता चपळाईनं पलायन केलं होतं. दुसरे दिवशी पुन्हा जसाच्या तसा स्मिताला दिसला होता.

मी विचार करत पडून राहिलो. नंतर फारशी झोपच आली नाही. एक डुलकी येऊन गेली नि दोन-अडीचच्या सुमारास बाल्कनीचं दार उघडून पाहिलं तर मुन्याची बैठक मोकळीच होती...वास्तविक त्या प्राणघातक हल्ल्यातून बचाव करून मुन्या सरळ बाल्कनीतच येणार. तीच जागा त्याला सुरक्षित ठेवते. काळा सैतान ग्रिलच्या भोकातून येणंच शक्य नाही. पण मुन्या आलाच नाही.

पहाटे पाचच्या सुमारास पुन्हा उठून पाहिलं तर मुन्या नाहीच. माझी काळजी जास्तच वाढली...मारलं का काय त्याला! किती भांडणार तो! हत्तीचं पिल्लू नि माजलेला गज यांच्या मारामारीचा शेवट काय होणार!...मुन्या नाजूक असला तरी चपळ आहे. पण चपळ असला तरी, एकदम हा राक्षस त्याच्या उरावर बसला तर मुन्या खाली त्याच्या ओझ्यानंच मरून जाईल.

...वास्तविक मुन्या पहाटे यायला पाहिजे. पण अजून नाहीच आला. सकाळी तो आल्यावर आत यावा म्हणून बाल्कनी-हॉल यांच्यामधलं दार उघडंच ठेवलं नि त्याची वाट पाहू लागलो. स्वातीनं पिली कोठीघरात बंद करून ठेवली होती. आठ वाजले, नऊ वाजले, दहा वाजले तरी पत्ता नाही.

दहा वाजता मुली जेवायला बसल्यावर तर तो नेहमी घरीच असतो. जेवायला बसायच्या अगोदर मुली त्याला दूधभाकरी घालत असतात. खरं म्हणजे, सकाळी स्टोव्हचा आवाज सुरू झाला की बाल्कनीतून त्याची हाक येते. त्यावेळी जर दार उघडलं नाही तर, सकाळी भांडीवाली जिन्याचं दार उघडून भांडी घासू लागली,

तिची खडखड सुरू झाली की हा बाल्कनीतून उठून बाहेर पडतो नि जिन्याच्या दारानं आत येतो...पण आज असं काहीच घडलं नाही.

माझी खात्री होत चालली. अस्वस्थ होऊन मी उठलो नि अंगात शर्ट घातला. सोसायटीतून एक सहज चक्कर टाकली. मला किंवा आमच्या घरातल्या इतर कुणालाही पाहिलं की, मुन्या असेल तेथून धावत येतो नि 'भूक लागली, पोटाला घाला' म्हणून ओरडत मागोमाग चालायला लागतो. तसाही तो मागोमाग धावला नाही की आला नाही. त्याचा मृत देह कुठं दिसेना...सोसायटीच्या पलीकडच्या काँग्रेस गवतात तर त्याला फाडून टाकला नसेल? बेचैन मनानं मी परत आलो. दुपारपर्यंत वाट पाहावी म्हणून उगी राहिलो.

तास गेला.

अचानक त्याची हाक आली नि मी धावतच गेलो. खात्री करून घेतली; मुन्याच होता. त्यानं सरळ घरात यावं म्हणून दार सताड उघडं ठेवलं नि स्वैपाकघरात गेलो. त्याची ताटली घेऊन थोरचतकोर भाकरी कुस्करली नि तिच्यात भरपूर दूध घातलं...तोवर तो आत आलाच.

त्याच्या पुढंच ताटली ठेवली. मांजरी घरात होती. तिला बाजूला घेऊन बशीत दूध घातलं.

पोटभर खाऊन मुन्या या क्षणी माझ्या शेजारच्या खुर्चीवर सुस्त झोपला आहे. अगदी बालेकिल्ल्यात निर्धास्त झोपलेल्या राणा प्रतापासारखा वाटतो आहे...कदाचित त्याच्या जीवनात संघर्ष ही नेहमीचीच बाब असेल. अशा संघर्षाशिवाय जगता येणं शक्य नाही याची जाणीव त्याला असेल. शत्रूचा अचानक हल्ला ही सैनिकाला नेहमीचीच बाब. त्यात हार-जित ही असणारच. एक दिवस आपण किंवा शत्रू मरणारच; हे कसं ठरून गेलेलं असतं. मुन्याला याची कल्पना आलीच असेल.

...पण मी मुन्याला वाढवणार आहे. त्याला भरपूर खुराक देऊन बलवान करणार आहे. एक दिवस त्यानं त्या काळ्या हिटलरला आपल्या तीव्र, बाकदार नख्यांनी फाडून टाकलेलं मला दिसावं, हे माझं स्वप्न आहे. तो खुर्चीत आल्यावर, त्याच्या ओरखडे निघालेल्या नाकावर आणि मानेवर थोडी हळद लावली; पण त्यानं ती लगेच जिभेनं साफ करून टाकली. आता ती लालभडक नाकावरची रेघ जखमी मनानं अंगावर घेऊन तो रात्रीच्या तयारीसाठी झोप घेत आहे...रात्र येईल नि अंधाराची अशुभ चाहूल घेत तो लढाईच्या तयारीनं बाहेर पडेल.

❖

८

30th September

तीन-चार दिवसांत पिलांमध्ये प्रगती झाली आहे. त्यांना आता खोकं अपुरं पडू लागलं आहे. दूध पाजून आई निघून गेली की थोडा वेळ ती खेळतात. मग दमल्यावर तिन्ही एका जागी झोपी जातात. आम्ही कुणी खोक्याजवळ गेलो की वर बघून ओरडू लागतात. आमचाही त्यांना परिचय झाला आहे. हातावर येतात. वर उचलून घेऊन तशीच अंतराळी धरली की खाली खोक्याकडं बघून ओरडू लागतात. त्यांना खोक्यात जायचं असतं. ते त्यांना आपलं घर वाटतं. तिथं त्यांना सुरक्षित वाटतं. त्यांचे पाय मोकळे होण्यासाठी त्यांना खोलीत सोडतो; तर खोलीभर हिंडत ओरडत राहतात. त्यांना वाटत असतं, आई भेटावी. पण ती तिथं नसते. आणि खोलीत सगळ्यांनी एकत्र येऊन कोणत्या जागी बसायचं हे त्यांना माहीत नसल्यानं किंवा कळत नसल्यानं, तिन्हीकडं तीन ओरडत, वास घेत हिंडतात. प्रत्येक वस्तूचा त्यांना स्वतंत्र वास येत असावा. ती वस्तू हुंगून पुढं जातात. पवळ्याला दात आले असल्यामुळं शक्य असेल किंवा हव्याशा वासाची वस्तू लहान असेल तर तो ती तोंडात घेऊन चावण्याचा प्रयत्न करतो. माझ्या किंवा स्वातीच्या हाताची बोटे, पायाची बोटे, चपलाची वादी तो तोंडात घेऊन चापलू लागतो. खोलीभर हुंगत हिंडतो. कपाटाखाली जातो.

परवा सकाळी मी दाढी करत बसलो होतो. पवळ्या आला नि हळूहळू वास घेत माझ्या मांडीवर चढून बसला. मग बाळ्याही दुसऱ्या बाजूनं चढून बसला. नंतर मात्र त्यांना खाली उतरायला येईना. अंतर खोल दिसू लागलं असावं. खाली उतरताना ती भिऊ लागली. येडबडून ओरडू लागली. कान टवकारून खालच्या फरशीकडं बघू लागली. उतरता उतरता मागे सरू लागली...अजून त्यांना उतरण्या-चढण्याच्या युक्त्या-प्रयुक्त्या नीटशा आकलन झाल्या नाहीत असं दिसतं. म्हणजे असं की, मांडीवरून सरळ खाली बघताना खोल वाटत असेल तर, सरळ गुडघ्याकडं व नंतर पिंढरीवरून खाली जावं हे त्यांना सुचत

नाही. छोट्या पाटावर बसून पाय लांब करून ठेवला नि पिलू मांडीवर घेतलं तर ते दोन्ही बाजूंनीच उतरण्याचा प्रयत्न करतं. सरळ पावलाकडं जाण्याचा प्रयत्न करत नाही.

पिली खोक्यात असली नि मांजरी बाहेरून आली तर व ती बाहेरच पोटाला काही घालण्यासाठी आमच्याकडं येऊन ओरडू लागली तर पिलांना चाहूल लागते. मांजरीचा आवाज कळतो. मग ती खोक्यात चांगलीच वर बघून ओरडतात. धडपडू लागतात. विशेषत: पवळ्या नि बाळ्या खोक्याच्या उभ्या भागावर चढून डोकी वर काढून बघू लागतात. रेडिओचं खोकं फूटभर उंच आहे. पिली शेपूट सोडून सहा-सात इंच लांब आहेत. ती मागचे पाय ताठ करून उभी राहतात. मग ती नख्या रोवून, खरखरत चढण्याचा प्रयत्न करतात. पडतात. मग पवळ्या तर मागं सरकून तिथंच उडी मारतो नि खोक्याचा काठ गाठण्याचा प्रयत्न करतो. या प्रयत्नात बहुधा त्यांना यश येतं. काठावर त्यांच्या नख्या रुतल्या की मग ती वर येण्याचा प्रयत्न करतात. त्या गडबडीत वर चारीही पाय घेऊन कशीबशी तोल सावरतात. क्वचित बाहेरही धप्दिशी पडतात. काठावर चारी पाय आणल्यावर मात्र त्यांची पंचाईत होते. मग खाली उतरण्याचं त्यांना भय वाटतं. तरी बाळ्या हळूहळू खाली उतरण्याची धडपड करतो. तो जरा लंबाटाही आहे.

रात्री मांजरी थोडंसं पाजून आताशा बाहेर येऊन बसते. नाही तर मग तिला ती सारखी पीत राहतात. त्यांना आता दातही आले असल्यामुळं आचळांना दूध येईनासं झाल्यावर चावतही असावीत. सारखी चराचरा चोखत राहिल्यानं आचळं भगभगत, दुखतही असावीत.

मांजरी बाहेर आल्यावर ती आरडाओरडा करत बाहेर येण्याच्या प्रयत्नात, तिन्ही एकदम खोक्याच्या एका अंगावर उभी राहिली नि चढण्याचा प्रयत्न करू लागली तर खोकंच एका अंगावर कलतं आणि तिन्हीही बाहेर पडतात. म्हणजे आता त्यांना आपलं घर असं हवं आहे की, त्यांना सरळ बाहेर पडता येण्याची सोय पाहिजे आहे. म्हणून आम्हीही आताशा ते खोकं एका अंगावर पाडूनच ठेवतो. त्यामुळं भरपूर खोलीभर भटकल्यावर ती खोक्यात येतात आणि चांगली कापसी मारामारी करत खेळत राहतात. अशा मारामारीत आम्ही त्यांना उचललं नि वरती घेतलं तर गडबडून जातात.

कोठीघरात पिली नि खोकं होतं. मांजरीही तिथंच होती. ती त्यांना पाजून येऊन, आचळं झाकून चारी पायांवर पोत्यावर बसली होती. पिली खेळत होती. मी तिथंच जरा गंमत करत, त्यांना घेत, कुरवाळत, दात पाहत बसलो. मांडीवर घेऊन खाली उतरण्याचा सराव देऊ लागलो. पायांत चपला होत्या...जमिनीवर ठेवलेला पाय टाचेवर उचलला नि पायाशेजारीच असलेल्या ढवळीनं एकदम

ठिस्ऽ करून कोवळा पंजा उगारला. मी चकितच झालो. गंमतही वाटली. मांजरी उत्सुकपणे तिच्याकडं बघू लागली. मग मी चाळा सुरू केला. दबा धरलेल्या सर्पाच्या फण्यासारखा पाय तिच्याकडं झेपावू लागलो तर ती मोठ्या राग आलेल्या मांजरासारखी ऊं ऽ ऽ म् करू लागली. फटकन पाय हलवला तर पंजा उगारू लागली. त्याचवेळी ती आतून घाबरलेली दिसत होती. मी पाय पुढेपुढेच नेई तशी ती मागंमागं सरकत खोक्याला टेकली. तिथंही मी पाय पुढेच नेऊ लागलो तर कोवळा पंजा मारून खॅस् करू लागली. डोळे वटारू लागली...मी तो चाळा थांबवला. वाटलं; हिला घेऊन गोंजारावी. भिण्याचं काही कारण नाही, मीच आहे, किती घाबरलीस असं म्हणावं; असं वाटू लागलं. पण तिला, त्या एक महिन्याच्या, नुकतेच बारीक बारीक दात आलेल्या, सुईसारखी नखे असलेल्या जीवाला हात लावण्याचं मला धाडस होईना. फटकन तिनं टोकदार नखांचा पंजा मारला तर हाताला रक्त येईल असं वाटू लागलं. म्हणून मी सावधपणानं पाठीमागनं तिला पकडलं. वाघिणीच्या बच्चासारखी ती वाटू लागली त्या वेळी. वास्तविक ती त्या तिघांत नाजूक, दुबळी, शांत अशी वाटत होती आणि तशीच ती आहे. भीतीच्या पोटीच ती ठिसकारली. आत्मरक्षणासाठी ती सज्ज झाली होती. पण तिचा तो कोवळा आविष्कार मात्र प्रेक्षणीय आणि मनस्वी देखणा होता.

परवा पिलांना जन्माला येऊन बरोबर महिना झाला. त्यांचा 'वाढदिवस' करावासं वाटलं. लक्षात आल्याबरोबर त्यांच्यासाठी काहीतरी नवं करण्याचा विचार आला. स्वाती-कीर्तीची जेवणं झाल्याबरोबर, बशीतून दूध घेऊन कोठीघरात गेलो. ती दूध पितात का पाहायचं ठरवलं. बाळ्याच्या समोर बशी नेली तर त्यानं भस्सदिशी तिच्यात तोंड घातलं नि त्याच्या नाकातोंडात दूध गेलं. तो ठसकला, तसं नाकातोंडातून दूध उडालं. मात्र त्याला हे अतिशय खाण्यायोग्य असं काहीतरी आहे याची जाणीव झाली नि तो वाहत्या पाण्यात यावा तसा बशीतच आला. तोंड बुडवू लागला. नाका-तोंडात दूध जाऊ लागलं. तरी हपापून पुन: पुन्हा ठिसकत पुन्हा तोंड बुडवू लागला. मग बकाबक त्याचा उद्योग सुरू झाला. तो सगळं अंग थरारून ते नवं पेय हंबलतो आहे हे लक्षात आल्याबरोबर, मी पवळ्याला पण बशीजवळ आणला. त्याची मान धरून हळूच त्यात बुडवली; तर तो छानपैकी सरावल्यासारखा दूध पिऊ लागला. जणू त्याला अभिमन्यूसारखं गर्भाशयातच जिभेनं दूध पिण्याचं ज्ञान झालेलं. मग बशी खालीच ठेवली नि ढवळीलाही आणली, तर तिला खाली मान घालून पिण्याचं कळेना. बाकीच्यांची मी खाली मान घातली होती तर ती त्यांना वरती करण्याचं सुचेना. ती आपली प्राण एकवटून पिऊ लागलेली. ढवळी मग बाजूलाच गेली. दरम्यान तिचे पुढचे

दोन पाय तिला पाजण्याच्या प्रयत्नात दुधात बुडाले होते, तेच ती मटामट चाटू लागली.

तोपर्यंत बाळ्या-पवळ्यांनी दुधाची बशी संपवली. वास घेत त्यांची तोंडं एकमेकांपाशी आली. दोघांचीही तोंडं चांगलीच भिजलेली. तर दोघेही एकमेकांची तोंडे मचामच चाटू लागले. बाळ्यानं क्षणातच पवळ्याचं खालचं दाढवण चावायला सुरुवात केली. त्यांना दूध नेमकं कोठून येतंय ते कळेचना. जमिनीवरही दूध सांडलं होतं, तर ते जमीनही चाटू लागले. पुन्हा दूध संपलेल्या बशीकडं येऊन बशीचे काठ तोंडात धरून चोखण्याचा, चावण्याचा प्रयत्न करू लागले. त्यांना वाटलं, तिच्यातून दूध येतंय. मी व स्वाती तिथं मांडी घालून बसलो होतो. मधेच गडबडीत माझ्या पायाच्या नळीवर चार थेंब उडाले होते. तर बाळ्या बशीतलं व जमिनीवरचं दूध संपल्यावर वेड लागल्यासारखा सर्वत्र पुन्हा पुन्हा शोधू लागला. शोधता शोधता माझ्या पायाजवळ आला नि थेंब पडलेली जागा चाटू लागला. मग दोघेही तिथं आले. आले नि पायांवर चढून शोधाशोध करू लागले. दोन्ही पिंढऱ्यांच्या मधे दूध येण्याचं काहीतरी असेल म्हणून पिंढरीवर पिंढरी पडली होती ती आपल्या पायांनी नेटानं बाजूला सारण्याचा प्रयत्न करू लागले...त्या गडबडीत त्यांच्या दुधात भिजलेल्या पायांचं दूध माझ्या पायांच्या पिंढऱ्यांना लागू लागलं नि त्यांना जास्तच संशय येऊन ते चाटत, पायांत घुसण्याचा प्रयत्न करू लागले.

ढवळी त्यांची धडपड लांबून पाहत शांत बसली होती. शेवटी बराच वेळ झाल्यावर त्यांना खोक्यात ठेवलं तर दोन्हीही आपले भिजके पायच चाटू लागली नि त्यातूनच दूध येतंय असं समजून चावूही लागली...मजा मजा आली. दूध पिताना बाळ्याचं डोकं ठिकाणावर राहत नाही याची विशेष गंमत वाटली. आम्ही सगळेच त्यांना कोठीघरात कोंडून निघून गेलो.

दोन तासांनी पुन्हा कोठीघरात परत गेलो, तर त्यांनी सगळं खोकं साफ जमिनीबरोबर पाडून सपाट करून टाकलं होतं. खोक्याचे आधार मोडून पडले होते. आपलंच घर उद्ध्वस्त करून हे तीनही धूर्त बच्चे त्या सपाट खोक्यावर लॉरेल-हार्डीसारखे आरामात बसलेले. त्यांनी 'आता आम्हाला या छोट्या घराची फारशी गरज नाही' असं महिना संपल्याबरोबर जाहीर केलं. आता आम्ही मोठी झालो आहोत असंच जणू त्यांना सुचवायचं होतं.

मी त्यांच्याजवळ गेलो तर ती माझ्याच मागं लागू लागली. माझ्यापाशी येऊन तो दिव्य स्तन कुठं मिळतो का ते हुंगू लागली. म्हणजे बाळ्याच्या नि पवळ्याच्या हेही लक्षात आलंय की, मघाचं पेय माणसाकडून त्यांना मिळतंय.

दोन दिवसांपासून मुन्या रात्री घरात वस्तीला आहे. दिवसा फिरून येतो. कदाचित दिवसाच्या प्रकाशात त्याला काळा बोका दिसत असावा. त्यामुळं सावध राहता येत असावं. त्यामुळं कोणीकडून हल्ला येईल याची कल्पना येत असावी. म्हणून त्यानं फिरण्याच्या आणि झोपण्याच्या वेळा बदललेल्या दिसतात. बाहेर पडल्यावर प्रथम तो सर्वत्र पाहून घेतो. शंका आली तर न्याहाळतो. आणि मगच कोणत्या दिशेनं जायचं ते ठरवतो.

सकाळी अकरा-सव्वाअकरापर्यंत तो घरीच होता. स्वैपाकघरात पिठाच्या डब्यापाशी जेवणवेळेची वाट बघत बसला होता. त्याच्याकडं बघून माझ्या मनात काहीतरी विचार आला. बाळ्या दूध प्याल्यावर आता मोठा बापई झाला असं वाटू लागलं म्हणून, मी त्याला आत जाऊन आणलं नि मुन्याच्या अगदी जवळ नेऊन ठेवलं. मुन्या निवांत होता. त्यानं त्याला न्याहाळून पाहिलं. जवळ गेल्यावर बाळ्याला वाटलं ही आपली आईच आहे. म्हणून तो त्याला हुंगत, आचळं शोधण्याच्या उद्योगाला लागला. पण मुन्याला ते मानवेना. त्यानं बाळ्याला सगळं हुंगून घेतलं. त्याची विसर्जन इंद्रियं हुंगून घेतली. हा नर की मादी हेही त्याला कदाचित तपासायचं असावं. ते झाल्यावर तो त्याच्यावर सूक्ष्मसा कॅरबॅर असा आवाज करून रागावला. त्याला त्याची लगट मानवेना. कदाचित तो फटकन पंजा मारील म्हणून मी बाळ्याला त्याच्या जवळून घेतला नि कोठीघरात नेऊन ठेवला.

त्यांची भेट घालण्यात दोन-तीन भावना होत्या. बाळ्या मुन्यासारखाच दिसतो. तो मुन्याचा मुलगा, भाऊ आहे. मुन्या त्याचा बाप, भाऊ आहे. पण आपल्यातलंच ते एक बीज आहे, आपणच हे आहोत याची जाणीव किंवा कौतुक त्याच्यात दुसऱ्यांदाही कुठंच जाणवलं नाही. निदान त्यानं त्याला मांजरीसारखं नुसतं चाटलं असतं तरी बरं वाटलं असतं. पण त्यांपैकी एकही ओळख त्याच्या डोळ्यांत दिसली नाही. तो तत्त्वज्ञ पुरुषासारखा थंड, अलिप्त, नामानिराळा. जणू या पिलांशी, या जगाशी आपली ओळखच नाही असा. म्हैस, गाय, कुत्रं, कोंबडं, इतर माणसाळलेले प्राणी यांच्या बाबतीत हाच अनुभव येतो...माणसातील पुरुषही आदिम कालात असाच वागत असावा. त्यातूनच प्रकृति-पुरुषाचं तत्त्वज्ञान स्फुरलं असावं. पुरुष तटस्थ, तर प्रकृती प्राकृतिक गुणांनी युक्त. संसारात रमणारी. संसारच होऊन राहिलेली. ती या जगाची मालकीण. आदिमाता. पुरुष तिच्यात फक्त नव्या जीवाचं चैतन्य ओतून नामानिराळा राहणारा.

तेरवा रात्री जेवताना मांजरी, मुन्या एकत्र बसले होते. मांजरी मुलांना नुकतंच दूध पाजून आली होती. ती निवांत बसलेली बघून तो आपला तिच्याजवळ आपलं अंग चाटून घेण्यासाठी गेला नि तिच्या तोंडासमोर आपलं डोकं पुढं

करून बसला. ती आपली आईच्या मायेनंच त्याला चाटू लागली. मादीच्या आकर्षणानं, तो नर आहे या भावनेनं ती चाटत नव्हती. त्या विशिष्ट क्षणाचाच तो फक्त तिच्यासाठी नर होता. एरवी लेकराचंच नातं. तेच खरं अस्सल नातं चिरस्थायी दिसतं. बाकीची नाती अनैसर्गिक किंवा मानवसमाजनिर्मित दिसतात ती तात्कालिक, क्षणभराची आणि कल्पनेनं बनवलेली असतात. त्यांना अर्थ देऊन, त्यांच्यासाठी शब्द तयार करून ती घडवलेली असतात. म्हणूनच निरनिराळ्या देशांत, संस्कृतींत, मानव-गटांत, निरनिराळी नाती आहेत. काही गटांत काही नाती आहेत, काही नाती नाहीत. इकडं आहेत तर तिकडं नाहीत. तिकडं आहेत इकडं नाहीत. मूल-आईचं नातं मात्र सर्व प्राणिविश्वात व्यापून आहे. आकाशातील बापापेक्षा प्राकृतिक आईच खरी. मूळ माऊली.

प्राणिजगात या नात्याच्या खालोखाल एकाच वेळी जन्मलेल्या बहीण-भावांचं नातंही अस्तित्वात दिसतं. जन्मभर किंवा बराच काळ एकत्र वाढल्यानं, सगळ्यांचाच एका आईशी एका पातळीवर संबंध आल्यानं ते निर्माण होत असावं. म्हणजे अगोदरच्या किंवा नंतरच्या विणीत जन्माला आलेले बहीण-भाऊ हेही नातं त्यांच्या जगात नाही; हे मुन्यानं दाखवून दिलं. पतिपत्नी हे नातंही क्षणिकच. ते त्या भोगक्षणापुरतं...तो एक क्षणच असतो, पण तो नात्यात बांधून आपण चिरस्थायी करून ठेवला आहे.

पतिपत्नीच्या संबंधानं असा मूलभूत घोटाळा केल्यामुळं नंतर अनेक घोटाळे मानवी संस्कृतीत निर्माण झालेले दिसतात. लैंगिकतेला पापपुण्याची कल्पना चिकटली. एक नसतं नातं निर्माण झाल्यानं, त्यातून नसत्या गोष्टी निर्माण होत राहिल्या. उगीचच ऋणानुबंध किंवा नातेसंबंध निर्माण होत गेले. त्यामुळं ती नाती प्रेममूलक न ठरता फक्त कुणाचा कोण या संबंधाचा अर्थ स्पष्ट करणारी; कोरडी राहिली. चुलता, पुतण्या, मामा, आत्या, आतेभाऊ, मेव्हणा, भावजय इत्यादी निर्माण होऊन बसले. संस्कृतीच्या असंख्य चौकटींत आपण इतके सापडले गेलो की, आता मूलभूत, कोरं करकरीत आदिम जीवन जगणं अशक्य. त्याची कल्पनाही चाखणं अशक्य, असंभाव्य करून ठेवलं गेलं. या मांजरीमुळं नि पिलाबाळांमुळं मात्र एका आदिम भुयारी जगाची एक लुकलुकती खिडकी माझ्यासमोर उघडी झाली. त्या आदिम जीवनाची उत्पत्ती, वाढ, स्थिती, लय मी अनुभवतो आहे. जगाच्या उत्पत्तीच्या वेळी ही मांजरी जशी होती तशीच आजही आहे. एक मूळ जग या पृथ्वीवर तसंच सुरक्षित राहून संस्कृतिनिष्ठ आणि फार बदलल्या गेलेल्या माणसाच्या घनदाट सहवासात जगतं आहे...किती मोठा विरोधाभास हा!

पिलांनी आता खोकं सोडून दिलं आहे. कोठीघरात मुक्काम टाकला आहे. टाकला आहे म्हणण्यापेक्षा त्यांना कोठीघरात ठेवण्यात आलं आहे. दार उघडलं की बाहेर पळतात. घरभर ओरडत हिंडतात. मुख्य म्हणजे, अधूनमधून त्यांना आता दूध पाजत असल्यामुळं ती आता माणसामागंच धावू लागली आहेत. या बाबतीत ती आईला सोडून माणसांना जवळ करीत आहेत. खोक्यात ठेवलं तर एक मिनिटही थांबत नाहीत. आता खोक्याच्या काठावर एकदम उडी मारून चढतात. खालीही उडी मारून येतात. त्यांच्या चिमुकल्या उड्या पाहण्यासारख्या असतात. पूर्वी त्यांना खाली पडू की काय अशी भीती वाटे, म्हणून ती घसरत खाली यायची, पण आता त्यांना उडी मारली तरी काही होत नाही याची कल्पना आली आहे.

या सर्व गडबडीत एक गोष्ट लक्षात आली आहे की, बाळ्या हा लंबाटा असल्यामुळं त्याची प्रगती सर्वांत अगोदर असते. तोच प्रथम उड्या मारू लागला. सर्वांत अगोदर खोक्यावर चढू लागला. सर्वांत अगोदर नाकातोंडात गेलं तरी वरचं दूध पिऊ लागला. आईला सोडून माणसामागं धाडसानं येऊ लागला. माणसांच्या हालचालींकडं जिज्ञासेनं बघतो. दूध बशीतून आणलं की हपापून बशीतच जाऊन उभा राहतो. नि सगळं बकाबक खाऊ लागतो. सारखा कडमड करीत, घरभर पळत, खाण्यासाठी शोध चालू ठेवतो.

त्याचे दात भलतेच सुयांसारखे टोकदार झाले आहेत. नखेही धारदार झाली आहेत. लगेच रुततात नि त्याला कुठंही चढायला मदत करतात. माझ्या अंगावरही ती लगेच रुततात. बारीक, खोल ओरखडे काढतात. सगळीच मंडळी चपळ होऊन घरभर फिरू लागली आहेत. खोकं बाद करून टाकलं आहे...अजून ती तशी खूपच लहान आहेत. पाच-सात इंच लांब नि तेवढीच उंच. अजून अंगावरचे केसही दाट आलेले नाहीत.

मांजरी शांतपणे पडून पिलांना पाजते. तिची ती तीन फळं जगात फिरतात आणि पुन्हा तिच्या देठाला चिकटून जीवनरस पितात...चकाचका चोखत असली, धडपडीनं मांजरीचे हाल करीत असली, जणू तिला फाडून खात असली तरी, मांजरी गप्प पडून असते. त्यांचे जीवन हे तिचंच पुनर्जीवन झालं आहे. आपल्यातील जिवंततेचा रस काढून ती पिलांत घालते आहे आणि आपला कायाकल्प त्यांच्या शरीरांद्वारा करून घेते आहे. स्वतःचं जुनं झालेलं शरीर कालौघात टाकून देण्याची, पुनर्जन्माची सगळी तयारी करीत आहे...'पुनर्जन्माचा' जन्म हिच्याच पोटी झाला काय?...तत्त्वज्ञानाचं मूळही ऋषींच्या मुळाइतकंच अद्भुत असलं पाहिजे!

❖

९

13 th October

एक आक्टोबरला सकाळी दहाच्या सुमारास मांजरीनं एक चिमणी मारून आणली. माझ्या समोरूनच तिनं खिडकीतून आत उडी घेतली. एरवी ती कोणतंही भक्ष्य बाहेरच्या बाहेर खाऊन येते. पण आज तिनं ते घरी आणलं. आणलं नि सरळ हॉलमधून कोठीघराकडं चालली. स्वातीनं ते पाहिलं.

"बाबा मांजरीनं चिमणी फाडून आणलीय."

"असू दे. कोठीघराचं दार उघड. कुठं जाती, काय करती बघू."

तिनं दार उघडलं तर मांजरी सरळ आत गेली. नेहमीच्या जागी जाऊन बसली. बसल्याबरोबर पिलं पळत आली. तिनं त्यांच्यासमोर चिमणी ठेवली. तिन्हीही पिलं ती चिमणी हुंगू लागली, पण कुणीही खाल्ली नाही. बाळ्यानं नुसती जराशी चाटली. थोडावेळ तीनही तिथंच उभी राहिली. त्यांना कळलं की, आईनं हे काहीतरी आपणाला खायला आणलंय. पण खावंसं वाटत नाही. अजून त्यांचे दात कोवळे होते. पोट तर अजून मांसाचा गोळा होतं. पंखांसकट, पिसांसकट चिमणी खाणं त्यांना परवडणारं नव्हतं...आईनं चिमणी आणली तरी त्यांनी ती खायची नाकारली.

मग मांजरीनं नाराजीचा सूर काढला...चिमणी जशी चोचीत चोच घालून आपल्या पिलांना भरवते तशी मांजरी भरवू शकत नाही असं दिसलं. ती फक्त त्यांच्यापुढे आणून टाकते.

मीही ती चिमणी उचलून जिन्यात ठेवली. मांजरी मागोमाग आली. तिच्या लक्षात आलं की, पिलं खात नाहीत. मग ती चिमणी घेऊन मांजरी पायऱ्या उतरून बागेत गेली नि पाच-सात मिनिटांतच खाऊन परत आली.

त्या दिवशी अकरा वाजता पिलांना दूधभात घातला. तिन्हींनी त्याचा फडशा पाडला. बाळ्या सारखा आणखी दूधभात कुठं मिळतो का बघू म्हणून, खोलीत बसलेल्या माझ्याकडं, स्वातीकडं, कीर्तीकडं पळू लागला. त्याची धांदल बघण्यासारखी

असते. आताशा कोठीघराचं दार उघडताना ती एकदम घाबरून ओरडतात. दाराजवळच ती खेळत असतात. दाराचा आवाज झाला की, कशाच्या तरी खाली सापडल्यासारखी, चिरडल्यासारखी ओरडतात. जरा भीती दाखवली तरी कपड्याच्या सेल्फाखाली पळतात. ती जागा त्यांना सुरक्षित वाटते. ती चिंचोळी आहे. त्या जागेत माणसांचा हात जाऊ शकत नाही, याची कल्पना त्यांना आली आहे. मुन्या सुरक्षिततेसाठी टेबलाखाली, कॉटखाली पळतो. सुरक्षिततेचा हा विचार मांजरांना जन्मत: कळत असावा. त्यात आईचं किंवा इतरांचं अनुकरण वगैरे दिसत नाही. ती आपोआपच हे शिकत आहेत. त्यांच्या या गोष्टींचा विचार करू लागलो की आश्चर्य वाटतं. बशीतलं दूध प्यायलाही ती आईच्या संगतीनं वगैरे शिकलीच नाहीत. स्वतंत्रपणे त्यांनी एकदम सुरुवातच केली...पिलं मांजरीला जास्त ओढत असावीत, दूध नसलं तरी चोखत असावीत. त्यांची ही भूक ओळखूनच मांजरी चिमणी घेऊन आली असावी.

दोन आक्टोबरला पुन्हा काळा बोका आणि मुन्या यांची लढाई लांबवरून मध्यरात्री ऐकू आली. उठून बसलो तर खूपच लांबून आवाज येत होता. लगेच तो नाहीसाही झाला. मग झोपी गेलो. सकाळी उठलो तर मुन्या आलेला नव्हता. कुठंही बसतो; म्हणून वाटलं, येईल. पण आज दहा दिवस झाले; आला नाही. रोज रात्री झोपताना आणि सकाळी उठल्यावर बाल्कनीचं दार उघडून बघतो; तर त्याची बसायची जागा मोकळी असते. त्याचं काय झालं कुणास ठाऊक. कुठं घायाळ होऊन मरून पडल्याचंही दिसलं नाही. पण आसपास उंच गवत, खड्डे-खबदाडे खूप आहेत. त्यांत कुठं मरून पडला आहे की काय नकळे. मी त्याची आशा सोडली आहे. पण स्वातीला वाटतं, तो येईल असं. वाट पाहत बसणं एवढंच हातात आहे. काळ्या बोक्यानं शेवटचा निकराचा हल्ला केला की काय कुणास ठाऊक? मी मारल्यापासनं मुन्यावर तो खूप चिडूनही असावा. कदाचित तो त्या दिवशी मुन्याला शोधत तर घरात आला नव्हता? मुन्या नाही, निदान पिलं तरी खतम करू म्हणून त्यानं त्यांच्यावर धाड घातली असेल...कुणी सांगावं त्याच्या मनात काय होतं ते! त्याला खरं तर ठारच मारलं पाहिजे; तरच सोसायटीतली मांजरं नीट वाढतील.

मांजरी व्याल्यावर मुन्यावरचं तिचं प्रेम कमी झालं. विण्यापूर्वी ती त्याच्याजवळ बसत असे. त्याला चाटत असे. पण आताशा ती त्याच्याकडं अतिशय तटस्थपणे पाही. तोही लांबूनच तिला पाही. जाऊन आता दहा-एक दिवस झाले; पण त्याची तिला आठवणही नसावी अशी ती वागते. त्याच्या जाण्यामुळं तिला

काहीच का वाटत नसेल? वाटत नसावं असंच वाटतं. आपलं मूल आपल्याजवळ नाही; याबद्दल मांजरांना काही वाटतं की नाही? त्याचं त्यांना दु:ख होतं की नाही? होत असेल तर, मांजरी क्षणभरही त्या भावनेनं गप बसल्यासारखी, विचार करत असल्यासारखी वाटत नाही. ती सतत वर्तमान जगते असं वाटतं. भूक लागली की, ती दूध-भाकरीसाठी ओरडते किंवा माझ्याजवळ येऊन बसते. ते बसणंही स्वैपाकघराकडं तोंड करून. जवळ येऊन भूक लागल्याचं निदर्शक असं तिचं ओरडणं केविलवाणं असतं. तो केविलवाणेपणा तिच्या डोळ्यांतून सांडत असतो. भूक लागली नि तिला पोटाला भरपूर घातलं तर मग, तिला सुस्ती येते आणि ती आत्मस्थ होऊन झोपून जाते. पिलांना भेटून पाजत बसते. तिथंच पाजण्याच्या गुंगीत झोपी जाते. मग घर सामसूम झालं, बराच वेळ आपण घरात आहोत असं तिला वाटू लागलं की, बाहेर जाते. बाहेर कुठं खायला, कुठं शिकार मिळाली की, पोटाचा नगारा करून परत येते आणि पुन्हा सुस्त होऊन बसून राहते किंवा पिलांना कुशीत घेऊन झोपते.

...तिला दूध मागत राहण्याची खोड आहे. मुलीही तिला अधून मधून घालतात. पिलांवर उदंड प्रेम करते. त्यांना चाटत बसते. आचळं लालभडक होईपर्यंत पाजते...या गडबडीत मुन्याचा भूतकाळ आठवणं, त्याच्या आठवणींत रमणं, किंवा पिलांना हा तुमचा भाऊ, बाप म्हणून सांगणं तिच्याकडून होत नाही...एवढी जाणीव मांजरीला आणि एकूण मांजरांनाच असेल असं वाटत नाही.

...कदाचित माणसाचं सुखदु:खात्म जगणं, त्याच्या भावभावना यांच्या रीतिरिवाजानुसार मी हे सगळं पाहत असेन. प्राणिजीवन हे असंच असेल. एकदा आईच्या छायेत पिलं मोठी झाली की, ती स्वतंत्र होत असतील. स्वतंत्रपणे जगत असतील. स्वतंत्रपणे भक्ष्य शोधत हिंडत असतील. भक्ष्य मिळत असेल, पोटपाणी भागत असेल, तर स्वतंत्र रीत्या ती एकटी राहत असतील. तिथं स्वतंत्र विश्व स्थापन करत असतील. विशेषत: बोके असं करत असावेत. पहिली पिली मोठी झाली आणि दुसऱ्या पिलांना जन्म दिला की, मांजरीचं प्रेमही आपोआप नंतरच्या पिलांवर बसत असावं. त्यांची देखभाल, पालनपोषण करण्यासाठी ती रक्त आटवत असावी. निदान ही तरी असं करताना दिसते. कारण चुन्या-मुन्या लहान होते त्यावेळी ती अशीच त्यांच्यावर प्राणापलीकडं प्रेम करत होती आणि पिलं जन्माला आल्यावर नवजातांवर जीव टाकू लागली. पण एकावर जीव टाकताना दुसऱ्यावरचा जीव, प्रेम कमीच करावं लागतं असं कुठं आहे?...प्राणिपातळीवर असंच असावं. प्राण्यांचं प्रेम हे 'माणसाचं प्रेम' या भावनाशील मानसिक प्रक्रियेपेक्षा प्रत्यक्षातील आचार, पिलांना खाऊ घालणं, चाटणं, यांवरूनच

आपणाला दिसतं...मुन्या मोठा झाला, आता लहानांना आपण वाढविलं पाहिजे; या स्वाभाविक वृत्तीनं ती वागते आणि आपणाला वाटतं, तिचं मुन्यावरचं प्रेम कमी झालं; पण तसंच मानण्याला काही कारण नाही. मुन्या घरातून हिंडत होता तरी ती त्याला डाफरत नसे किंवा त्याला घरातून हाकलून देत नसे. दोघांना एका ताटलीत घातलं तर दोघं एकत्र खातही होती. असं एकत्र खाणं, दोन परकी मांजरं करतील असं वाटत नाही. तेव्हा मुन्या निघून गेला आणि मांजरी झुरत बसली नाही; यावरून तिचं त्याच्यावर प्रेमच नव्हतं असं म्हणता येणं कठीण आहे.

एखादं मांजर मोठेपणी आपल्या आईला सोडून जाऊ शकेल का? त्याचं उत्तर, सोडून जाऊ शकेल असंच असणार...मी शिवाजीनगरला असताना एकाच मांजरीची तीन पिलं सलगच्याच तीन वेगवेगळ्या घरी वाढत होती. त्यांची गाठभेट पडत होती, तरी ती एकमेकांना सोडून अन्न देणाऱ्या मालकाच्या घरात राहत होती. पण याविषयी ठामपणे काही सांगता येत नाही. सगळं गूढ राहतं एवढं खरं. जनावरांना माणसाशी बोलण्याची थोडी जरी शक्ती असती, तरी हे गूढ उकललं असतं. निसर्गानं हे गूढ माणसाजवळ असूनही माणसापासून लांब ठेवलं आहे.

साधी गोष्टही मांजरामांजरात एकमेकांना सांगता येत नाही. मांजरी पुष्कळ वेळा घरात असते आणि मुन्या पुष्कळ वेळ बाहेर हिंडून जेवायच्या वेळी घरी येत होता. कधी कधी आम्ही जेवायला बसलेलो असायचे. त्यावेळी मुन्याला वाटायचं की, मांजरीला अगोदरच खायला मिळालेलं असावं आणि मांजरीनं एकटीनं खाल्लं असेल तर आता आपणास मिळणं कठीण. या धोरणानं तो मांजरीच्या तोंडाकडं बघत बसे. खाल्ल्यानंतरची एक क्रिया म्हणून ती जिभेनं तोंड साफ करते का ते तो पाहत असे. जास्तच शंका आली तर, तिच्याजवळ जाऊन तिच्या तोंडाचा वास घेऊन पाही. – आता जर दोघांना साधं बोलता आलं असतं तर "खाल्लंस काय गं?" तर "थोडं खाल्लं" किंवा "नाही अजून" असं तिला उत्तर देता आलं असतं. पण बोलता येत नसल्यामुळं त्यानं ते वेगळ्या पद्धतीनं समजून घेतलं.

पिलं आता अतिशय खोडकर झाली आहेत. आईच्या शेपटीबरोबर, कानांबरोबर, पायांबरोबर खेळतात. एकमेकांत तर धुडगूस घालत असतात. जणू त्यांच्या नंतरच्या आयुष्यातील मारामारीचा सरावच चाललेला असतो. दूधभाकरी मिसळून छान खातात. त्यांची उगीउगीची मारामारी, मुकी भांडणं पाहण्यासारखी असतात. कोठीघरातील डबे, कपड्यांचा शेल्फ, खुर्च्या, पोती, भिंतीकडेला ठेवलेल्या

अनेक वस्तू ही त्यांची आडोशाची, दडण्याची ठिकाणं आहेत. त्यांतून ती पळतात. एकमेकांवर छुपे, लुटुपुटीचे हल्ले करतात. वस्तूंचे शेवट धरून ओढतात. पडद्याबरोबर धराधरी करतात. ज्वारीच्या पोत्यावर, ज्वारीची बारीक पाखरे झाली आहेत, त्यांच्या उडण्या-बसण्याकडं कौतुकानं पाहतात. पाखरू तोंडाकडं येत असेल तर पुढील पायांनी त्याला हटवण्याचा प्रयत्न करतात. त्यांचे खेळ ही त्यांची करमणूक असते.

त्यांची वाढ झपाट्यानं होत आहे. वरच्या अन्नामुळं ती भरपूर हगतात-मुततात. माझ्या चपलांचा आडवा पट्टा व उभ्या वाद्या ह्याही खेळण्यास वापरतात. एका बाजूनं पुढचा पाय रुंद वादीच्या खालून घालावयाचा; तो दुसरीकडून बाहेर आलेला दिसला की त्यांना गंमत वाटते. तसंच एकीकडून एकानं पाय आत घातला की दुसरीकडचं पिलू तो पकडण्याची धडपड करतं नि खेळाखेळी सुरू होते. खेळणं आणि झोपणं यापलीकडं त्यांना दुसरा उद्योग नाही. त्यांचे निळेभोर डोळे आता त्यांच्या आईसारखे पिवळे होत चालले आहेत. निळा रंग फिकट होऊन त्यातून पिवळा रंग उमटत चालला आहे.

प्रत्येकाला त्याचा त्याचा स्वभाव येत चालला आहे. बाळ्या खोलीचं दार उघडलं की, घरभर सगळ्यात जास्त चपळाईनं हिंडू लागतो. इतरांपेक्षा घाईनं नि आवडीनं भाकरी-चपाती खात असतो. जास्त खेळतो. जास्त चपळ. खेळात नेहमी दुसऱ्या मांजराच्या उरावर. परवा भाकरीचा तुकडा घातला, तर त्यानं तो स्वत:च्या ताब्यात घेतला नि इतर दोघांना तो जवळच येऊ देईना झाला. त्यांच्यावर गुरगुरू लागला. मला मोठी गंमत वाटली. एवढं एवढंसं, पायाच्या अंगठ्याएवढं पोरटं; पण आव आणतं वाघोबाचा. उंचीवर आणि उंचीवरून उड्या मारण्यातही तो पटाईत आहे. जास्त धाडस दाखवतो. झेप घेऊन उडी मारतो. बाकीचीही झेप घेतात पण ती जाणीवपूर्वक नसते. तुलनेनं याची झेप मोठी असते. बाकीची उंचीवरून उडी मारायला किंवा उंचीवर उडी मारायला भितात. तिथं तो सहज उडी मारतो.

पवळ्या शांत वाटतो आहे. पण तो बाळ्याखालोखाल चपळ आहे. ढवळी जरा भित्री वाटते. खेळते, पण नाजूकपणा जास्त आहे. उडी मारतानाही झेप घेण्याकडं प्रवृत्ती नाही; सरपटत उतरण्याकडं कल जास्त आहे. अचानक एखादी वस्तू समोर नेली की घाबरून घट्ट होते. आता या पिलांनी खोकं कायमचंच सोडलं आहे. त्यात ठेवलं तरी बसत नाहीत. बाहेर येऊन बसतात.

रात्री बारा साडेबाराच्या सुमारास मांजरी बाहेर गेली होती. तिला बाहेर जायचं असेल तर ती मी जिथं झोपतो त्या ठिकाणी हॉलमध्ये येऊन बारीक आवाजात जराशी ओरडते. कॉटवर येते. मी खिडकीचं दार उघडलं की बाहेर

जाते. आत यायचं असलं तरी तिथंच बाहेरून खिडकीत येऊन बसते नि ओरडते. रात्री दोन-अडीचच्या सुमाराला ती बाहेरून आली नि ओरडू लागली.

उठून बघितलं तर तोंडात दांडगाच्या दांडगा उंदीर. पिलांसाठी हे तिनं आणलं होतं हे उघड होतं. मी तिला त्या स्थितीत घेण्याचं नाकारलं. 'बाहेर जा' म्हणून खाली ढकललं तर पुन्हा ओरडू लागली, केविलवाणे सूर काढू लागली. 'पिली उपाशी आहेत, त्यांना खायला शिकवणं अतिशय जरूरीचं आहे, तुम्ही मला अशीच आत घ्या.' असं जणू ती विनवून सांगत होती.

शेवटी तिला आत घेतली...बघू तर पिली उंदीर खातात काय. आठ एक दिवस गेल्यावर पुन्हा हा दुसरा प्रयोग. कदाचित, पिसांमुळं चिमणी खाल्ली नसेल; तर बिनपिसांचा उंदीर खातात की काय बघावा म्हणून तो ती घेऊन आली असणार.

ती सरळ ओरडत, पिलांना 'या या' म्हणत, त्यांना एका जागी बोलवत, काही तरी त्यांना खायला मिळणार आहे याची जाणीव देत कोठीघरात गेली.

दोन-तीन मिनिटं मी गप्प कॉटवरच थांबून हळूच कोठीघरात गेलो; तर सगळी पिलं त्या मेलेल्या उंदराला फक्त हुंगत होती. बाजूला जात होती. त्यांचं ते हुंगणं मांजरी टक लावून पाहत होती. तिला वाटत होतं, ती खातील; पण कुणीच खाईना.

मग पाच-दहा मिनिटं तशीच गेल्यावर ती उंदराला एका बाजूला घेऊन बसून खाऊ लागली. उंदराच्या तोंडाकडून खायला सुरुवात करून त्याचं तोंड धडापर्यंत खाऊन संपवलं. उरलेला भाग मऊ असतो; म्हणून तो पुन्हा पिलांसमोर आणून ठेवला. त्यांना तिनं दाखवून दिलं की, मी हे खाते; तुम्हीही खाऊन बघा. पण पिलं फक्त हुंगतच राहिली. पुन्हा पाचएक मिनिटं पाहिलं नि मी झोपायला गेलो.

...पिलांना अजून चिमणी-उंदीर नको वाटतो. म्हणजे अजून ती दुधावर पोसण्याच्याच वयाची आहेत. असं असेल तर मग, ती भाकरी-चपाती कशी खातात? आणि तीही मोठ्या आवडीनं खातात; हे कसं काय?...मांजर मुळात हिंस्र प्राणी असला तरी तो घराळलेला आहे. म्हणून तो प्रथम भाकरी, चपाती, भात खात असावा. या अन्नावर शरीर, दात, आतडी, पोट यांची पुरेशी वाढ झाल्यावर मग तो उंदीर, सरडे, चिमणी खात असावा.

आता ही पिलं दुपारी मस्त झोपताना दिसतात. ती मोठ्या मांजरासारखे अंगाचे आकार करून निरनिराळ्या अवस्थांत झोपतात. एकटी एकटी पण एकत्र झोपतात.

मुन्या नाहीसा झाल्यापासून काळा बोका इकडच्या बाजूला एकदाही दिसला

नाही. त्याचे दोन्ही-तिन्ही प्रतिस्पर्धी त्यानं लोळवल्यानं, आता त्याला पुन्हा आपलं साम्राज्य स्थापन करता आलं असावं. तो आता स्वैरपणे रानातून हिंडत असणार...वाटलं होतं, मुन्या त्याच्या नरड्याचा घाटा फोडेल. तरुण, चपळ, धारदार नख्यांचा आहे. पण तोच त्याचा बळी झाला. कसंबसं एक-दीड वर्षाचं पोर ते. नाजूक, पांढरं शुभ्र. त्याला तो भारीच असणार.

पिलांचं हगणं-मुतणं जोरात सुरू झाल्यानं, पाच दिवसांपूर्वी त्यांना बाल्कनीत मुक्कामाला आणलं आहे. त्यांचं घर, त्यांची बसायची चादर, ताटली हे सगळं इथं आणलं आहे.

आता ती बाल्कनीतल्या जागेत छानपैकी वाढत आहेत. रोज सांज-सकाळ त्यांना खाना सुरू आहे. स्मिता त्यांना दुपारीही एखाद्या वेळेस घालते. बाल्कनीत खोकं ठेवलं असलं तरी, त्याचा उपयोग आता नुसता शोभेलाच. त्याचा तळाचा भाग तर पिलांनी खेळायला म्हणून घेतला आहे. तो ती ओढतात, ओरबाडतात, चावतात, फरफटत दूर नेतात. त्याचा आवाज होताना त्यांना आनंद होतो. त्याचा त्रिकोण करून उभा केला की, त्यात लपणं, लपून हळूच पुढचा पाय बाहेर काढून दुसऱ्याची खोडी काढणं, हा उद्योग चालतो. तो दुसऱ्याच्या ध्यानात आला की, दुसरं त्या त्रिकोणावर बाहेरून उडी घेऊन तो भुईसपाट करुन टाकतं. तरी पुन्हा लपालपी चालूच असते.

बाल्कनीत त्यांना हगण्यामुतण्यासाठी पत्र्याच्या तगडावर वाळूमाती घालून ठेवलेली असते. ही पिली कुणी काहीही न शिकविता त्यात जाऊन हगतात, मुततात. किंबहुना खेळता खेळता, पळता पळता ती तगडावर गेली की, वास घ्यायला लागतात नि लगेच पुढच्या पायानं माती उकरून तिथं मुततात किंवा हगतात. लगेच त्यावर चारी बाजूंची माती ओढून मोकळी होतात. ही जन्मजातच वृत्ती दिसते. मांजरी, मुन्या हे घराबाहेर हगणं-मुतणं करून त्यावर माती ओढत. तीच ह्यांची वृत्ती. हा भाग स्वच्छतेचा नसावा. मांजरं अतिशय स्वच्छ राहतात ही गोष्ट खरीच, पण ती आपले मलमूत्र झाकून टाकतात यापाठीमागं केवळ स्वच्छता नसावी. आपल्या मलमूत्राचा वास इतर परक्या मांजरांना येऊ नये, त्यांना आपण इथं असल्याचा थांगपत्ता लागू नये म्हणून ती असं करत असावीत. एक मांजर दुसऱ्या मांजराचा शोध त्याच्या वासावरून, हगण्यामुतण्यावरून घेतं. अनेक वेळा त्यांच्या कृतीवरून हे जाणवतं...घरात वाळू-मातीच्या तगडावर ती हगतात-मुततात. ते त्यांना शिकवावं लागत नाही. कदाचित त्यात खड्डा काढता येतो, घाण केल्यावर ती झाकता येते; हे जाणून ती त्यावरच घाण करतात. या पिलांच्या जन्माअगोदर कधी कधी, अदम्य होऊन मांजरी घरात घाण करत असे. पण ती सुद्धा एखाद्या खोपड्यात, सांदरीत, एका बाजूला घाण करत असे. हेतू

असा की, झाकता येत नसलं तरी, चटकन कुणाला त्याचा वास येऊ नये; आला तरी कोठून येतो ते कळू नये; असाच असावा.

पिलं आताशा झोपतानाही वाघसिंहासारखी चारी पाय लांब करून आडवी पडून झोपतात. जवळच त्यांची आईही झोपलेली असते. स्वतंत्र झोपण्याइतका आत्मविश्वास त्यांना आलाय. पवळ्या तर दूध प्याल्यावर तिथल्या तिथं लुडूकदिशी झोपून गेलेला असतो.

पवळ्या लुकडा होईल असं वाटतं. कणखर असला तरी, उरलेल्या दोनांइतका तो कणखर वाटत नाही. दूधभाकरी खातानाही फक्त दूधच चाटत बसतो. भाकरी-चपाती फार हळूहळू, दात नसलेल्या प्राण्यासारखा खातो. लहान होता त्यावेळी आचळ मिळायचं नाही म्हणून सारखा ओरडायचा, रडायचा. त्यावेळी मला वाटायचं की, हा एक आचळ पिऊन दुसरं आचळ पकडण्यासाठी सतत प्रयत्न करतोय. आणि ते मिळत नाही म्हणून रडतोय. पण तसं नसावं. त्याला दूध जोरात चोखता येत नसावं; त्यामुळं ते कमी पडत असावं म्हणून तो दुसऱ्या आचळासाठी धडपडत असावा. या त्याच्या दुबळेपणाची मांजरीला कल्पना असावी. म्हणूनच ती त्याला एकट्याला बाजूला घेऊन अधूनमधून पाजायची.

पवळ्याच्या या साध्या स्वभावामुळं, मी कॉटवर बसलेलो असताना तो पुष्कळ वेळा माझ्याजवळ येतो आणि माझ्या अंगाच्या, मांडीच्या उबीत झोपून जातो. त्याचा आवाजही बारीक आहे. चुन्याचा आवाजही असाच बारीक होता. त्याचा रंगही चुन्यासारखाच आहे. पांढरे अंग आणि त्यावर विशिष्ट ठिकाणी तपकिरी ठिपशांचे तुकडे. स्वभावानंही चुन्या हा मुन्यापेक्षा शांत होता; तसाच हाही आहे.

बाळ्या सध्या बाल्कनीतली प्रत्येक वस्तू खेळासाठी वापरतो आहे. काल ज्वारी पाखडून पोतं भरून हॉलमध्ये गठळं ठेवलं आहे, तर त्याचाही उपयोग वरून खाली, खालून वर उड्या मारण्यासाठी तो करतो आहे. खेळताना सगळ्यांना हैराण करून टाकतो. सगळ्यांत जास्त त्याच्या खोड्या चाललेल्या असतात. त्याच्या या स्वभावामुळं तो जिथं जाऊन एखाद्या वस्तूशी हिकमतीनं खेळू लागतो आणि दुसऱ्यांना ती खेळाची वस्तू व तिच्याशी खेळण्याची पद्धत दाखवून देतो, तिथं बाकीची दोन्ही पळू लागतात, जाऊन खेळू लागतात.

ढवळी पण चपळ, कडमडी होत चालली आहे. पवळ्यापेक्षा अधिक चपळ झालेली आहे. तिसऱ्या नंबरातून ती दुसऱ्या नंबरात आलेली आहे. बाळ्याशी तीच जास्तीत जास्त खेळत असते. अंगानंही आता भरत चालली आहे. पूर्वी ती फारच किरकोळ दिसे. आता बारीक दिसली तरी किरकोळ, दुबळी वाटत नाही. आवाज बाळ्यापेक्षा बारीकच, पवळ्यागत आहे. बाळ्याचा आवाज दोघांच्या

तुलनेनं मोठा आहे.

काल रात्री तीनही पिलांच्या गळ्यात दोन दोन हिरव्या बांगड्या घातल्या. बांगड्या गळ्यात घातल्यावर बोका त्यांची मान चटकन फोडू शकत नाही, म्हणून त्या घालायच्या असतात. त्या दोन दोन बांगड्या पिली पळताना किणकिणू लागल्या तशी सगळ्याच पिलांना गंमत वाटू लागली. कडमड्या बाळ्या तर त्यांच्याशीच खेळू लागला नि खेळता खेळता त्यानं दोन्ही बांगड्या तोंडात घेतल्या. त्या अशा घेतल्या की, धडपड करूनही त्याला त्या तोंडातून काढता येईनात. तोपर्यंत त्याच्याकडं आमचं लक्षही नव्हतं. तो अचानक विंचू चावल्यासारखा ओरडू लागला. शिर तुटलेल्या कोंबड्यासारखा उलटापालटा होऊ लागला. मला काहीच कळेना—याला काय झालं ते. पाहिलं तर ही अवस्था. त्याला मी पकडला तर, हातातून उसळी मारू लागला. तोंड दाबून धरून बांगड्या काढण्याचा प्रयत्न करू लागलो, तर तो पायांनी माझे हात झटकू लागल्यामुळं मला बांगड्याही काढता येईनात. मांजरी तिथं होती. अचानक हे काय झालं म्हणून तीही गडबडून गेली. मग मी त्याला भुईबरोबर गच्च धरला नि एकएक बांगडी त्याला जखम होणार नाही अशा बेतानं फोडून काढली. दरम्यान त्याची पाचावर धारण बसली होती. अचानक काय झालं हे त्याला कळूनच आलं नाही. त्याला वाटलं असावं, आपल्या अतिधडपड्या स्वभावाचा हा परिणाम आहे. गांगरून तिथंच गप्प बसून राहिला. संकटनिवारण झालं की नाही याचा अंदाज घेण्यासाठी सगळीकडं बघू लागला. घाबरला होता म्हणून त्याला कॉटवर माझ्याजवळ घेऊन बसलो; तर अर्धा एक मिनिट गप्प बसून लगेच बेडशीटच्या डिझाईनच्या रेषा पकडण्याचा खेळ खेळू लागला. दोन-चार मिनिटांतच बाकीच्या दोन्हीही पिलांच्या गळ्यांतील बांगड्या आम्ही काढून टाकल्या.

पोटं भरली की, दंगामस्ती सुरू होते. टीपॉयमध्ये ठेवलेली मासिकं खाली ओढून त्यांच्याशी मस्ती करणं, त्यांच्या आवाजानं गंमतीला येऊन जास्तच मस्ती करणं, खुर्चीखाली, टेबलाखाली माझे पाय असतील तर त्यांच्या लेंग्याशी ओढाताण करणं, त्यात घुसून पायावर चढणं, तेथून प्रयत्नपूर्वक उतरणं, उड्या मारणं, हा उद्योग सतत चालतो. कॉटवर आणि आरामखुर्चीवर त्यांची अजून झेप जात नाही. मग कॉटच्या वर लोंबणारा जो बेडशीट आहे त्याच्यावर यांची उडी पडते आणि त्यात पुढचे दोन पाय अडकल्यावर मग एक एक पाय काढून वरती रोवत ती वर येतात. पत्री खुर्चीच्या पायांवर चढूनही खेळ चालतो. दोघांच्यामध्ये लाकडी भोवरा हॉकीसारखा टोलवत राहणं, सायकलची निकामी काळी ट्यूब दोन्ही तिन्ही बाजूंनी ओढणं, तिच्या हालचाली बरहुकूम उड्या मारून तिला पकडणं, खोक्याचा तळ सगळ्यांनी मिळून दोन्हीतिन्हीकडून

ओढणं; त्यावर उड्या मारून तो हलू न देणं, हाही उद्योग चाललेला असतो.

शिवाय एकमेकांशी कुस्ती खेळणं हा तर प्रेक्षणीय प्रकार. हा खेळ बघताना वेळ कधी निघून जातो हे कळत नाही. या कुस्तीत बाळ्या क्वचितच खाली असतो. बहुधा वरच त्याची पकड असते. प्रत्येकाला धरून तो खाली ओढत असतो. खेळात या तिन्ही पिलांची अंतराळउडी दीड-पावणेदोन फूट उंच जाते. तेवढ्या उंच उडून ती अंगावर झेप घेतात. त्यांची ती अनवधानी झेप बघून आश्चर्य वाटतं. एकमेकाला धरताना प्रथम ती पुढच्या दोन पायांचा चक्क हातासारखा वापर करतात. एक पैलवान जशी दुसऱ्या पैलवानाच्या मानेत एका हाताची पकड घालण्यासाठी धडपडत असतो, दुसऱ्या हातानं दुसरा हात पकडतो; तसाच ती दुसऱ्या दोन पायांचा पकडीसाठी वापर करतात. एक एक पाय हातासारखा मागंपुढं करूनही ती त्यानं दुसऱ्याला मारू शकतात. या पुढच्या दोन पायांची मिठी घालू शकतात; त्या मिठीत समोरच्या मांजराला गच्च पकडू शकतात. दुसऱ्याचं तोंड, पाय त्यांनी बाजूला करू शकतात. दूधभाकरी खाताना तर पवळ्या नि ढवळी दुसऱ्याचं तोंड बाजूला करण्यासाठी सतत पुढच्या पायांचा उपयोग करत असतात, पायाखाली भाकरीचा तुकडा पकडून त्यावर आपला 'हात' मारून हक्क प्रस्थापित करतात. या पुढच्या पायांची हालचाल विजेच्या गतीनं ती करत असतात. त्यामुळं माणसांच्या हातांपेक्षा जास्त उपयुक्त असे ते पाय वाटतात. पुढच्या पायांचा जसा हातासारखा वापर करतात, तसा मागच्या दोन्ही पायांचाही ती भांडणात अतिशय तरबेजपणे वापर करतात. एखादं पिलू खाली गेलं असेल आणि त्याच्या उरावर दुसरं बसलं असेल, तर खालचं पिलू पाठीमागच्या दोन्ही पायांनी अतिशय जलद हालचाली करून वेगानं वरच्या पिलाला बाजूला ढकलत असतं. अंगाची मोटकुळी करून, चारी पाय एकत्र आणून त्यांचा एकाच केंद्रावर मारा करतं. हा मारा प्रामुख्यानं वरच्या पिलाच्या तोंडावर असतो. म्हणजे चारीही पाय हे पाय नसून त्यांचे हात वाटावेत इतका त्यांचा वापर ही पिली नि मांजरंही करताना दिसतात. खाल्ल्या-प्याल्यावर असा सारखा खेळ सुरू असतो. कंटाळत अशी नाहीत.

काल रात्री मांजरीनं पुन्हा मोठाच्या मोठा उंदीर पकडून आणला नि खिडकीपाशी आली. पुन्हा तोच प्रयोग. मी तिला बाल्कनीतल्या पिलांजवळ सोडून हॉलचं दार झाकून घेतलं.

रात्री दोनच्या सुमारास आणलेला उंदीर सकाळी तसाच एका बाजूला मांजरीनं ठेवून दिलेला दिसला. मी गेलो नि त्याला हात घातला तर मांजरी चटकन उठली नि तिनं तो 'मला खायला पाहिजे; नेऊ नका.' म्हणून तोंडात पकडून ठेवला. पिलं त्याला फक्त हुंगून बाजूला झाली.

बराच वेळ तो तसाच पडला होता. कधी आठ-नऊच्या सुमाराला मांजरीनं अर्धा खाल्ला होता. मग दुपारपर्यंत तसाच अर्धा पडलेला उंदीर बघून स्मितानं टाकून दिला...म्हणजे अजून पिलं शाकाहारीच आहेत. कदाचित ती अशीच दूधभाकरीवाली राहता की काय कुणास ठाऊक! मांजरीला घराबाहेर काढल्यावर ती पुन्हा तो बाहेर टाकलेला अर्धा उंदीर घेऊन घराभोवतीनं तासभर फिरली. आत येण्यासाठी ओरडली. म्हणून पुन्हा आत घेतली; तर तिनं तो पुन्हा आणला नि पिलांच्या झोपायच्या जागी जाऊन त्यांना पुन्हा हाक मारली. पिलं धावतच गेली. पण त्यांनी त्याला नाक लावून शेवटी नकारच दिला. ती 'खा ना, खा ना' म्हणून ओरडतच राहिली. पुन्हा तास-दोन तास वाट पाहून तो दूरवर टाकून दिला नि मांजरीला घरातच कोंडून घातली.

मुन्या आलाच नाही.

त्याच्या आठवणी होतात. चेहरा डोळ्यांसमोर दिसतो.

रात्री मी आणि स्मिता त्याच्या आठवणी काढत तासभर बोलत बसलो.

शेवटी काळ्या बोक्यानं जिंकली. तो आता इकडं फिरकतही नाही. फर्लांगभर अंतरावर असलेल्या गोऱ्यांच्या बंगल्याच्या बाजूला अधूनमधून दिसतो असं सोसायटीचा वॉचमन सांगतो.

सकाळी दहाची वेळ. या क्षणी तीनही पिलं माझ्या पायांशी झोंबत आहेत. दोन लेंगा ओढत आहेत. पवळ्या आताच उडी मारून वर आला आहे. मी लिहितो आहे तिथं येऊन बघू लागला आहे. मधूनच हलणाऱ्या हाताला, कागदाला पकडतो आहे. डाव्या हातातील घड्याळाच्या पट्ट्याशी चाळा करतो आहे. त्यामुळं मी इथंच लेखन थांबवतो आहे. कंटाळाही आला आहे.

रात्री आठ वाजताची वेळ. मांजरी पिलांना पाजत कॉटवर पडून राहिलेली आहे. याच्या अगोदर कॉटजवळच्या खुर्चीवर मी बसलो होतो. शेजारच्या खुर्चीवर ढवळी आणि बाळ्या कुस्ती खेळत, खोड्या करत होते आणि पवळ्या एकटाच मांजरीचं दूध पीत होता. म्हणून मी बाळ्याला, ढवळीला मांजरीजवळ नेऊन ठेवलं; तर ढवळी दूध प्यायच्याऐवजी मांजरीच्या निरणाचा वास तिच्या शेपटीखाली तोंड घाल-घालून घेण्याचा प्रयत्न करीत होती. शेवटी तिला यश मिळालं आणि ती शेवटी जीभ बाहेर काढून इकडंतिकडं दाखवू लागली...आता ती बरोबर दीड महिन्याची आहे. तिचं वजन फार तर दोन-तीनशे ग्रॅमच असेल. अजून ती एका हाताच्या पंजात सहज बसू शकते. अजून तिनं मांसाहाराला आरंभ केला नाही. इतकी नवजात आहे, तरी हे कृत्य. हे कृत्य हीसुद्धा नैसर्गिक वृत्तीच दिसते. कारण तिला हे कुणी शिकवलं नाही नि तिनं हे पाहिलंही नाही.

थोड्या वेळापूर्वी बाळ्यानं एक पराक्रम केला. या पिलांची ताटली किंवा बशी कुणीतरी हातात घेतल्यावर या पिलांना कळतं की, आता त्यांना दूधभाकरी खायला मिळणार. मग ती ताटलीवाल्याबरोबर इकडंतिकडं पळू लागतात. मुख्य म्हणजे हे सर्व स्वैपाकघरातून आणलं जातं, प्रसंगी स्वैपाकघरातच त्यांना खायला घातलं जातं; याची त्यांना पक्की कल्पना आली आहे. स्वाती भाकरीचा कुस्करा करत स्वैपाकघरात उभी होती आणि बाळ्या तिच्याबरोबर स्वैपाकघरात पळाला होता. भाकरीचा वास आल्याबरोबर भसकन भाकरीच्या शिबड्यातील भाकरी तोंडात धरून तो बाहेर पळवू लागला. आजच कागलहून आलेल्या अक्कांनी ती तोंडातून सोडवून घेण्याचा प्रयत्न केला; पण त्यानं ती सोडली नाही. तेव्हा त्याच्या तोंडात तसाच तुकडा राहिला नि भाकरी आक्कांच्या हातात आली. तेवढाच तुकडा तोंडात घेऊन तो बाहेर दन्नाट पळत आला नि एका बाजूला बसून विजेच्या गतीनं मटकावून मोकळा झाला.

एखाद्या वेळेस स्वातीनं ताटली आत नेलेली असेल आणि त्याला चकवून स्वैपाकघराजवळचं हॉलचं दार बंद केलं असेल, तर टेबलापाशी लिहीत बसलेल्या माझ्याजवळ येऊन सारखा ओरडू लागतो. जणू तेवढं 'दार उघडून द्या' असं त्याला परोपरीनं विनवायचं असतं...या बाळ्याचं ओरडणं मोठं मजेशीर असतं. भूक लागली की तो, 'मी ओरडतो आहे, कुणीतरी माझ्याकडं लक्ष द्या ना,' अशा आक्रस्ताळ्या आवाजात ओरडतो...लाडावलेल्या लहान मुलासारखा वागतो. अजून त्याला कोणत्याही कारणासाठी शिक्षा झालेली नाही. त्यामुळं तो स्वैर भटकत असतो. भूक लागली की मुक्तपणे ओरडतो. मुक्तपणे घरभर पळतो. ओरडून आपल्याकडं लक्ष वेधून घेतो.

खेळताना अतिशय गंमतीच्या खोड्या करीत असल्यामुळं त्याला कुणीतरी कौतुकानं उचलून घेतं, गोंजारतं, मस्ती करतं, अंगाबरोबर घेऊन दाबतं, वर वर उडवतं; तर त्याला ते मुळीच नको असतं. तो लगेच तक्रारीच्या सुरात ओरडू लागतो; 'सोडा ना मला ऽऽ' असा त्याचा हेका. त्यावेळी हातातून सुटण्याचा जिकिरीचा प्रयत्न करतो. कळवळतो, पायांच्या रेट्यांनी अंग पकडीतून काढून घेऊ लागतो. हे सगळं करत असताना ओरडणं चालूच असतं. सोडल्यावर पुन्हा खेळ, मस्ती पूर्वीच्याच चपळाईनं चालू होतं...ते एक खेळात रमलेलं मूल असतं. त्याला आपण मधेच प्रेमानं उचलून घेत असतो. त्यामुळं ते कुरबूर करतं; वळवळून खाली झेपावतं, सुटू बघतं.

१०

31st October

व्याख्यानांच्या निमित्तानं लांब लांब जाऊन आलो.

वीसला सकाळी स्मिता अस्वस्थ झाली. तिचे दिवस भरले होते. लगेच तिला हॉस्पिटलमध्ये नेलं. दुपारी बारा-पाचला ती बाळंत झाली. त्यामुळं आल्यावरही एक-दोन दिवस गडबडीत गेले. तिला एकच गोजिरवाणं पिलू झालं.

अठराला पणजीहून मी आल्यावर रात्री आठ-नऊच्या सुमाराला स्वातीनं एक बातमी सांगितली, "बाबा, बाळ्या सरडा खायला शिकला. काल मांजरीनं एक सरडा आणला होता; तो त्यानं खाल्ला."

मला आनंद झाला. एकदाची ही पिलं मांसाहार करायला शिकली की, ही खरी मांजरं झाली. मग त्यांना बाहेर सोडायला हरकत नाही.

एकोणीसच्या रात्री एक-दोनच्या सुमाराला मांजरी उंदीर घेऊन हॉलच्या खिडकीत आली. बाहेर किंचित पाऊस होता. तोंडात उंदीरही चांगला मोठा होता. खिडकी उघडल्याबरोबर ती माझ्या गादीवर उडी मारणार नि आपल्या चिखुळलेल्या पायांनी माझी गादी खराब करणार, म्हणून जरा थांबलो; तर जास्तच केविलवाणं ओरडू लागली...बाळं आता मांस-मछली खाऊ लागली म्हणून ही उत्साहानं रोज त्यांना शिकार करून खायला घालणार. मुलं मांसाहार करायला शिकल्याबरोबर तिचा उत्साह वाढला असणार, तेव्हा हा रोजचा उद्योग. रोज एखादा दुर्दैवी जीव हिच्या शिकारीला बळी पडणार आणि ते मृत शरीर घरी येणार. तरी मी तिला आत घेतलं नि हॉलचं दार उघडून तिला बाल्कनीत सोडलं. लगेच अंथरुणावर पडून झोपी गेलो.

...मांजरं पाळायची तर हे सोसावं लागणार. त्यांचं भक्ष्य त्यांना दिलंच पाहिजे. ती त्यांच्या स्वभावानुसार जगत राहणार. आपण हळहळून उपयोगाचं

नाही. हे पिलांचे गोंडस, कोवळे, निष्पाप जीव जगण्यासाठी आता रोज एक जीव तरी बाहेर रानात मरणार. पुढं पुढं रोज तीन-तीन तरी मरणार. म्हणजे मांजरी वाल्या कोळ्याची भूमिका वठवते आहे. आपल्या पिलांसाठी जीवमारी करते आहे. वाल्याचं ठीक होतं; तो माणूस होता. शिवाय तो पुरुष. त्यानं ऋषी-मुनी वगैरे होण्यासाठी आपली बाळं, बायको यांचाच त्याग केला. पण या नैसर्गिक जीवांचं काय? मांजरीला ही जीवमारी थांबविता येईल?...आपला स्वभाव सोडून पिलांना उपाशी मारणं तिला अशक्य आहे. वाल्याचा वाल्मिकी झाला; पण मांजरीचा साधा ससासुद्धा होणार नाही...होऊही नये. मांजरीनं मांजरीसारखंच जगावं...पिलंही पुढं हेच करणार. रोज सरडे, चिमण्या, उंदीर मारणार नि खाणार.

...आणि हे मी पाहतो आहे. म्हणजे पर्यायानं रोज निदान तीन जीव जगातून नाहीसे करायला तीन यमदूत मी तयार करतो आहे...मी स्वत: मांसाहार करत नाही, ते जीवहत्या करून माणसानं जगण्याला विरोध असल्यामुळंच. सृष्टीवर भरपूर अन्नधान्य, फळफळावळ, पीकपाणी आणि पिकाऊ जमीन असताना – बुद्धिमान, पृथ्वीवरील सर्व शक्तिमान, सर्वात शहाण्या प्राण्यानं प्राणिहत्या करावी नि भूक भागवावी; हा कुठं तरी त्याच्या बुद्धिमत्तेचा, विचारशक्तीचा, कल्पकतेचा पराभव आहे असं मला वाटतं. ज्यानं अभय द्यायचं तोच सज्जन, राक्षस होऊन सर्व भक्षण करतो आहे...पण हे माणसाच्या बाबतीत ठीक असलं तरी, प्राण्यांच्या बाबतीत उत्तरं वेगळी आहेत. निसर्गानंच ती दिली आहेत. हरिण, उंदीर, मेंढरू, शेळी, ससा इत्यादी प्राणी जणू निसर्गानं दुसऱ्या प्राण्यांचं भक्ष्य म्हणूनच जन्माला घातले आहेत. हे सगळेच प्राणी दुबळे आणि मांसाहार न करणारे. ते हिंस्त्र प्राण्यांना पटकन सापडतात आणि त्यांच्या भोजनाचा प्रश्न सुटतो.

उंदीर-मांजराचा संबंधही असाच भक्ष्य-भक्षक म्हणण्यापेक्षा भोज्य-भोजक आहे. कितीही पोट भरलेलं असलं तरी, समोर आलेलं हे भोजन मांजर कधीही सोडत नाही.

मी हे तत्त्व वास्तव म्हणून स्वीकारलं...आता मला तो उंदीर मरतो आहे याची हळहळ वाटेना. पूर्वी नाही म्हटलं तरी मांजरीच्या तोंडात गरीब उंदीर, केविलवाणा सरडा नि निष्पाप वाटणारी चिमणी पाहिल्यावर मला गलबलून येत होतं. मांजरीची चीड यायची. असले प्राणी पाळू नयेत. हकलून द्यावेत असं वाटायचं. पण आता तसं वाटत नाही. निसर्ग-चक्रातला मीही एक निसर्गनिर्मित जीव आहे, मी एकटा निसर्ग बदलूच शकत नाही. कुणीही बदलू शकत नाही याची जाणीव झाल्यानं, निसर्गाला निर्भीडपणे सामोरं जायचं ठरवलं.

एकवीसला सकाळीच मांजरी सरडा घेऊन आली होती. सरळ तिला मी आत घेतली. बाळ्या, पवळ्या, ढवळी तो कसा खातात हे पाहायला उत्सुक झालो. जिन्याजवळच्या दारातून मांजरी आत आली होती. पिलं हॉलमध्ये खेळत होती. मांजरीला हॉलमध्ये येताना पाहून नि तिचं ओरडणं, म्हणजे बोलावणं ऐकून ती तिच्याकडं धावली. मांजरीनं सरडा तिथंच हॉलमध्ये त्यांच्यापुढं ठेवला. त्याचं तोंड चावून चावून मांजरीनं त्याला ठार मारल्याचं दिसत होतं. कीर्ती त्याला पाहून हळहळली. पण मी तो शेपटीला धरून बाल्कनीत त्यांच्या बैठकीवर नेऊन ठेवला.

तिथं तीनही आली. प्रथम तो पवळ्यानं पुन: पुन्हा मागनं पुढनं हुंगला नि तो त्याच्यापासनं निघून गेला. खेळू लागला. बाळ्याही जरासा हुंगून खेळण्याच्या नादात गुंगला. मला आश्चर्य वाटलं. कारण स्वाती म्हणाली होती की, तो सरडा खातो. ढवळी सरड्याजवळ गेली नि तिनंही हुंगला. मग जराशी ती त्याची शेपूट ओढून, मग लगेच पाय ओढून खेळली. मग तिनं त्याचं मांजरीनं चावलेलं तोंड हुंगलं. जरासं चाटलं नि तिनं ते चटकन तोंडात धरलं. धरून जराशी थांबली नि हाडामांसासह चावून फोडू लागली. कंडका पाडू लागली. खाऊ लागली. तिचं ते खाणं बघून बाळ्या तिच्याकडं धावला, तर ती पटकन सरडा पायात धरून त्याच्यावर गुरगुरू लागली. दुसऱ्या बाजूनं पवळ्या तिकडं गेला तर तिनं पटकन सरडा तोंडात धरला नि त्याच्यावर दोन्ही पाय रोवून ती गुरगुरत बसली. संधी साधून पटकन त्या दोघांच्या मधून सरडा घेऊन पळाली नि बाजूला जाऊन खात बसली. बघता बघता दोन-तीन मिनिटांत तिनं एकटीनंच तो सरडा फस्त केला. सगळे चकित झाले. तिच्या एवढ्याशा पोटात तो सरडा जाऊन तरी बसला कसा, याचं आश्चर्य वाटलं. शेवटचा तुकडा पोटात जाईपर्यंत ती गुरगुरत गुरगुरतच घास करत होती.

...वास्तविक तिचं हे गुरगुरणं बाळ्यानं प्रथम सर्वांना देख दाखवूनच चालू केलं. चुन्यामुन्या पूर्वी कोणतीही वस्तू एकत्र खात. त्यासाठी भांडत नसत. किंवा गुरगुरतही नसत. पण बाळ्यानं हा धडा प्रथम सर्वांना दिला. काही दिवसांपूर्वी रात्री, एकदा सगळ्यांना दूध-चपाती घातली होती, तर हा बाळ्या सगळी बशीच आपल्या मालकीची करून बसला. कुणी तोंड घालू लागलं तर त्यांना गुरगुरून पंजा मारू लागला. त्याच्या आत्मरक्षणाच्या दृष्टीनं हे चांगलंच होतं; तरी तिघांनी मिळून एकत्र जगण्याच्या दृष्टीनं ठीक नव्हतं. त्या तिघांनाही बहीणभावंडं म्हणून निदान काही दिवस तरी एकत्र काढणं आवश्यक होतं.

दुसरं असं की, त्याला पकडायला गेलं, धरून त्याचं कौतुक करायला गेलं की, तो लगेच सुटून स्वतंत्र होण्याचा प्रयत्न जोरात करतो. त्याची युक्ती म्हणजे,

मी त्याच्या पुढच्या पायाजवळ त्याला धरतो, तर तो मागच्या पायांचा रेटा माझ्या हाताला देऊन माझ्या पकडीतून आपलं मुंडकं काढून घेण्याचा पटकन यशस्वी प्रयत्न करतो...त्याही बाबतीत तो माणसांपासून लांब राहतो. ही गोष्ट मला आवडत नसली तरी, त्याच्या दृष्टीनं चांगलीच होती.

पण त्यावेळी तो इतर दोघांना खाऊच देईना. म्हणून मी ती बशी काढून घेऊ लागलो तर, फटकन त्यानं माझ्या हातावर पंजा मारला होता. त्याचं पंजा मारण्याचं सामर्थ्य चटकन पुरेपूर माझ्या अनुभवाला आलं. माझ्या अंगठ्याच्या नखाच्या सांदरीत त्याचं एक नख कचकन घुसून, टचकन रक्तच आलं.

मी माझा त्याच्यावरचा सगळा साचलेला राग त्यावेळी काढला. त्याला दोन फटके दिले होते. त्याला ते लागले असावेत. तो दूर जाऊन उभा राहिला होता. मग मीच उचलून घेतला तर सुटण्याचा प्रयत्न करू लागला. म्हणून मग त्याचे खालचे दोन पाय स्वतंत्रपणे एका हातात धरले आणि वरची बाजू एका हातात धरली. त्यानं सुटण्यासाठी खूप खूप धडपड केली. स्वाती कळवळली. "सोडा हो. किती हाल करताय,'' म्हणाली. पण सोडलाच नाही. शेवटी त्याचा असहाय्य आवाज येऊ लागला. तो धडपडून धडपडून दमला असल्याचं जाणवू लागलं. मांजरीही माझ्या हाताकडं वर वर पाहून कळवळू लागली, म्हणून मी सोडून दिला.

एक गोष्ट लक्षात आली की, तिघांच्याही नख्या आता चांगल्या मजबूत झाल्या आहेत. खुर्चीवर, पलंगावर उड्या मारताना एकएका पायावरही ती लोंबकळू शकतात. या नख्यांमुळं त्यांच्या गुरगुरण्याला आता अर्थ आला आहे. गुरगुरताना त्यांच्या तोंडातलं आता कुणी काही घेऊ शकत नाही. घेतलं तर, शस्त्राचा वार बसण्याची शक्यता आहे.

त्यांचे खेळ सुरूच आहेत. जास्त; खरं कमी नाही. आज नवी आणलेली काळी पिशवी ढवळीनं पळवली नि हॉलमध्ये ती तिच्याशी खेळू लागली. विशेषत: पिशवीचे बंद धरून ती पाठीमागं सरत ओढू लागली. तिच्याबरोबर ती काळी वस्तू पळताना पाहून बाळ्यानं त्या वस्तूवरच उडी घेतली. तर ढवळी जोरातच ओढू लागली नि पिशवीवर बसलेल्या बाळ्याला मजाच मजा वाटू लागली. तो ढवळीच्या तोंडाकडं, म्हणजे तिच्या ओढण्याकडं बघत पिशवीवर बसून राहिला. पाचएक मिनिटं त्यांचा तोच खेळ चालला. ओढणं बंद झालं की, त्यांची कुस्ती लागे. कुस्तीतून उठून ढवळी ती पिशवी पळवू लागली की, बाळ्या पिशवीवर उडी मारून ढुंगण ठेवून बसे नि तिच्याकडं बघे...

आता ती घरभर कुठंही खेळत बसतात. पलंगावर पटकन चढतात.

उंच झाली आहेत. ढवळी चांगलीच भरत चालली आहे. तिचे केस मुन्यासारखे

रेशमी, मऊ, दाट आहेत. काळ्या-पवळ्याचे लांब, सुटे वाटतात; तर ढवळीचे दाट, सलग, गच्च गादीसारखे वाटतात. बाळ्या वस्ताद होत चालला आहे. रोज नव्या नव्या शक्कली काढून खेळतो. चांगला भरला आहे. चुन्यासारखा चालतो, त्याच्यासारखाच जंग होईल असं वाटतं.

पवळ्या हा माझा लाडका होईल असं वाटतं. कारण ढवळी आणि बाळ्या दोघे दूधचपाती बकाबक एकमेकांवर गुरगुरत खातात; तर पवळ्या त्यातील नुसतं दूधच चाटत बसतो. मग हळुवार एकएक तुकडा चघळतो. पोट भरलं तर तेही खात नाही. मग बाळ्याच सगळं हंबलतो. गचागच खातो. त्यामुळं पवळ्याला भरवावं लागतं. भरवण्याच्या निमित्तानं तो माणसाजवळ येतो. त्याला अजून तरी खायला माणसाकडूनच मिळतं. त्यामुळं तो माणसं धरून खेळता-फिरताना दिसतो. पलंगावर लिहीत बसलो, खुर्चीत बसलो की, तो उडी मारून येतो नि अंगावर चढतो. चढून विजार, गंजीफ्रॉक यांच्याशी खेळतो. त्याच्या या खेळण्यानं गुदगुल्या होत राहतात. त्याला धरलं की, शांतपणानं तोंडाकडं बघत बसतो. छातीशी धरलं की, उबीत गप्प बसून राहतो. तशी बाकीची राहत नाहीत. सुटण्याचा प्रयत्न करतात. त्याला झोपायचं असेल आणि इतर दोघांना खेळायचं असेल तर, तो माझ्या उबीला येऊन एकटाच झोपून जातो. अजून आवाजही बारीक, नाजूक. वजनाला किंचित हलका. त्यामुळं तो हवाहवासा वाटतो.

मी पणजीला जाण्यापूर्वी पाच-सहा दिवस अगोदर पिलांना एकदा सायंकाळी बाहेर दारात सोडली होती. दाराच्या आसपास वीतभर, हातभर गवत पातळाईनं वाढलं आहे. त्यात ती गेल्यावर घाबरली होती. सारखी आत येण्याचा, माणसांजवळ येण्याचा प्रयत्न करीत होती. दारातून बाहेर नेऊन ठेवली की, चुकल्यासारखी ओरडत होती. मग थोड्या वेळानं त्यांना आत घेतली होती. पण मी बाहेरगावी गेल्यावर, म्हणजे साताठ दिवसांनी पुन्हा सोडल्यावर ती चांगली आनंदानं उड्या मारू लागली होती. त्यावेळी म्हणे चांगली खेळत होती. डिडोनियाच्या झाडावर चढत होती. वारा प्याल्यागत इकडं तिकडं बेधडक धावत होती. आक्का, म्हणजे स्मिताची थोरली बहीण तेरा तारखेला आल्या. तर काल मला म्हणाल्या, "आठ दिसांत पिली किती भरली ही. उंच झाली." त्यांची एवढी झपाट्यानं वाढ होत आहे.

मांजरीलाही आता पूर्वीइतकं दूध येत नसावं. पिलांनाही पूर्वीइतकं जीव तोडून आता ते थेंब थेंब दूध गोळा करत बसावंस वाटत नसावं. त्या रात्री मांजरी साडेआठ वाजता आली. ती आल्याबरोबर तिला दूधचपाती घातली. ती येण्याच्या अगोदर पाच-दहा मिनिटं पिलांना पोटभर खायला घालून बाल्कनीत कोंडलं होतं

आणि जेवायला बसलो होतो. जेवण झालं नि मांजरी आली. तिनंही खाल्ल्यावर तिला बाल्कनीत सोडून दार बंद करून घेतलं. पाच-सहा मिनिटं गेल्यावर हळूच दार उघडून बघितलं तर, मांजरी बूड टेकून दोन्ही पायांवर बसलेली नि पिलं तिला पीत असलेली. पाय मोडून माना वर करून पितेली. एवढी ती आता उंच झाली आहेत. तिघांचं मिळून बारा-पंधराशे ग्रॅम वजन होईल असं वाटतं. मात्र अजून टेबलावर उडी मारू शकत नाहीत. पलंग, खुर्च्या, स्टूल त्यांच्या आवाक्यात आली होती. बूड टेकून बसलेल्या मांजरीला पिलांना नीटपणे पिता यावं म्हणून जवळच पडलेली ताटी मी सरकवून जरा मोकळी जागा तयार करायला गेलो तर, ताटीचा आवाज ऐकल्याबरोबर तिघांनीही पिणं सोडलं नि माझ्या पायांपाशी येऊन वर बघत ओरडू लागली. म्हणजे दूध फार येत नसावं असं दिसतंय. कदाचित त्यामुळंही पिलं पूर्वीइतकी आताशा आईला चिकटत नसावीत, तिला चोखून फाडून खात नसावीत...तरी तिच्या गोड उबीत शांतपणे कधी कधी झोपी मात्र जातात.

मुन्या आलाच नाही.

त्यानंच आपली जागा आपल्याच बालरूपांना खाली करून दिली नि तो एकाकी निघून गेला.

...मांजरीच्या मनात तिच्या पूर्वीच्या सगळ्याच पिलांच्या आठवणी कितपत असतील कुणास ठाऊक! तिनं आपली पिलं मोजली असतील का? निदान तो घोळका तरी तिच्या कल्पनेत एकत्र येत असला पाहिजे. अर्थात, सगळी एका नंतर एक अशी जन्मक्रमांकानं तिला आठवत नसावीत. तो थवाच्या थवा मात्र झोपेत तरी तिला मनासमोर दिसत असावा. त्यांची कल्पनाशक्ती मनातल्या मनात कुठवर काम करते, कळत नाही. पण पिलांची आठवण करण्याइतकी तिला कल्पनाशक्ती नक्कीच असणार. ती कुठेही गेली तरी पिलांना विसरू शकत नाही; परत येते. यावरून पिलं तिच्या मनासमोर दिसण्याच्या तिच्या कल्पनाशक्तीचा तर्क करता येतो. पूर्वीची पिलं जशी दिसतील, तशी ती कल्पनाशक्तीनं किंवा कल्पनाशक्ती असल्यामुळं स्वप्नात पाहत असावी. उगीच पडल्या पडल्या आठवणींचा चाळा म्हणून ती आपली सगळी पिलं कल्पनेनं एकत्र आणून, आपली संपन्न कूस आणि तिचं वैभव अनुभवत असेल...ते त्या आदिमाऊलीलाच ठाऊक. जरी ही माऊली माणसाबरोबरच युगानुयुगं राहणार असली, तरी तिचं हे गूढ अनंत काळपर्यंत तसंच माणसापासून दूर राहील.

झोपण्याची तयारी केली. अंथरूण सरळ केलं. घड्याळाला किल्ली दिली. दिवा मालवला आणि बाल्कनी व हॉल यांच्या मधलं दार हळूच उघडलं, कारण

रात्री बाराएकच्या आसपास बाहेर रानात जाण्याची हुक्की मांजरीला येते...तर त्या आदिमायेला हळूच पाहिल्यावर दिसून आलं की, पिलांना कुशीत घेऊन गडद झोपली आहे. पिलं पूर्वीसारखी पितापिता एकाच दिशेला तोंड करून झोपलेली नाहीत; तर तीही इकडं तिकडं तोंड करून काहीसं घडावू स्वतंत्र व्यक्तिमत्त्व दाखवत झोपली आहेत. बारा-तेरा वर्षांची मुलंमुली अशीच असतात. आंथरुण आईजवळ असतं, तरी स्वतंत्र असतं. ते दृश्य पाहण्यासारखं होतं.

एकतीस आक्टोबरची सकाळ. मी हॉलमधील टेबलाशेजारी बसून लिहीत आहे. खिडकीचं एक दार उघडलं आहे. समोर हिरवागार डिडोनिया उंच वाढला आहे.

आज स्वातीनं खाना तीन ठिकाणी केला आहे. सकाळी साडे-आठच्या सुमारास मांजरीनं चिमणी पडकली आहे. ती ढवळीनं पळवून नेऊन एकटीनं चट्टामट्टा केला आहे. गेल्या आठ दिवसांत तिनं एक उंदीर, एक सरडा, एक चिमणी मटकावली आहे. तिला आता या आहाराची चटकच लागली आहे. मांजरीनं काहीही आणलं तरी ती पटकन पळवून नेते नि एकटीच पटापट खाऊन टाकते. तोंडात भक्ष्य आलं की, तिच्या हालचाली अतिशय जलद, विजेच्या गतीनं होतात. ती सर्वत्र नजर फिरवीत, पायांखाली भक्ष्य भक्कम जाम ठेवत कमालीच्या सावधतेनं खात असते. आज चिमणी खाल्ल्यामुळं तिला काही खायला न देता बाकीच्या दोघांना नि मांजरीला द्यायचं ठरवलं.

पवळ्याला वेगळ्या बशीत फक्त दूध घालायचं ठरवलं. तो दोन–तीन दिवसांपासून आजारी आहे. जबड्याच्या खालच्या बाजूला त्याला सूज आली आहे. मोठ्या सुपारीएवढी गाठ आहे. एवढंसं दाढवण, त्याला एवढी मोठी गाठ. काळजी वाटते आहे. तीन दिवस झाले तरी गाठ सारखी वाढतच चालली आहे. आज ती चांगलीच वाढलेली, टुळटुळीत झालेली आहे.

तीन दिवस झाले तो फारसा खेळत नाही. जरा खेळतो आणि माझ्या मांडीवर येऊन झोपतो. दिवाळीची सुटी असल्यामुळं मी गेल्या तीन दिवसांपासून घरीच आहे. पवळ्या आईजवळही फारसा न जाता माझ्याजवळच झोपतो आहे. त्याला सुजेमुळं चपाती-भाकरीचे तुकडे चावायला फारसं जमत नसावं. मुळात तो गोडघासाच आहे. काम करत हॉलमध्ये मी बसलो की विजारीवरून वर येतो. त्यामुळं माझ्या पायांना त्याच्या नख्या खूप ओरबाडल्या आहेत. पायावर खूपच ओरखडे उठले आहेत...तरीही त्याच्यावरील प्रेमामुळं हे सगळं सहन करतो आहे.

बाळ्या मोठा होईल असं वाटलं होतं पण तो रोडावला आहे. त्याला माझी

दृष्ट झाली की काय न कळे. त्याचं डोकं मोठं वाटतं आहे. तसा तो आता खातो आहे. पण त्याला फक्त एकदाच सरडा खायला मिळाला. त्याला एकदा-दोनदा जर का सरडा-चिमणी खायला मिळाली तर तोही भरेल असं वाटतं. दोन-तीन दिवसांपूर्वी तोही पातळ हगला होता. त्याचाही परिणाम त्याच्यावर झाला असावा. एरवी प्रत्येक गोष्ट पहिल्यांदा करणारा बाळ्या दुबळा होत चाललाय हे बघून वाईट वाटतं आहे.

ढवळी नि तो खेळतात. ढवळी अतिशय खेळते. दोघांपेक्षा आता ती जड वाटते. चांगली भरलेली वाटते. एक-दोन मिनिटांपूर्वीच मांजरी उघड्या खिडकीतून गेली आहे. ढवळी नि बाळ्या शेजारच्या खुर्चीवरून उड्या मारून टेबलावर आली आहेत. तेथून सरळ माझ्या अंगावर उडी मारून दोघेही खांद्यावर गेली आहेत. क्षणभर तेथून खिडकीबाहेरचं दृश्य दिसतं ते पाहत आहेत. मग खांद्यावरून खिडकीत उड्या मारून तिथं जाऊन बसली आहेत. सकाळ असल्यानं डिडोनियावर चिमण्या इकडंतिकडं उड्या मारताहेत, उडून पुन्हा बसत आहेत. निघून जात आहेत, पुन्हा येत आहेत. हे सगळं दृश्य ढवळी नि बाळ्या पराकोटीच्या जिज्ञासेनं पाहत आहेत. मी लहानपणी, सायंकाळी उंबऱ्यावर बसून ज्या जिज्ञासेनं रस्त्यावरचं दृश्य पाहत होतो, त्याच नजरेनं हे पाहत आहेत.

पुढचं दार उघडल्यावर पटकन बाहेर पळत आहेत. पंधरा दिवसांपूर्वी बाहेर जायला भिणारी ही पिली, आता दन्नाट बाहेर पळून मोकळ्या हवेत खेळत आहेत. डिडोनियात, गुलाबाच्या झाडगुच्छात लपत आहेत. धाडसानं कंपाउंडच्या बाहेर जात आहेत. सगळं बघून पुन्हा चटकन कंपाउंडच्या आत येत आहेत. त्यांना खेळण्यात गुंगवून मी पुन्हा लेखनाकडं वळतो आहे.

—चोवीस तारखेला सकाळी उठल्यावर मांजरं हॉलमध्ये कोंडून मी सकाळचे विधी उरकले. स्वैपाक, जेवण चालू असताना आताशा ती कोंडावी लागतात. नाहीतर घरभर दूध-चपातीसाठी आरडाओरडा चालतो. पायांतून सारखी पळतात. पायात सापडतात, म्हणून कोंडलेली बरी.

त्यांना खायला घालण्यासाठी थोड्या वेळानं दार उघडलं, तर सगळीच मांजरं आईसह माझ्या कॉटवरच्या गादीवर दाराकडं डोळे लावून, म्हणजे खिडकीकडं पाठ करून बसली होती. जाळीची खिडकी फक्त उघडी होती.

मी हॉलमध्ये आलेला पाहून, खिडकीत काही हललं. पाहतो तर पुन्हा तो काळा सैतान. टक लावून सर्व पिलांकडं बघत बसलेला. मला बघितल्यावर हळूच खाली उडी मारून निघून गेला. मांजरीला त्याचा पत्ता नसावा असं वाटलं, तिनं मुळीच त्या खिडकीकडं पाहिलं नव्हतं. पाहत नव्हती...त्यांना

वासही कसा आला नसावा?

सव्वीस तारखेला सकाळी बागेचं फाटक उघडलं, तर वेलात लपून बसलेला हा काळा सैतान तेथून पसार झाला. म्हणजे पुन्हा आता तो टेहळणी करत हिंडू लागला आहे...याच्या मनात तरी काय असावं? आता ह्याही निरपराध पिलांचे तो तुकडे करणार असेल तर कठीणच आहे. आताशा पिलं बाहेर बाहेर, दारात इकडं-तिकडं करत असतात. अशावेळी त्यानं त्यातलं एकएक पळवलं तर काय घ्या ह्याचं? त्याच्या या हालचालीमुळं पिलं मांजरीबरोबर बाहेर सोडायची काळजी वाटतेय. शिवाय बाहेर दोन काळी कुत्री आहेतच. 'काळी' नि तिचं पिलू. दोन्ही ताठर आहेत. काळीचं पिलू नुकत्याच या म्हाळाच्या महिन्यात फळलं. ते मांजरावर उगीचच धावून जातं...विशेषत: चुन्यामुन्यावर ती लहान असताना धावून जाई. अजून या पिलांवर धावून जाण्याचा प्रसंग आला नाही, कारण पिलं अजून तशी माणसं नसताना मुक्तपणे बाहेर कधीच सोडलेली नाहीत.

आता बरोबर रात्रीचे अकरा वाजले आहेत.

दुपारीच पवळ्याच्या दाढवणाखाली गाठ फुटली. त्यामुळं त्याला तिथं सारखी खाज उठत असावी. मी सकाळी थोडी तपासून पाहिली होती; तर काड्याच्या पेटीच्या गुलाएवढं बारीक तोंड गाठीला दिसत होतं. बहुधा तो कंपाऊंडच्या डिडोनियात खेळत असताना त्याला तारेचा लोखंडी काटा लागला असावा. कदाचित जखमेत धूळ गेल्यामुळं ही गाठ झाली असावी; अशी शंका आली होती.

पण दुपारी तीनच्या सुमाराला पवळ्या पाठीमागच्या पायानं दाढवण खाजवत असताना ती फुटली नि तिच्यातून साखरेचे दोन चमचे होतील एवढं नासलेलं रक्त आणि पू बाहेर पडलं. मांजरीनं, ढवळीनं ते चाटून खाल्लं. मांजरी त्याची ती जखम इतकी चाटू लागली की, मला वाटलं आता पवळ्याचं सगळं रक्त या जखमेतून वाहणार आणि पवळ्या मरून जाणार. म्हणून इतर मांजरांना बाल्कनीत कोंडून त्याला अलग केला.

रक्त-पू वाहतच होतं. न्याहाळून पाहिलं तर, दोन दाभणांइतकं भोक दाढवणाखाली पडलेलं. वाटलं, आता ह्याची दाढवणाची हाडं मोकळी होणार. प्राण निघून गेलेलं त्याचं शरीरच मला मनासमोर सारखं दिसू लागलं. हॉलभर रक्त-ठिबकतच होतं नि तो एकदम हातातून सुटून गेल्यावर मला सापडेनासा झाला होता.

हिय्या करून मी त्याला पकडला नि स्वातीला बोलावलं.

"स्वाती, पवळ्याची जखम फुटलीय; जरा कापूस घेऊन ये."

तिनं आणला. आणि मग त्याला आडवा पाडून स्वातीला धरायला लावलं

नि मी त्याची जखम कापूस हातात धरून निरपून काढली. निरपताना जीव गेल्यागत ओरडत होता. सुटण्यासाठी सर्व शक्ती एकवटून चारी पाय झाडत होता. तरी सोडला नाही. स्वाती आता या बाबतीत तयार झाली. मांजरीनं पकडून आणलेले प्राणी ती पाहू शकते आणि मांजरांच्या पुढ्यातून काढून घेऊ शकते. दुसऱ्याला घालू शकते.

जखम-दोनदा निरपल्यावर ते भोक चांगलं भुयारागत पोकळच दिसू लागलं. मला वाटलं; ते दाढवणाला संपूर्ण पडून आत जिभेखाली तोंडापर्यंत गेलंय की काय कोण जाणे!...माझं काळीज भय, पाहण्याच्या कुवतीची कमतरता, काळजी, बीभत्सता यामुळं धडधडू लागलं. तशीच जखम निरपली नि पवळ्याला हातात घेतलं. "स्वाती, आता थोडी हळद आण. ती जखमेत भरू या."

"पेनिसिलीन मलम लावूया काय?"

"नको, ते चाटेल नि काही तरी होईल."

स्वातीनं हळद आणली. मी पुन्हा पवळ्याचे चारी पाय धरून त्याला आडवा पाडला नि त्या भोकात हळद भरली. चुरचुरली असावी. कारण पवळ्या अतिशय केविलवाणा ओरडला. मग त्याला सोडून दिला. तर जखमेजवळची मागच्या बाजूची जागा, मान तिथल्या तिथं वाकवून तो चाटू लागला तरी, त्याला जखम चाटता येत नव्हती, हे त्यातल्या त्यात बरं होतं. – स्वातीनं बाल्कनीचं दार उघडून सगळ्यांना मुक्त केलं.

पण तीन-चार मिनिटं गेल्यावर पवळ्यानं जखमेची जागा मागच्या पायानं खरखर, खरखर झाडली. त्यामुळं त्या जखमेतून चांगलं लालभडक रक्तच ठिबकू लागलं. दरम्यान स्वातीचं बाल्कनीचं दार उघडल्यामुळं आईसह तीनही मांजरं हॉलमध्ये आली होती. ढवळी पडलेलं रक्त चाटून मोकळी झाली. दरम्यान मी पवळ्याला पुन्हा धरलं नि त्याचा मागचा पाय एका हातात धरून बसलो. क्षणभरानं त्याला सोडून दिलं नि फडकं शोधू लागलो. ढवळी जवळ येऊन त्याची रक्ताळलेली जखम मचामचा, मचामचा चाटू लागली. ती इतकी चाटू लागली की, तिच्यातून जास्तच रक्त येऊ लागलं. मला वाटलं, ढवळी आता त्याला फाडायलाच लागणार...मी जर तिला तशीच सोडली असती तर, रसाळ आंबा जसा आपण चोखून चोखून संपवतो तशी ही त्याला चोखून संपवणार. मी लगेच पुन्हा तिन्ही मांजरं कोंडली नि पवळ्याला धरून ठेवलं. स्वातीनं पुन्हा त्यावर हळद लेपली. मी त्याला तसाच धरून बसलो.

...ह्याला असं किती वेळ धरून बसायचं? सोडलं तर, हा पुन्हा मागच्या पायानं जखम झटकून ती जास्तच चिरून टाकणार नि स्वत:च्या जिवाचं वाटोळं करून घेणार. याची जखम बांधावी तर, झटक्यासरशी हा पायानं फडकं झाडून

टाकणार आणि फारच आवळून बांधली तर, याचं तोंड किंवा मान आवळून जाईल. बांधलेलं फडकं झाडताना गळफास लागेल. जखम बांधून उपयोगाचं नाही. मग काय करायचं?...

मी काळजीत पडलो. स्वातीला बोलावून एक फडकं आणण्यास सांगितलं. त्याचा एक चार-पाच इंच चौकोन फाडून त्यात त्याचा मागच्या पायाचा पंजा बांधून टाकला आणि मोकळं सोडलं.

मोकळं सोडलं तर, वावभर लांब गेल्यावर त्याच्या ते लक्षात आलं. अगोदर त्यानं पायात काही तरी अडकलंय या भावनेनं पाय झटकला. पण ते निघेना म्हणून, तो चक्क तिथंच बसला नि तोंडानं फडकं ओरबडून काढलं. त्याच्याशी खेळू लागला. म्हटलं, खेळतोय तर आता खेळू दे. पण लगेच त्या फडक्याजवळ गप् बसून राहिला.

मग थोड्याच वेळानं पुन्हा युक्ती सुचली. त्याच्या पायाजोगी एक चिंचोळी पिशवी स्वातीला शिवायला सांगितली. ती पिशवी त्याच्या पायाला घालून सांध्याच्या वरच्या बाजूला गच्च बांधून टाकायची असा विचार होता...तरी एक काळजी होतीच...जन्मापासून मोकळी असलेली ही पिली, कोणतंही बंधन स्वीकारीत नाहीत. थोडा वेळ धरलं तरी अटोकाट प्रयत्न करून धडपडून सुटतात. बाळ्यानं काकणाच्या वेळी जसा गोंधळ घातला, तसाच हे साहेब पिशवीच्या वेळी घालतील झालं...बघू तरी काय करतो ते.

थोडा वेळ त्याला तसाच सोडला तरी तो मागच्या पायानं झाडेनासा झाला. भरपूर रक्त गेल्यामुळं ठसठस बंद झाली असावी किंवा हळदीचं चुरचुरणं कमी झालं असावं. रक्तही थांबलं होतं. दरम्यान स्वातीनं पिशवी शिवली.

"स्वाती, ह्याला थोडं दूध आण बशीतनं. खाऊ दे. खाल्लं म्हणजे याला सुस्ती येईल आणि तो माझ्याजवळ येऊन झोपेल."

स्वातीनं अर्धी बशी दूध आणलं. ते तो हळूहळू आजारी माणसासारखा खाऊ लागला. अगदी सावकाश जिभेनं वर घेऊ लागला. थोडं प्याला नि हळूच बंद केलं. मग हळूहळू माझ्याजवळ येऊन बसला...रक्त पूर्णपणे थांबलेलं...आता ह्याची जखम चार-पाच दिवस तरी नीट जपली पाहिजे. नाही तर, मांजरी चाटायला जाईल नि पुन्हा रक्त ठिबकायला लागेल. रोज निदान हळद घातली पाहिजे. एखाद्या वेळेस जखम चिघळली तर, पिलू हातातून जायचं. निरागस जीव तोंडाकडं पाहू लागला तर चेहरा कसा भाबडा, निष्पाप दिसतो

चिंता करत करतच रात्री झोपी गेलो.

११

22nd November

जखम दोनच दिवसांत वाळून गेली. इतक्या जलद गतीनं वाळली याचं आश्चर्य वाटलं. दुसऱ्या दिवसापासून तो चांगलाच चपळाईनं खेळू लागला. हलकाफूल. खेळतो अतिशय छान. पवित्रा काय घेतो, उंच उडी काय मारतो, शेपटीचा गोंडा पिंजारून फुलवतो काय, कान काय मागे पाडतो, धावून आलेल्या मांजराला दोन्ही पायांवर उड्या मारत सामोरा काय जातो...पाहण्यासारखं आहे. खेळण्यात दिमाखच जास्त आहे.

सकाळी अकराचा सुमार होता. स्वैपाकघराजवळचं हॉलचं दार झाकलं होतं. आक्का स्वैपाक करीत होत्या. दार उघडं ठेवलं तर, पिल्ली स्वैपाकघरात जातात नि उगीच त्रास देतात. मांजरी सकाळी दहा वाजताच सकाळची दूध-चपाती खाऊन बाहेर पडलेली.

जिन्याकडच्या दारातून भक्ष्य घेऊन आल्याचा मांजरीचा विशिष्ट आवाज आला नि पिली थरारली. हॉलच्या झाकलेल्या दाराजवळ सगळ्यांत पुढं ढवळी पळाली. मांजरीचं ओरडणं लक्षात आल्याबरोबर मी हॉलचं दार उघडलं नि तिन्ही पिली जिन्याच्या दाराजवळ वाऱ्यासारखी पळाली.

तेही दार मी हळूच उघडलं नि मांजरीला आत घेतलं. मांजरीच्या तोंडात जिवंत सरडा तसाच. तिचे कुठे चार-दोन दात लागून जखमी झाला असेल तेवढाच. बाकी तो तिच्या तोंडात चांगलाच वळवळत होता. ढवळीनं त्याचं कंबरडं पकडलं नि मांजरीनं तोंडातनं सरडा सोडला. मांजरीनं सोडल्याबरोबर बाळ्यानं त्याचं तोंड पकडलं नि एकदम किंचाळला. काय झालंय बघतोय तर, त्या जाडजूड सरड्यानं बाळ्याचं खालंच दाढवण गच्च पकडलं होतं. दरम्यान ढवळीला वाटलं, बाळ्या सरडा पळवतो; म्हणून तिनं त्याचं कंबरडं अधिकच गच्च धरून मागं ओढायला सुरुवात केली नि सरड्यानं बाळ्याचं तोंड सोडलं. संपूर्ण सरडा ढवळीनं पळवला.

आता ढवळीच्या लक्षात एक गोष्ट आली आहे की, आपल्या तोंडचा घास काढून दुसऱ्याला देण्याचा प्रयत्न होतोय. स्वातीनं दोन वेळा तो प्रयोग केला होता. एकदा एक सरडा काढून बाळ्याला दिला होता आणि एकदा एक उंदराचं पिटुकलं काढून पवळ्याला दिलं होतं. दोनच दिवसांपूर्वीची ही गोष्ट. ते बोटभर, लुसलुशीत, कोवळं पिटुकलं पवळ्यानं एकट्यानं बाल्कनीत त्याला कोंडून घातल्यावर खाल्लं होतं. म्हणून ढवळी अतिशय सावध झाली आहे. आता ती प्रथम सरड्याला गच्च धरून आईवरच गुरगुरली. आईनं डोळे मिटून फक्त मँव केलं...पोरच आहे; गुरगुरू दे तिकडं; म्हणून कौतुक केलं. मनातल्या मनात हसत ती बाजूला गप्प बसली. ढवळी मग बाळ्या, पवळ्यापैकी कुणालाच जवळ येऊ देईना. मी जवळ जाण्याचा प्रयत्न केला तर दन्नाट इकडं-तिकडं, कॉटखाली, बॅरलमागं, कोठीघरात पळू लागली. सरड्याचं जडशीळ ओझं बरोबरच. शेवटी एका कोपऱ्यात गाठली. माझ्यावरच गुरगुरू लागली. पण मी ठरवलं होतं की, आज यातला निम्मा तरी सरडा बाळ्याला द्यायचा. सरडा भक्कम आहे. तिला अर्धा चिक्कार होईल. बाळ्या रोडावत चालला आहे. त्याला थोडा दिलाच पाहिजे. ही बया चांगली मजबूत होत चाललीय.

शेवटी तिला बाल्कनीत हुसकलं. बाळ्या-पवळ्याला हॉलमध्ये ठेवलं. म्हटलं, बघू तरी काय करते ती. स्वाती माझ्याबरोबरच होती. सरडा तर मोठा आणि अजून जिवंत; तर ह्या बहाद्दरणीनं तो शेपटीकडून खायला सुरुवात केल्याबरोबर वळला; तर तिनं पटकन त्याचं डोकं धरून कडाकडा शेंगेसारखं फोडून काढलं आणि तिकडूनच खायला सुरुवात केली.

तोवर हॉलमधून बाळ्या-पवळ्या आत आले नि तिच्याजवळ एक हातभर अंतरावर जाऊन बघत बसले. तर ती ते कोणी आपले भाऊ वगैरे आहेत हे विसरून त्यांच्यावर डोळे वटारून, तोंडात भक्ष्य तसंच धरून गुरगुरू लागली. धिटाई करून बाळ्या जवळ गेला तर, त्याला फटकन पंजाचा तडाखा बसला. तो हातभर पुन्हा मागं सरला.

आम्ही तो सरडा तिच्या तोंडातून कसा काढून घेता येईल हे बघतच होतो. तेही तिच्या लक्षात आलेलं होतं, म्हणून तिनं सरड्याचे तुकडे करून न खाता सलगच खायला सुरुवात केली. तसा तो सलग सरडा तिला पचणं आणि पोटात जाणं अशक्य होतं, पण परिस्थिती पाहून ही बया जिद्दीनं सबंधच्या सबंध सरडा गिळायला उठली होती...आणि तिनं ते महत्त्वाकांक्षी, अजगरी कृत्य केलं. चावत चावत, हाडं फोडून बुकणा करत ती सरडा गिळू लागली; अर्धा सरडा आत गेला. आता पोटाचा मोठा भाग तोंडापाशी आला नि तिचं काही चालेना. तरीही जवळ येणाऱ्या बाळ्या, पवळ्यांवर डोळे रोखून ती उभीच. आता तिला गुरगुरायला

येणं अशक्य होतं. सगळं नरडंच जवळजवळ बंद झालं होतं. तोंडाच्या संपूर्ण भोकाडात सरडा मेखेसारखा गच्च बसला होता. मला काळजी वाटू लागली. तिचे डोळे जास्तच मोठे नि पिवळट-लाल दिसू लागले...घुसमटून मरतेय काय आता ही!

गिळायलाच येईना तेव्हा, ती मागंमागं सरून तोंडातून सरडा बाहेर टाकण्याचा प्रयत्न करू लागली. सरडा आता बाहेर यायला तयार नाही. तिच्या डोळ्यांवर ताण पडून ते पाणवल्यागत दिसू लागले. मग तिनं पोटाला हिसके देऊन उलटी केली नि सगळा सरडा बाहेर टाकला...पोट पुन्हा होतं तसं मोकळं. सरडा अगदी चेचल्यागत झालेला. मग त्याचे तुकडे करून खाऊ लागली. बाळ्या-पवळ्या बघतच उभे. पवळ्याला फारशी गोडी वाटेनाशी झाली असावी. तो जरा लांबच सरकून उभा राहिला. पण बाळ्या तळमळत होता. जवळ जाण्याचा कसोशीनं प्रयत्न करत होता.

तिनं अर्धा अधिक सरडा तुकडे करून खाल्ल्यावर, मी तिला पटकन कमरेजवळ हात घालून उचलली नि उरलेला भाग बाळ्याजवळ पायानं सरकवला. तो भाग कराकरा चावून एका मिनिटातच त्यानं फस्त करून टाकला...ही बया जिभळ्या चाटीत माझ्या हातात. मग हॉलमध्ये सोडली, तर धावत पुन्हा बाल्कनीत पळाली. तिथं काहीच नव्हतं...खेळ संपला होता. सरडा दोघांच्या पोटात विभागून जाऊन बसला होता.

मग पाचच मिनिटांत सगळीच पिली एकत्र खेळू लागली. त्या सगळ्यांत पवळ्याच एकटा उपाशी. पोटाची पोळी झालेली. तरीही बिचारा त्या भरल्या पोटाच्या आपमतलबी भावंडांबरोबर खेळतोच आहे. मी त्याला उचलला नि स्वैपाकघरात नेऊन बशीभर दूध पाजून पुन्हा हॉलमध्ये आणून सोडला.

संध्याकाळी पाचच्या सुमारास पुढचं पश्चिमेकडचं दार उघडून मांजरीला पिलांसह बाहेर सोडलं. संध्याकाळी थोडी मोकळ्या हवेत खेळली, हुंदडली म्हणजे उत्साहित होतात. गवतातून, डिडोनियातून माळावर हिंडतात. तिथं कीटक, टोळ, बारीक प्राणी पकडण्याचा सराव करतात; त्यामुळं नेमानं सायंकाळी किंवा सकाळी त्यांना आताशा दारात सोडतो. मग आसपास चाळीसभर पावलांच्या जागेत सर्वत्र जाऊन येतात. विशेषत: डिडोनियाच्या कुंपणात जास्त फिरतात.

मी ज्या फरशीवर बसून वाचत होतो तिथंच मांजरी चारी पाय एकजागी घेऊन सरळ बसली. तिच्यासमोर तिची पिली खेळत होती, लांब जात होती, लपत होती. उड्या मारून एकमेकांच्या उरावर बसत होती. जरा धिटाई करून

डिडोनियाच्या पलीकडं लांब जात होती. त्या सर्वांवर नजर ठेवून मांजरी हवा खात बसली होती...तिच्या मनात पोरांचं कौतुक चाललं असावं. एखादी शहाणी, पोक्त बाई आपल्या मुलांना समोर खेळायला सोडून जशी सहज बसून राहते, स्वत:शी विचार करते; तसं तिचं चाललं होतं. त्यात एक प्रौढ अलिप्तपणा होता. पिलांना स्वातंत्र्य दिलं होतं. तरी पिलं लांब गेली तर ती त्यांना हाकारीत होती. मँव करून बारीक आवाज काढीत होती. मग पिलं खेळत खेळत जवळ येत होती. कित्येक वेळा पवळ्या बाळ्याला कुस्ती खेळताना फार जोरात धरत असावा किंवा चावतही असावा. कारण बाळ्या मग 'माई माई' करून ओरडायला लागतो. त्यावेळी ही माऊली मँव करून आवाज काढते. पिली तिच्याकडं येण्याच्या भरात आपली दुसऱ्यावरची पकड ढिली करतात. तिनं हाक मारल्यावर प्रत्येक वेळा येतातच असं नाही; तर नुसती बघतातही. कित्येक वेळा खेळात रमून तिथंच रमतातही.

एकत्र खेळणारी सोसायटीतली दोन्ही कुत्री आणि आणखी दोन कुत्री अचानक भुंकत आली. मांजरीनं मँव करून आवाज केला नि उठून दारात आली; तर तिन्हीही पिली दन्नाट पळत येऊन तिच्याशी उभी राहिली. कुत्री गेल्यावर पुन्हा उड्या मारत गेली नि खेळू लागली. पुन्हा मांजरी पूर्वीच्या जागी जाऊन त्यांच्याकडं बघत बसली.

पायांना कळाव बांधलेलं एक गाढव घेऊन वडाराची पोरगी चालली होती. पश्चिमेला आमच्या कंपाउंडच्या पलीकडं एक कच्चा रस्ता आहे. त्यावरनं ते चाललेलं. रस्ता उंचावर आणि घरं काहीशी सखलात आहेत. कंपाउंड आणि रस्ता यांच्यामध्ये रस्त्याकडून बारीक उतार आहे. त्या उतारावरून गाढव जात असताना ते कंपाउंडजवळ हिरवं हिरवं गवत बघून खाली येऊ लागलं. येऊ लागलं तसं त्याचे कळाव घातलेले पाय खाली घसरू लागले. त्याचं ते प्रथमच जवळून दिसणारं धूड बघून तिन्ही पिली भिऊन पुन्हा विजेच्या गतीनं एकत्र आली नि पार हॉलमध्ये गेली...मांजरीनं गाढव दूर गेल्यावर हाक मारली नि पुन्हा पिली उड्या मारत बाहेर आली. पुन्हा कुस्ती खेळू लागली. असं मांजरीच्या नजरेखाली त्यांचं मोकळ्या हवेत खेळणं, म्हटलं तर शिकणं रोज चालतं.

रात्री आठ-नऊच्या सुमारास सर्वांना दूधचपाती घातली नि आम्ही जेवायला बसलो. दूधचपाती खाऊन मांजरी बाहेर गेली. पिलांना बाल्कनीत कोंडलं.

दहाच्या सुमाराला जेवण झाल्यावर मी कॉटवर वाचत पडलो होतो; तर खिडकीतनं मांजरीची हाक ऐकू आली. खिडकीत येऊन ती बसली होती.

दार उघडून तिला आत घेतली तर तिच्या तोंडात उंदाराचं पिटुकलं. जिवंतच होतं.

हळूच तिनं हॉलमध्ये सोडलं तर ते उड्या मारत जाऊ लागलं. तिनं त्याला एक-दोन उड्या मारल्यावर पटकन पकडलं. पुन्हा हळूच सोडलं; तर ते टुणटुण उड्या मारत काखवाव लांब गेलं. चार-पाच उड्या त्यानं मारल्या. मला काळजी वाटू लागली की, कदाचित ते सुटून कुठं तरी सांदरीत जाऊन बसलं तर मांजरीला सापडणार नाही आणि एकदा जर का सापडलं नाही तर ते घरभर रात्रंदिवस भटकेल आणि धान्याची पोती, रद्दी कागद, पुस्तकं कातरत बसेल. माझ्या डोक्याला सतत भुणभूण लागून राहील.

म्हणून बाल्कनीचं दार उघडलं. तर ढवळी पटकन आली नि आईच्या तोंडाजवळ तोंड नेलं. तर आईनं चटकन पिलं सोडून दिलं नि ढवळीनं ते पटकन पकडलं. पकडलं नि आईवर गुरगुरली. तोवर पवळ्या-बाळ्या तिथं येऊन दत्त. ती सुसाट पळत पॅसेजमधून दुसऱ्या टोकाच्या स्मिताच्या खोलीत गेली. स्मिताच्या खोलीत गेली...स्मिताच्या खोलीत तर जास्तच अडगळ. मला जास्तच काळजी लागली की, आता ढवळीनं पिटुकलं खाली सोडल्याबरोबर ते पळून जाणार नि घराला 'कातर' लागणार. म्हणून मी तिच्या मागोमाग पळालो.

आता पवळ्याचा हक्क त्या उंदरावर होता. तेव्हा काहीही झालं तरी तो तिच्या तावडीतून सोडवून घ्यायचा नि पवळ्याला द्यायचा; असाही विचार होता. पवळ्या वस्ताद नाही; गरीब आहे. मांसाहारावर जहाल जात नाही. म्हणून त्याची अधिक काळजी.

म्हणून ढवळीला स्मिताच्या खोलीतून हुसकलून हॉलमध्ये आणलं. तर दोन्हीही पिली तिच्याकडं जाऊ लागली. ती दोघांवरही गुरगुरू लागली नि मलाही चुकवू लागली.

शेवटी स्वातीनं सुचविल्याप्रमाणं मी तिचं मानगूट पकडलं. तिला जमिनीबरोबर गच्च धरलं; तरी ती उंदीर सोडीना आणि बाळ्या-पवळ्यालाही जवळ येऊ देईना. माझ्या पकडीकडं दुर्लक्ष करून ती दोन्ही पिलांवर गुरगुरत होती. मी चकित झालो.

मी तिला मानगुटात गच्च पकडलेलं बघून चटकन पवळ्या पुढं झाला नि ढवळीच्या तोंडाबाहेर उरलेला उंदाराचा भाग त्यानं पकडला. ढवळीवर भान ठेवून बचावाचा पवित्रा घेत घेत तो तिच्या तोंडातला उंदीर जोरानं ओढू लागला. शेवटी उंदीर फाटला, रक्ताळला, तरीही ढवळीचं गुरगुरणं चालूच. पवळ्याचं ओढणं चालूच. मला वाटलं आता ढवळी हिसका मारून खाणार. म्हणून मी तिच्या मानेचं कातडं चिमटीत जोरानं चिमटलं, तेव्हा कुठं तिच्या तोंडातला उंदीर सुटला. सुटला म्हणजे पवळ्यानं जोर लावल्यावर सुटला नि त्याच्या ताब्यात आला.

एकदा उंदीर ताब्यात आल्यावर आता पवळ्या बाळ्या-ढवळीवर गुरगुरू लागला. संधी येताच बाजू काढून चटकन बाल्कनीत पळाला. मग मी कुणाला संधी न देता बाल्कनीचं दार ओढून घेतलं नि ढवळी, बाळ्या, मांजरी यांना हॉलमध्येच थांबवलं. ढवळी उंदराचं ठिबकलेलं रक्त चाटू लागली, तर बाळ्या येडबडून पवळ्या कुठं गेला ते शोधू लागला. मांजरीकडं अपेक्षेनं तिच्या तोंडाजवळ जाऊन दुसरा उंदीर ओरडून मागू लागला...बाल्कनीत उंदीर पवळ्याच्या पोटात हळूहळू चालला होता.

मांजरीनं आज सरडा नि उंदीर जिवंतच आणले होते आणि ती पिलांच्यासमोर त्यांना जिवंतच सोडत होती. माझ्या एक लक्षात आलं की, हे प्राणी जिवंतपणी कसे असतात, कसे पळतात, कसे बघतात, कसा प्रतिकार करतात याचा अनुभव पिलांना यावा आणि त्यांच्याशी मुकाबला करता यावा, त्यांना पकडता यावं, जिवंत प्राणी पकडल्यावर त्यांना मारता यावं आणि या सगळ्यांचा सराव व्हावा म्हणून मांजरी जिवंत प्राण्यांना पकडून आणून त्यांच्यासमोर ठेवत असावी. मोकळ्या हवेत एका जागी बसून, त्यांच्यावर नजर ठेवून त्यांना फिरू देण्यातही मांजरीचा तोच हेतू असावा. त्यांनी भक्ष्याचा शोध स्वतंत्रपणे करावा हाच तिचा विचार असणार. ती एका जागी बसून त्यांना संरक्षण-पहारा देत असावी.

आश्चर्य वाटतं ते त्यांच्या भक्ष्य सापडल्यावरच्या वर्तनाचं. ती मग क्रूर होतात. बहीण, भाऊ, आई कुणालाच ओळखत नाहीत. निष्ठुर, स्वार्थी, सर्व विसरून वागणारी, बेभरवशाची होतात...पवळ्यानं उंदीर आत नेला तेव्हा हॉलमध्ये त्या दोघांची काय तडफड होत होती. तोंडातला घास निघून गेला होता आणि एकाच्या तोंडातला घास कसा का असेना दुसऱ्याच्या तोंडात आला की, लगेच पहिल्याचं गुरगुरणं सुरू. एकमेकांचा जीव घ्यायला तयार. न्यायान्यायाचा संबंधच इथं नाही. नुसतं 'बळी'चं नातं. ज्याच्या तोंडात उंदीर तो पारधी...मांजरीही हे तटस्थपणे पाहणारी. तिलाही वाटत होतं की, असेल हिंमत त्यानं झगडा करावा आणि भक्ष्य काढून घ्यावं. पहिल्यांदा पटकन जे कुणी पुढं येईल त्यालाच ते भक्ष्य ती देई. तिनं एकदाही असा विचार केला नाही की, प्रत्येक भक्ष्य आपण ढवळीलाच देतोय आणि तिलाच पुष्ट करतोय. क्रमानं प्रत्येकाला एकएकदा दिलं पाहिजे. म्हणजे तीही 'बळी तो कान पिळी' या न्यायाचीच बाजू घेऊन वागणारी.

रक्ताची एकदा चटक लागली की, ही मांजरं माजरांचंही रक्त पितात. खुशाल पवळ्याचं रक्त बाळ्या-ढवळीनं प्राशन केलं. चुन्या-मुन्याला काळ्या बोक्यानं नुसतं मारलं नसणार, तर त्यानं भीम-घटोत्कचासारखं त्याचं रक्तही प्राशन केलं असणार; कदाचित त्यांना फाडून त्यानं त्यांचं मांसही खाल्लं असणार...या मांजराच्या जातीचं काही सांगता येत नाही.

रात्रीचे दोन वाजले आहेत. मांजरी रात्री साडेदहाला जी गेली आहे ती पुन्हा अजून आली नाही. पिली एकमेकांच्या गळ्यात गळा घालून एकमेकांना ऊब देत एकत्र झोपली आहेत...आता यातलं कोणतं खरं समजायचं? मघाचं का दोन्हीही? खरं स्वत: जगण्याचा प्रश्न प्रथम महत्त्वाचा...जीवननाट्य तर ह्यातच आहे. जन्मभर एकत्र जगलेल्या माझ्या चुलत आजोबानं घराच्या वाटणीसाठी सख्ख्या भावाचा केला नव्हता का खून?

पाच नोव्हेंबरच्या रात्री नऊ-साडेनऊच्या सुमाराला पिली दारात सोडली. रात्रीची पिली बाहेर सोडण्याचा हा पहिलाच प्रसंग. बाहेरचं दार उघडं सोडून हवेला मी काहीतरी वाचत बसलो होतो. दार उघडं सोडल्यामुळं स्वाभाविकच पिली बाहेर आली. सगळा काळोख. फक्त दोन्ही बाजूंच्या लांबच्या दोन नळदिव्यांचा दुधी प्रकाश. बाकीचा सगळा माळ शांत. झाडी शांत, समोरचा आडवा डोंगर काळोखात शांत. डिडोनियाचं कुंपण, आसपासचं गुडघाभर वाढलेलं तुरळक गाजर-गवत हे सर्व शांत. किडे किरकिरत होते.

या रात्रीच्या वातावरणात, समोरच्या मंद प्रकाशात नेहमीप्रमाणं पिली न खेळता एकएकटी, चाहूल न देता, आवाज न करता, अतिशय नि:शब्दतेनं पावलं उचलून अतिशय हळू ठेवत, हुंगत, वास घेत गवतातून फिरू लागली. एखादा वस्ती राहिलेला कीटक पटकन पकडून मिचीमिची खाऊ लागली. ती दिसताक्षणीच कीटकाला पकडत नव्हती. प्रथम त्याच्यावर पाय ठेवत. तो चावतो-बिवतो का पाहत, पाय उचलून पुन्हा तो जिवंत आहे का पाहत. जरा हलल्यावर पुन्हा त्याला पायाखाली धरत आणि तरीही चावत नाही असं पाहून त्याला पटकन पकडून पानाचा विडा करकर चावल्यागत खात...तिन्ही तीन दिशांनी शोध घेत होती. ढोरराख्या पोरांनी चुकारीच्या वावऱ्या शेंगा शोधाव्यात तशी.

पण यात मोठी गंमत होती. काहीतरी मोठं खसफसलं की सगळी दन्नाट पळत परत येत. एका बाजूला शिकार आणि दुसऱ्या बाजूला भय, आत्मसंरक्षणाची जागरूक जाणीव होती. खसफसल्यावर त्या दिशेनं धाव घेऊन त्याच्यावर झडप घालणं नाही...आपला जीव लहान आहे; वाट्टेल त्या शिकारीसाठी अंधारात उडी मारायची नाही... बारीकसारीक किडे-किरकिरे नुसते पकडायचे. – कुवत ओळखूनच ती शिकार करत होती.

बाळ्या आणि ढवळी भक्ष्य शोधण्यात अतिशय रमलेले. मन लावून, बाकीचं भान विसरून इकडं तिकडं हिंडणारे. पण भोळा पवळ्या नुसताच हिंडणारा. उगीच इतर हुंगत हिंडतात म्हणून आपणही हुंगत, शोधत हिंडल्यासारखं करणारा आणि लगेच खेळण्याच्या नादी लागणारा. ढवळी भक्ष्य शोधण्यात

पुरेपूर मग्न. खुट्ट केलं तरी चाहूल घेऊन त्या दिशेनं पटकन उडी मारते. तशी उडी मारल्यावर पवळ्याला वाटतं ती खेळण्याच्या बेतातच आहे; म्हणून तो मागच्या दोन्ही पायांवर उंच, विशिष्ट डौलदार उड्या मारत, शेपटीचा गोंडा फुलवून जातो नि तिच्यावर आदळतो. तिच्या शिकारीचं वाटोळं करून टाकतो. ढवळी त्याच्याकडं दुर्लक्ष करून शिकारीवर नजर ठेवून पुन्हा शोध सुरू करते. मग पवळ्या बाळ्याकडं जातो. तिथंही त्याचा तोच उद्योग.

रात्रीही ढवळ्या-बाळ्या घरात अंधार केल्यावर शिकारीच्या उद्योगात घरातूनच हिंडतात. या उद्योगात त्यांना बाहेरून खिडकीतून आलेला एखादा कीटक, एखादा किरकिरा, एखादा टोळ किंवा घरातली झुरळं मिळतात. त्यांची शिकार एकाग्रचित्तानं चाललेली असते.

अजून लहान आहेत. पहिल्या एकदीड महिन्यात ज्या वेगानं वाढली; त्याच्यापेक्षा वाढीचा वेग आता कमी झाला आहे. गेल्या पंधरा दिवसांत जेवढी ती दिसत होती तेवढीच दिसतात. मांसाहार मात्र सगळीच आवडीनं करू लागली आहेत. काल आणलेला सरडा ढवळीच्या तोंडातून घेऊन पवळ्याला प्रथम दिला. आज सकाळी सकाळी आणलेली चिमणी ढवळीनं संपूर्ण एकटीनंच मटकावून टाकली, काल रात्री बाळ्यानं एक उंदीर खाल्ला होता.

काल सायंकाळी काळा बोका पुन्हा जिन्याजवळच्या दारात बसला होता. मी दार उघडल्यावर दन्नाट पळून गेला...हा दुष्ट सैतान मृत्यूच्या सावलीसारखा घराभोवतीनं फिरतो आहे. पिलांच्या नशिबात काय वाढून ठेवलंय कळत नाही.

सात नोव्हेंबर नंतरचा आठवडा अतिशय घाईगर्दीचा गेला. खरेदीची गडबड. नंतर घरची गडबड. त्यानंतर पाहुण्यांची गडबड. मांजरं सारखी बाल्कनीत कोंडून ठेवावी लागत होती. त्यांच्या हगण्या-मुतण्याकडंही दुर्लक्ष झालं होतं. वाळूचं तगड काढून टाकण्यात आलं होतं. ते ठेवलेलं असेल तर ती त्यातील वाळू बाल्कनीभर करतात. पाहुणे जाणार येणार; अशा वेळी हा पसारा बरा दिसला नसता.

बाळाचं बारसं होतं. स्मिताची खोली सजवली होती. अगदी मांजरीच्या खोक्यासारखी चौकोनी खोली. मात्र तिच्यात एक पलंग, एक पाळणा, एक स्टूल, एक कपाट. त्यात तिचं नि बाळाचं साहित्य...संस्कृतीची निरनिराळी बोचकी.

मांजरीला याचं काही सोयर-सुतक नव्हतं. तिच्या क्रमानं ती जगत होती.

अनपेक्षितपणे आज सकाळीच काही तरी भरपूर खाऊन आल्यामुळं पोट

नेहमीपेक्षा खूपच मोठं; जवळ जवळ गाभणी असल्यागत, दिसांत पडल्यागत दिसत होतं. आज तिनं दुपारी बाल्कनीत घाण केली; म्हणून वाळूचं तगड आणून ठेवावं लागलं. पिलांचीही सोय झाली. त्यांना तगडाची इतकी सवय आहे की, पुष्कळ वेळा बाहेर सोडली असूनही त्यांना जर मुतायचं असेल किंवा हगायचं असेल तर ती बाहेर असूनही सवयीनं चटकन घरात तगडाकडं पळत येतात नि त्यात विधी आटपून, त्यावर माती सारून पुन्हा खेळायला बाहेर पळतात. वास्तविक बाहेर माती, मोकळी जमीन, माळरान सगळीकडं पसरलं आहे. तिथं त्यांना इच्छा होईल तिथं विधी करता येईल. असं असूनही ती बाहेरून आतच येऊन विधी करून पुन्हा बाहेर जातात...माणसांचंही असंच दिसतं. सगळेच सवयीचे गुलाम.

पिलं हळूहळू वजनदार होत चालली आहेत. आता प्रत्येकाचं वजन सर्वसाधारणपणे सातशे-आठशे ग्रॅम असेल. त्यांची उंची (म्हणजे पाठीची वरची बाजू ते पुढच्या पायाचा तळवा) सात-आठ इंच आहे. मानेपासून मागच्या पायापर्यंत म्हणजे शेपटीच्या गड्ड्यापर्यंत तेवढीच लांबी भरेल. मानेपासून तोंडापर्यंत चार-पाच बोटे इतकी भरते. शेपूट वीतभराला थोडी कमी आहे.

आईनं भक्ष्य आणल्याचा आवाज दिल्याबरोबर ढवळीची झोप उडते. इतरांच्या अगोदर पटकन उठून जायला लागते. चाहूल घेऊन आई कोणत्या दाराला आली आहे ते हेरून तिथे अशी उभी राहते की, दार उघडल्याबरोबर तिला प्रथम बाहेर जाता येईल. आतापर्यंत फक्त दोनदाच तिनं आईच्या तोंडातलं भक्ष्य पटकावलं नाही. पंचवीस-तीस वेळा तरी मांजरीनं भक्ष्यं आणली असतील. त्यांतील तेवीस ते अठ्ठावीस वेळा तिनं ती पटकावली आहेत. आईचं दूध पिण्याकडं तिचा कल कमी आहे. दूधभाकरी घातली तर भरपूर खाणारी तीच आहे. बाकीची कमी खातात.

पवळ्याचा आईच्या दुधावर जास्त जोर असतो. आई आली की पहिल्यांदा आणि आई असेतोवर त्याची आचळांशी सारखी झोंबी चाललेली असते. अंगावर बाळसंही आहे. बारीक, उंच, हलकंफुलकं, गोंडस ध्यान आहे ते.

सरडा खाल्ल्यापासनं बाळ्या लुकडा होत गेला. त्याच्या अंगावरही केसांचं बाळसं आलेलं नाही. मानही बारीक वाटते. मात्र तो दूध-भाकरी खातो. आईनं आणलेलं भक्ष्यही आम्ही संरक्षण देऊन चारत असलो तरी अंग काही धरत नाही.

कदाचित हे दोन्ही बोके असतील. त्यामुळं पोटात लुकडे वाटत असतील. ढवळीपेक्षा उंच असल्यामुळंही तसे वाटत असतील. पण त्यापेक्षा ढवळी भरपूर खाऊन पचवते हेच महत्त्वाचं कारण असावं असं वाटतं. बोके आहेत हे अजून

स्पष्टपणे, स्वतंत्रपणे ओळखता येत नसलं तरी ढवळी मादी आहे, हे ओळखणं शक्य झालं आहे. त्या तुलनेत ते बोके वाटतात. पवळ्या आणि बाळ्या यांचे मूत्रेंद्रिय दोन्ही पायांच्यामध्ये पूर्वीच्याच जाग्याला राहिलं आहे. त्याचं मुख किंचित आत होत चाललं आहे. ढवळीचं मूत्रेंद्रिय मात्र पिछाडीला तोंड करून बदलत चाललं आहे. आताशा त्याचं तोंड स्पष्ट बाहेर वाटतं. मात्र या बाबतीत पवळ्या-बाळ्याच्या बिल्ल्या फुगल्याशिवाय नक्की काहीच सांगता येणार नाही.

आताशा त्यांची घरात झुरळमारी जोरात सुरू झाली आहे. स्वैपाकघरात जेवणाच्या टेबलाखाली, शेल्फाच्या सांदरीत, ती त्यासाठी हिंडत असतात.

सरडा, उंदीर, चिमणी आणल्यावर ती त्याच्याबरोबर खेळतात, असं प्रथम वाटत होतं. पण तो नुसताच खेळ असतो असं वाटत नाही. ते भक्ष्य चुकून-माकून जिवंत राहिलं तर चावेल. ते पुरतं खेळून, खेळवून मेल्यावरच खायचं अशी त्यांची सुरक्षित पद्धत असावी...आईनं दिलेलं भक्ष्य कोणत्याही एकानं पकडलं तरी आणि ते भक्ष्य दुसरं पिलू पळवण्याची फार शक्यता असली तरी, ती त्या भक्ष्याला समोर सोडून, पुढच्या पायानं, तोंडानं चाळवतात. मधेच त्याला गच्च पकडून जवळ आलेल्या पिलाला गुरगुरतात. त्या गुरगुरण्याच्या अवस्थेतही भक्ष्य सोडून त्याला ढकलतात. ते जास्त पळावं, पळत पळत दूर जावं म्हणून मधेच त्याला चावतात. विशेषत: त्याचं डोकं ती चावून, फोडून काढतात. त्यांना हेही ठाऊक असावं की, त्यामुळं भक्ष्य लवकर मरतं. खातानाही भक्ष्याला डोक्याकडूनच बहुधा खातात. उंदीर, सरडा, चिमणी यांचे केस, पंख, शेपटी, नख्या यांपैकी मोठे पंख सोडले तर काहीही मागं ठेवीत नाहीत. ते मांसाबरोबर सलगच चावून, फाडून, त्याचा एका जागी लगदा करून खातात. प्रसंगी त्यातील एखादा कच्चा किंवा मोठा भाग आत पोटात गेला तर ती सलगच ते भक्ष्य ओकतात, नि पुन्हा चावून चावून खाऊ लागतात.

बारशानंतर प्रथमच त्यांना हॉल मोकळा मिळाल्यानं भरपूर खेळली. ढवळी आईबरोबरही खेळते. पण तिच्यापुढं ती अजून फारच लहान वाटतात. काल बाळ्या आईबरोबरही चांगला शंभरभर पावलं घरापासून दूर गेला होता. तेथून पुढं जाऊ शकला नाही. मांजरीही पिलांना बोलावीत होती, पण फक्त बाळ्याच तेवढा लांब जाऊ धजला. बाकीची दोन्ही पळत परत घरी आली. मांजरीचा विचार असा असावी की, शंभर-सव्वाशे पावलांवर असलेलं काळे यांचं घर दाखवावं; तिथं त्यांना आणखी खायला मिळेल...पण तिला अजून पिलांचा नीटसा प्रतिसाद मिळत नाही; असं दिसतं. पिलांना या दोन घरांतील अंतर फार मोठं वाटत असावं. आपण कुठंतरी दूर जात आहोत ही जाणीव त्यांना होत

असावी; म्हणून ती परतत असावीत.

आज संध्याकाळी मांजरी घरामागच्या बागेत पिलांना घेऊन गेली होती. तिथं पिलं खेळत होती. मांजरी चारी पाय टाकून, राखणीला मान वर करून इकडंतिकडं बघत बसली होती...घरापासून जरा दूर नेऊन शिक्षण देणं चालू असावं. डिडोनियाच्या आसपासच्या परिसरापेक्षा बाग थोडी लांब आहे. तिथं जरा उंच झाडं आहेत. सरडे, चिमण्या त्यांवर असतात. पिलांचा जीव अजून लहानच वाटतो. ती या अवस्थेत उंदीर, सरडा, चिमणी यांपैकी काहीही पकडू शकणार नाहीत. अजून ती खेळतात. बागडतातच. झुरळ मारतानाही त्यांना ते चावतंय की काय याची शंका येते. आईनं आणलेलं भक्ष्यच त्यांना अजून खाण्याच्या दृष्टीनं सुरक्षित वाटतं.

मांजरीला रोज भक्ष्य सापडेलच असं नाही. कधी कधी दोन-दोन, तीन-तीन दिवसही भक्ष्य मिळू शकत नाही. अशा वेळी ही पिलं नुसत्याच मांजरीच्या दुधावर राहू शकणार नाहीत. निदान प्रत्येकाला एक एक भक्ष्य तरी आणून द्यावं लागेल. तरी तिघांना तीन भक्ष्यं रोज आणून देणं मांजरीला शक्य होत नाही. आणि पहिलं एकानं खाल्ल्यावर, दुसरं दुसऱ्याला, तिसऱ्याला तिसरं; असंही होत नाही. एखाद्या दुबळ्या पिलाला किती दिवस उपासमार पत्करावी लागेल? कदाचित ते भुकेनं मरेलसुद्धा. म्हणून वाटतं की, मांजर हा प्राणी अंशत: काही काळ तरी परावलंबी आहे. तो माणसावर अवलंबून आहे. निदान तीन-एक महिन्यांची पिलं होईपर्यंत तरी मांजरं माणसांवर अवलंबून असावीत...कदाचित असं नसूही शकेल. जो बळी तो जगण्यालायक, दुबळा तो काळाच्या ओघात हळूहळू मरणारच, असाही निसर्गाचा कायदा या बाबतीत असावा. पण माणूस दुबळ्यालाही जगवत असावा.

सतरा नोव्हेंबरला कोल्हापूरचे माझे मित्र कमलाकर दीक्षित येऊन गेले. दुपारपासून सायंकाळर्यंत घरी बोलत बसलो होतो. योगायोगाची गोष्ट म्हणजे, त्या दिवशी मांजरीनं पिलांना भक्ष्य आणून घालण्याची पराकोटीच केली. तिनं तीन भक्कम सरडे, एक चिमणी, एक मध्यम जाडीचा उंदीर अशी पाच भक्ष्यं कमलाकर दीक्षित यांच्यासमोरच पिलांसाठी तासा-अर्ध्या तासाच्या अंतरानं आणली. प्रत्येक वेळी ढवळी ते भक्ष्य प्रथम पटकावीत असे. त्यामुळं तिच्या तोंडातलं भक्ष्य काढून घेऊन दुसऱ्याला देण्याचं काम मला करावं लागे. त्यावेळी ढवळीचा जीव डोळ्यासमोर आपलाच प्राण निघून चालल्यासारखा तळमळे. क्रमानं तीन पिलांना तीन सरडे घातले. चवथ्या वेळी मांजरीनं चिमणी आणली होती. ती बाळ्याला पुन्हा घातली. पण पाचव्या वेळी पुन्हा तिनं जेव्हा उंदीर आणला तो ढवळीला देणं जरूर होतं. कारण आज ढवळीच्या तोंडातून तीन वेळा भक्ष्य

काढून घेतली होती. फक्त एकदाच तिला खायला मिळालं होतं; पण या वेळी तो उंदीर पवळ्यानं मांजरीच्या तोंडातून पकडला होता. म्हणून त्याच्या तोंडातून उंदीर काढून घेण्यासाठी त्याची मान पकडून त्याला उचलला; तर उंदीर तोंडात घेऊनच तो माझ्या हातात आला. मग त्याची मान झटकली तर पडणारा उंदीर त्यानं पटकन दोन्ही हातांनी म्हणजे दोन्ही पायांनी पकडून ठेवला. आणि गुरगुरत पुन्हा तोंडात धरला. आणि हात घालून घेण्याचा प्रयत्न करू लागलो तर पंजा मारू लागला. अशा वेळी पंजाचा मार भयानक असतो. गळ घुसल्यागत नख्या घुसतात. मग त्याच्या मानगुटीचं कातडं धरून तेवढ्या आधारावरच त्याला अंतराळी धरला. म्हणजे चिमटीत एखाद्याचा कान धरून त्याला अंतराळी लोंबकळत ठेवावा; इतकंच नव्हे तर त्याला तशा स्थितीतच अंतराळात झिंजाडावं; असं केलं. अशा वेळी कानापाशी मरणकळा येतात, पवळ्याला तसं झिंजाडल्यावर उंदीर तोंडात धरूनच तो सांदरीत चिरडल्यासारखा ओरडला. तरीही भक्ष्य सोडायला तयार नाही. त्यावेळी मानगूट सोडवून घेण्यासाठी तो धडपडत असताना संधी साधून मी उंदराची शेपूट धरून हिसका मारला नि त्याच्या तोंडातून उंदीर काढून घेतला. ढवळी हावरेपणानं प्राण एकवटून वर पाहात होती. तिच्या पुढ्यात तो टाकला.

निरागस पवळ्या तर माझ्या चेहऱ्याकडं डोळे एकवटून असा बघू लागला, की मला त्याचा फार मोठा अपराध केल्याची तीव्र जाणीव झाली नि रडूच यायचं फक्त शिल्लक राहिलं...'का हो माझा खाऊ काढून घेतला? कधी सटी सहामासी मला तो आईच्या तोंडून मिळाला होता.' ...मला त्यानं निर्वाणीचा प्रश्न विचारला होता. त्या नजरेतून त्याचे ते बाल, निरागस, दुबळे डोळे पाहून मला भडभडून आलं. गोंजारत गोंजारत मी त्याला बाल्कनीतून हॉलमध्ये आणला...पवळ्या खारीसारखा भाबडा आहे...त्याच्या तोंडातील कोणतीही वस्तू आता मी काढून घेऊन दुसऱ्याला घालणार नाही.

कमलाकर दीक्षित हा प्रकार दुपारपासून पाहत होते. पिलांना भक्ष्यांची वाटणी करून देण्यात मला झगडावं लागत होतं. त्यात आमचा गप्पांचा वेळ जात होता आणि अडथळे येत होते. आज हॉलमध्ये कत्तलखानाच मांजरीनं उघडल्यागत वाटत होतं नि मी तिला खाटकासारखी मदत करीत होतो. माझ्या मनात अनावर विचार डोकावू लागले. गेल्या दोन-अडीच महिन्यांत मांजरीनं किती जीव मारले, या तीन जीवांसाठी किती हत्याकांड केलं! आणि भक्ष्यंही मी किती सराइतासारखा वाटणी करून सगळ्यांना देत आहे. देताना या निरपराध जीवांचा बळी मी उघड्या डोळ्यांनी पाहूनही त्यांच्याबद्दल न हळहळता, जणू ते साधे अन्न समजून प्रत्येकाच्या वाटणीला नीटपणे कसं देता येईल याचीच

काळजी घेतो आहे. — हे बघून कमलाकर दीक्षितांना माझ्याबद्दल काय वाटत असेल? एवढे जीव या घरातल्या तीन-चार मांजरांसाठी ठार मारून या घरात आणले जातात याचं मला काहीच कसं वाटत नाही!

माझ्या संवेदनशीलतेत झालेल्या बदलाची मला जाणीव झाली. आपली पिली या जीवांवर पोसत आहेत म्हणून या मरणाऱ्या जीवांचं मला काही वाटत नव्हतं. 'हे माझ्या पिलांचं भक्ष्य' एवढाच मी विचार करत होतो. मांसाहार करणारा माणूसही एवढाच भुकेच्या संदर्भापुरता आपल्या भक्ष्याचा विचार करीत असावा...माणसाचा खून करतानाही माणूस आपल्याच अपमानाचा, सूडाचा फक्त विचार करीत असावा.

ढवळीनं आज तर कमालच केली. मांजरीनं एक मोठाच्या मोठा उंदीर आणला होता. बाळ्या-पवळ्या तो तोंडात घ्यायला तयार नव्हते. शेवटी ढवळीनं तो पटकावला. कंटाळा येईपर्यंत ती इतरांवर गुरगुरत त्या उंदराच्या मृतदेहाशी खेळत होती. खेळता खेळता त्याला कसा खाता येईल याचा विचार करत होती. मग थोड्या वेळानं तो उंदीर मोठ्या मुष्किलीनं खायला घेतला. त्याचं तोंड आणि पुढचे दोन पाय खाऊनच तिचं पोट टम्म झालं. तो उंदीर मात्र ती थोडा थोडा तोडून खात होती. तो मोठा आणि जून होता. त्याच्या अंगावरचे केसही मोठे आणि राठ होते. त्यामुळं तिला तो सलग खाता येणं अशक्य होतं. तो जवळ जवळ तिच्या निम्म्यानं दिसत होता. एवढा मोठा उंदीर संपणं तिला अशक्य होतं; म्हणून तिला मी बाल्कनीतनं हॉलमध्ये आणलं. या वेळी तिनंही ते भक्ष्य सोडून दिलं.

मग बाळ्या-पवळ्याला त्या उंदराजवळ नेलं; तर त्यांनी तो फक्त हुंगला. खाल्ला नाही. म्हणजे ढवळीइतकी त्यांची प्रगती उंदीर खाण्याच्या बाबतीत झालेली नाही. या दोघांना हे प्रकरण अजून पुरेसं मानवत नसावं असं दिसतं. शेवटी तो तसाच दिवसभर पडलेला उंदीर उद्याच्या भोजनासाठी मांजरांना उपयोगी पडेल म्हणून झाकून ठेवला.

झाकून ठेवलेला उंदीर दुसरे दिवशी सकाळी उठून पाहिलं तर ढवळीच खात बसली होती. ती एका विशिष्ट प्रकारानं तो उंदीर खात होती. त्याचं वरचं चमडं तसंच ठेवलं जात होतं. ते अतिशय जुनवट, चरबट दिसत होतं. त्यावर केसही भरपूर. ढवळीला ते केस चमड्यासह पोटात घालून पचवणं अशक्य होतं. म्हणून ती आतलं तेवढं खात होती. इतरांनी जो उंदीर मोठा; जुनवट म्हणून नाकारला ती तो स्वत:चं डोकं वापरून खात होती. झाकून ठेवलेल्या कापडाखालचा उंदीर तिनं हुंगून, वास घेऊन बरोबर हेरला आणि बाहेर काढला होता.

शेवटी सगळं चमडंच नि मागची शेपटी तेवढी उरली होती. कागदात घेऊन मी ती दूर फेकून दिलं.

दोन-तीन दिवस झाले मांजरी पिलांना घेऊन बागेजवळच्या तुरीखाली बसते आणि त्यांना खायला आणून देते. घराच्या उत्तरेच्या अरुंद जागेत जिथं बाथरूमचं पाणी मुरतं तिथं एक तुरीचं प्रचंड झाड आहे. जवळच भाजीच्या शेंगांचे वेल पसरले आहेत. त्यामुळं तिथं सरड्यांचा वावर जास्त असतो आणि ती जागाही विशेष निवांत आहे. तिथं कुत्री, माणसं वगैरे जात नाहीत. मांजरी पिलांना घेऊन गारव्याला पडून राहते. पिलांना पाजते. तीही वेलांतून, गचपणातून हुंगत हुंगत फिरतात. कालच भिंतीवर एक सरडा दिसला तर पवळ्याला तो दाखवला, पण त्याचा पाठलाग करणं त्याला जमलं नाही. जवळच बसेलल्या ढवळीलाही तो पकडता आला नाही. म्हणजे अजून त्यांना तशी मोठी शिकार करताच येत नाही. आता साधारण ती एक एक किलो वजनाची भरतील एवढी झाली आहेत. त्यांची वजनं वाढली आहेत. ढवळीच्या खालोखाल बाळ्याचं वजन आहे. पवळ्याचं त्या दोघांहून कमी असावं, पण तो जरा जास्त उंच वाटतो.

आज दुपारी बारापासून तुरीखाली मांजरीनं पवळ्याला एक सरडा आणि बाळ्याला एक उंदीर आणून दिला आहे. उंदीर छोटा होता. बाळ्यानं तो खाल्ला. पवळ्यानं सरडा घेऊन बागेत पलायन केलं होतं. कारण ढवळी मागोमाग पळाली होती. पण बागेत गेल्यावर सरड्याशी खेळ खेळताना सरडा पळून गेला की काय न कळे. कारण खुळ्या पवळ्याचं पोट अजून भकाळच दिसत होतं. तो हलकाच लागत होता. उलट ढवळीचं पोट टम्म दिसत होतं. कदाचित तिनंही तो मटकावला असेल किंवा मांजरीनं मी झोपल्यावर दुपारी तिला काही आणून दिलं असेल. पण सध्या मांजरी त्यांना बाहेर नेऊन हळूहळू शिक्षण देत आहे; याची स्पष्ट कल्पना येते.

आताशा पवळ्या दूध-भाकरी व्यवस्थित खातो. आईला पितो मात्र जास्त. आज तो आईलाच चाटत, तिच्यावर माया करत बसला होता. ते दृश्य मोठं गंमतीदार होतं. मूल आईवर माया करत होतं...माणसाचं काय नि मांजराचं काय; सगळं सारखंच. ज्ञानेश्वरांनी यावर फार चांगला दृष्टान्त लिहिला असता...बापावर माया करण्यापेक्षा आईवर माया करणं जास्त स्वाभाविक आणि नैसर्गिक.

ढवळी एकटी एकटी काही तरी उद्योग करीत असते. अनेक वेळा रात्री बसून मोठी झुरळं पकडते. एकटीच अनेक वेळा झोपते. इतर झोपलेली असतात पण ती जागी राहून काहीतरी करते. माझ्याजवळ कॉटवर फार वेळ ती बसत नाही. लवकर खाली उतरू पाहते. बाळ्या मात्र मँव मँव करत जवळ घेतल्यावर बसून राहतो...जणू जवळ घेतल्यासारखं काहीतरी पोटाला घाला; असं सुचवीत

असतो.

सकाळी जेवताना पिलांना अगोदर खायला घातलं होतं. नंतर मांजरी आली. तिला स्वतंत्र घातलं. स्वैपाकघरात तिला खायला घातलं...खात उभी होती. थोराड, म्हातारी झाल्यागत दिसत होती...कोठून आली; काहीच पत्ता नाही. किती वर्षं जगते आहे त्याचाही पत्ता नाही. पांढरी धोट...तांबूस ठिपके. एखादा पांढरा ढग जिवंत होऊन रात्री पृथ्वीवर उतरावा आणि आमच्या घरात यावा, तसं तिचं रूप आणि येणं.

काल ती काही तरी खाऊन दिवसभर सुस्त झोपून होती. उठायलाच तयार नाही. दूध-भाकरीला तोंडही लावायला तयार नाही. डोळेही उघडायला तयार नाही. बसली जागा दिवसभर सोडली नाही...मी जरा काळजीत पडलो. हिनं काही विषारी प्राणी खाल्ला की काय असं वाटलं. पण आज ती हिंडते-फिरते आहे. काल तिच्या मृत्यूची कल्पना किंचित चाटून गेली...तिचा डोळ्यांदेखत मृत्यू पाहवणार नाही; इतकी तिची माझी सनातन जवळीक आहे, असं वाटलं.

१२

7th December

चोवीस नोव्हेंबरच्या रात्रीची गोष्ट. झोपताना मांजरी पिलं बाल्कनीत घालून दार लावलं नि झोपून गेलो. पहिली झोप झाल्यावर बारा-एकच्या सुमाराला, मध्यरात्री मांजरी हळूहळू हाका मारू लागली. मी उठून तिला हॉलमध्ये घेतलं नि कॉटजवळच्या खिडकीचं दार उघडलं. ती उघड्या खिडकीवर चढून बसली...बाहेर दाट काळोख. सगळं शांत. जणू झाडं त्या शांततेकडं टवकारून बघत होती. मांजरीनं जरा वेळ इकडं तिकडं पाहिलं आणि खाली उडी मारली. हळूहळू एका दिशेनं खाली मान घालून जाऊ लागली...तिला जाणीव झाली असावी की, पिलं आज दिवसभर उपाशी आहेत. आपण आज सारा दिवस हॉलमधल्या खुर्चीतच झोपून काढलाय. आपलं पोट तुडुंब भरलं असलं तरी, पिलांसाठी आपण आज काहीच केलं नाही. पोरांना काही तरी चांगलंचुंगलं आणलं पाहिजे...

अर्ध्या एक तासातच ती एक छोटा उंदीर घेऊन आली. पटकन पवळ्याला फक्त बाल्कनीतनं हॉलमध्ये मी येऊ दिला नि त्याला तो उंदीर दिला. नंतर पुन्हा ती बाहेर गेली. पुन्हा अर्ध्या एक तासात तेवढाच उंदीर घेऊन आली. तो ढवळीला दिला. नंतर पुन्हा बाहेर गेली नि तेवढाच एक उंदीर घेऊन परत तासाभरात आली. तो बाळ्याला दिला.

मग मात्र ती बाहेर गेली नाही. निवांतपणे नि निर्धास्तपणे डोळे मिटून झोपून राहिली. रात्रभर ती जागली नि सकाळी नऊ वाजेपर्यंत अंगाची चुंबळ करून पडली...अतिशय कर्तव्यतत्पर, वत्सल असं एक मन तिच्यात वसती करून आहे. समजुतीनं, तक्रार न करता जगणारी, मिळेल तेवढं खाणारी, मुकाट बसणारी माऊली.

दुसऱ्या दिवशी दुपारी तीन वाजल्यापासून घरी नव्हती. रात्रीचे नऊ वाजले तेव्हा आली. आणि माझ्याच कॉटवर पिलांना पाजता पाजता बालशरीरांच्या गर्दीत पडून सहवाससुख घेऊ लागली. खरं तर आता या पिलांना दोन-तीन

दिवसांतच तीन महिने होतील. एवढे एवढेसे तिचे स्तन. मी पिळून बघितले तर काटा बोचल्यावर जेवढा रक्ताचा थेंब साचतो; तेवढंच दूध आलं. पण तेही ती पिलांना वत्सलतेनं पाजते. पिलंही ते गोडीनं पीत, स्तन चोखता चोखता, चाळा करता करता झोपून जातात. मग एक चार जिवांचा पांढराशुभ्र जिवंत गोळा गाढपणे झोप घेताना दिसतो.

मांजरीमागोमाग पिलं आताशा बरीच लांबवर जाऊन येतात. सगळ्या सोसायटीत, ही पांढऱ्याशुभ्र तीन लेकरांची पांढरीशुभ्र आई सगळ्यांकडनं कौतुक करून घेत, आपली तान्ही लेकरं सगळ्यांना दाखवत हिंडते आहे.

त्यानंतरच्या दोन दिवसांनी मध्यरात्री ओरडत होती. म्हणून बाल्कनीतनं आत हॉलमध्ये घेतली तर सरळ स्वैपाकघराकडं चालली. तरी मी तिला धरून खिडकीजवळ आणली नि जाळीचं दार उघडलं, तर बाहेर जायला तयार नाही. म्हटलं, जायची इच्छा नाही तर कशाला बाहेर ढकला. कारण अशी बाहेर काढली नि मनात भक्ष्य शोधण्याचा विचार नसेल तर, ती पाच-दहा मिनिटांतच परत खिडकीत येते नि ओरडू लागते...शिवाय एक मोठा उंदीर तर अजून शिल्लक होता.

मग पुन्हा तिला बाल्कनीत ठेवून दार झाकून घेतलं. पूर्वी असं दार झाकून घेण्याची गरज वाटत नव्हती. पण आताशा पिली रात्री त्यांची झोप झाल्यावर खुशाल कुस्ती खेळत, पळापळी करत, कॉटवर कशाही उड्या मारत बसतात. आणि मग माझ्या झोपेचा चुथडा होतो. पवळ्या सारखा अंथरुणात येतो नि मी गप पडलो तरी माझ्याशी, माझ्या कानाशी, अंथरुणाशी दंगामस्ती करतो. हळूच माझा कान धरून ओढतो. पंजाने हळूच चपेटे देऊ लागतो.

शिवाय ह्यांना हॉलमध्ये घेतलं तर, पॅसेजला असलेल्या स्वैपाकघराजवळचं दार बंद करावं लागतं. कारण पॅसेजचं दार बंद केलं नाही तर, मांजरी एखाद्या वेळेस स्मिताच्या खोलीत जाईल नि बाळाची टाळू फोडेल; अशी स्मिताला भीती वाटते. तेला-तुपाच्या वासानं मांजरं बाळाची टाळू फोडतात म्हणे...पण मांजरी तसं करील असं वाटत नाही. असं जरी असलं तरी, मांजरांचा भरवसा नाही ही गोष्ट फार फार खरी आहे. म्हणून मग हॉलचं दार मांजरी हॉलमध्ये घेतली तर बंद करावं लागणार आणि ते बंद केलं तर घरात हवा नीट खेळत नाही. विशेषत: स्मिताची आणि मुलींची अशा दोन्हीही खोल्या बंद डब्यागत कुंद, कोंदट होऊन जातात. म्हणून मांजरांना बाल्कनीत ठेवून दार बंद करून घ्यावं लागतं.

सकाळी उठल्यावर थोडा वेळ त्यांना बाहेर सोडलं. मांजरी थोडा वेळ बाहेर

जाऊन लगेच पिलांना घेऊन घरात आली. सारखी खायला मागू लागली. तिचं ते सारखं मागणी करणारं केविलवाणं ओरडणं ऐकवेना म्हणून वेळेच्या आधीच सर्वांना खायला घातलं. म्हटलं, खाल्ल्यावर सगळी बाहेर जातील; तर खाऊन, थोडा वेळ बागेत इकडं तिकडं करून पुन्हा अर्ध्या तासात पिलांना घेऊन घरात आली.

दोनच्या आसपास पुन्हा थोडं सर्वांनाच खायला घातलं नि सर्वांना घरातून हकलून दिलं. दार बंद करून एखादी डुलकी घ्यावी म्हणून पडलो. मांजरांना संध्याकाळी पाच-सहा वाजता घरी घेतलं. या दोन-तीन तासांत कुठंकुठं जाऊन आली ते कळलंच नाही.

आज सकाळी सकाळीच आमच्या जुन्या मोलकरणीची आई आली होती. तिच्याकडून स्मितानं बाळंतिणीच्या पलंगाबुडी शेगडी ठेवण्यासाठी थोड्या गोवऱ्या विकत घेतल्या होत्या. त्या घेताना मांजरी पिलांसह तिथं घोटाळत होती. तर तीही गोजिरवाणी पिलं बघून म्हणाली; "अगा ऽ ई! काय साजरी पिलं हाईती हो, ह्यातलं मला याक द्या. घरात लई उंदरं झाल्यात. पाक सगळा धान्याचा सप्पाराम करून टाकत्यात."

"बारकी आहेत; अजून उंदरं धरत नाहीत." स्मिता म्हणाली. तिचं खरं होतं. आताशा कुठं मोठी मोठी झुरळं स्वैपाकघरात बसून धरत होती. त्यात पुन्हा बाळ्या अजूनही मोठ्या झुरळाला भितो. त्याला मारायला धजत नाही. नुसता त्याच्याबरोबर पळत राहतो. पवळ्या नि ढवळी मात्र पटापट झुरळं पकडतात.

सहानंतर जी मांजरी घरात होती, ती आपली घरातच मँव मँव करून 'मागणी' करत हिंडत होती.

रात्री आठाच्या सुमाराला वॉचमन दूधबाटल्यांचे पैसे न्यायला आला. मी पैसे द्यायला आलो तर मांजरी माझ्यामागोमाग नि पिलं तिच्या मागोमाग असं लटांबळ आलं.

बोलता बोलता वॉचमन त्यांच्याकडं बघून म्हणाला, "काल दुपारी ह्यांतलं एक पिलू घरात बांधून घातलं; तर ऱ्हायलाच तयार न्हाई. सारखं जीव चालल्यागत धडपडू लागलं. म्हणून दिलं सोडून तर दन्नाट पळत तुमच्याकडं आलं."

"कशाला बांधून घातलंस त्याला?"

"घरात उंदरं लई झाल्यात. म्हटलं एक असू दे घरात."

"पण पिली लहान आहेत. अजून ती दूध-भाकरीच खातात. जरा मोठं झाल्यावर तू एक घेऊन जा."

त्याला पैसे दिले. तो निघून गेला...मांजरी पिलांसह आज दिवसभर घरात

का घोटाळत होती ते कळून आलं.

जेवायची वेळ झाली होती. स्वातीनं पिलांना नि मांजरीला दूधभाकरी घातली. त्यांना हॉलमध्ये कोंडून आम्ही जेवायला बसलो.

जेवण करून हॉलमध्ये आलो तर मांजरी कपाटाजवळच्या उघड्या खिडकीतून निघून गेली होती. पिलं खुर्चीत झोपली होती. दिवा लागल्याबरोबर स्वतंत्रपणे एका खुर्चीत झोपलेली ढवळी उठली. एकमेकाला बिलगून एका खुर्चीत झोपलेले बाळ्या-पवळ्या मात्र डोळे उघडायला तयार नव्हते.

मी बाहेरचं मुख्य दार उघडून दारातच ऊस खात बसलो तर, ढवळी एकटीच अंधारात बाहेर पडली. एक बेडकी टुणटुण उड्या मारत चालली होती. ढवळीला वाटलं शिकार आली. पण पळत पळत जाऊन वास घेऊन बघितला तर बेडकी निघाली. मग इकडं तिकडं डिडोनियातून, डिडोनिया बाहेरच्या गाजरगवतातून हिंडत होती. रात्रीच्या वेळी असं हिंडल्यावर काही तरी चिल्लर खायला मिळतं नि तोंडाची खाज भागते...पण भोवतीनं काळोख पसरलेला. ही पांढरीशुभ्र. पलीकडच्या वस्तीवर दोन तांबडी कुत्री आहेत. त्यांना वाटलं; ससाच असावा. म्हणून ती धावत येताना पाहून ढवळी दन्नाट घरात पळत आली. थोड्या वेळानं पुन्हा बाहेर गेली, तर अचानक शेजारच्या करवंद्यांच्या घरासमोर बसलेली काळी कुत्री भुंकू लागल्यावर पुन्हा सुसाट पळत आली नि माझ्या दोन्ही मांड्यांच्या मधे बसली. कुत्रीनं भुंकू नये म्हणून मी तिला; ''काळे, गप गं.'' म्हणालो. तर कुत्री शेपूट हलवत माझ्याकडंच आली. ढवळीनं आत्मसंरक्षणासाठी शरीर भुईसपाट केलं. पण काळी जवळ येऊनही काही करत नाही, गप्प राहते; असं बघून ती माझ्या मांडीवर चढली. जरा धीट बनून तिला जवळ निरखू लागली. जणू ती कुत्रं हा काय प्रकार आहे, हे न्याहाळून पाहत होती. त्याला कितपत भ्यायचं, तो कसा दिसतो; हे बघून मनाशी काही खूणगाठ बांधत होती.

रात्रीचे अकरा वाजले असावेत. झोप येऊ लागली आहे. तत्पूर्वी पिलांसाठी ताटलीत पाणी भरून ठेवलं पाहिजे. प्रत्येक पिलाला आज छोटा छोटा उंदीर मांजरीनं आणून दिला आहे. उंदीर, सरडे, चिमण्या खाल्ल्या की, त्यांना पाणी पिण्याची गरज भासते.

तीन डिसेंबरची रात्र. थकलो आहे. सकाळपासून बाळ्या नाहीसा झालाय. पिलू गेलं!...नेमकं कधी गेलं, काहीच पत्ता लागत नाही. दिवसभर मी माझ्या उद्योगातच होतो.

...त्याचं केविलवाणं, नेहमी करुण वाटणारं ओरडणं मनात घुमत आहे.

जेवणानंतर दुपारी विश्रांती घेण्यासाठी आडवा झालो. काहीतरी वाचत पडलो की, बाळ्या पोटावर येऊन बसत होता. बसून माझ्या तोंडाकडं टक लावून बघत होता. त्याला हवा असायचा माझ्या तोंडाचा खेळ. जीभ बाहेर काढून मी त्याच्यासमोर वेडीवाकडी करून वळवळती ठेवत होतो. त्याला तो एखादा खाण्याजोगा प्राणी वाटायचा. तो त्यावर टपून बसायचा. जवळ आला की, मी पटकन जीभ आत घेऊन तोंड मिटत होतो. मग फक्त ओठांनीच बाटलीतून पाणी ओतल्यासारखा आवाज करत होतो. कधी जीभ आतल्या आत फिरवून, गालात घालून गालावर गट्टू आणत होतो. ओठ मागेपुढे करून लांबरुंद करत होतो. दात दाखवत होतो. गाल फुगवून पुर्रर पुर्रर आवाज काढत होतो. हा सगळा खेळ बाळ्या टक लावून उत्सुकतेनं बघायचा. आपल्या तोंडाची अधूनमधून किंचित हालचाल करण्याचा प्रयत्न करायचा. माझ्यासारखं करता येतं का ते नकळत करायचा किंवा आपोआप ते व्हायचं. मी जांभई दिल्यावर क्षणभरात त्यालाही द्यावी असं वाटायचं. तो द्यायचा. एकदा धाडस करून जीभ बाहेर तशीच ठेवली तर बाळ्यानं ती चाटून बघितली. वास घेऊन बघितली नि सोडून दिली. मग फक्त खेळच बघत बसू लागला...

त्याचे ते निष्पाप, जिज्ञासू, टपोरे डोळे आठवत आहेत. त्याच्या खालच्या दिशेला कंसाकार झालेल्या मिशा आठवत आहेत. त्याचे ढवळ्या-पवळ्यापेक्षा चिंचोळे डोके लक्षात येत आहे. या दोघांपेक्षाही त्याच्या अंगावर जरा कमी केस, जरा दोघांपेक्षा लुकडा, पुन्हा आवाज करुण...

सकाळपासूनच्या सगळ्या घटना, सगळी मन:स्थिती, सगळे विचार आठवण्याचा प्रयत्न करतो आहे. त्याच आधारानं पिल्लं कुठं असावीत याचा मनोमन शोध घेतो आहे...सकाळचे आठ-नऊ वाजले आहेत. तिन्हीही पिलांची घरभर माझ्या अंगावर, टेबलावर, मांडीवर सारखी पळापळ आणि कुस्ती चालली आहे. कागद ओढत आहेत, मानेवर पंजा मारत आहेत...मला आज त्यांचा त्रास नको आहे. कारण ती असली म्हणजे त्यांच्याशी मस्ती करावीशी वाटते, कुरवाळावंसं वाटतं. विशेषत: पवळ्या सारखा जवळ मांडीवर येऊन बसत असतो. कंटाळा आला की, खांद्यावर चढून बसतो. मान हलेल तशी त्याला गंमत वाटते. मानेबरोबर हलणारा कान पकडू लागतो किंवा त्याच्याशी खेळू लागतो. टेबलावर कागदाशेजारी बसून हलणाऱ्या पेनकडं, कागदाकडं, मधूनच माझ्या डोळ्यांकडं बघणारे त्याचे उत्सुक डोळे मला फार आवडतात. मग त्याच्याशीच बोलत बसावंसं वाटतं. त्यांची परस्पर चाललेली कुस्ती पाहावंसं वाटतं.

आताशा मांजरीही त्यांच्या खेळात सहभागी होते. एवढी थोराड मांजरी

त्यांच्यात सहभागी होताना त्या ओंजळीएवढ्या गोळ्यांवर आपले धिप्पाड दोन्ही पाय बाजूला ठेवून त्यांचा खोटा चावा घेण्याच्या पवित्र्यात बघताना मला गंमत वाटते. त्यांच्या दुप्पट-अडीचपट उंच, दुप्पट-तिप्पट मोठी, वयस्क झालेली. कोणाही पिलाला कधीही हलणार नाही इतकी बोजड, एरवी प्रौढ स्त्रीसारखी पोरांचा खेळ बारीक डोळ्यांनी बघणारी. पण आताशा पन्नाशीतल्या बोजड काकूबाईनं चेंडूचा खेळ मुलांत खेळताना किंवा आट्यापाट्या खेळताना जसं चित्र दिसेल, तसं तिचं खेळणं बघून हसू येई. मधूनच चावता चावता ती त्यांना चाटत बसे. त्यांची पिसू तिला खेळता खेळता दिसली की, ती मधेच चावून मारण्याचा प्रयत्न करी. खेळ विसरून तिथंच बसून त्यांच्यावर माया करी. पिलूही मग ती चाटतेसं बघून तिला लुचत तिथंच बसून राही. हा त्यांचा खेळ काही केल्यास पाहिल्याशिवाय राहवत नाही. – नि आज तर मला एक लेख पूर्ण करून फेअरही करावयाचा आहे.

मी मांजरांना थोडं थोडं खायला घातलं. त्यांना पुढचं मुख्य दार उघडून दिलं नि बाल्कनी व हॉल यांच्यामधलं दार झाकलं. निवांतपणे लिहायला बसलो.

थोड्या वेळात, म्हणजे साडेनऊच्या आसपास जुन्या मोलकरणीची बहीण मंदा आली, "आईनं एक पिलू द्याच म्हणून सांगिटलंय. पिलाला चांगलं संभाळती, दूधभात घालती; काय काळजी करू नका; तेवढं द्याच म्हणून सांगितलंय." असं म्हणाली.

"आणखी आठ-दहा दिवस जाऊ देत. पिली अजून लहान आहेत. उंदरं पकडत नाहीत. नंतर देते. तुझ्या आईला सांगितलं होतं की! आणखी कशाला लावून दिलं तुला?" स्मिता बोलली.

मग मंदा घरात थोडं काम करू लागली. गच्ची झाडली. चहापोहे खाऊन आपल्या घरी गेली. त्यावेळी मांजरं बाहेर होती. तिनं तर नेलं नसेल?...खरं-खोटं काय कळत नाही. आता उद्या हळूच जाऊन पाहून आलं पाहिजे.

...दहाच्या आसपास दूधभाकरी खाऊन पिली बागेत खेळत होती. घरभोवतीनं हिंडत होती. पवळ्या बागेत, बाहेर फारसा रमत नव्हता. तो मागच्या उघड्या दारातून येऊन माझ्याजवळ घरीच बसला होता. नंतर अकरा-बारा वाजता मांजरी एकदा आत येऊन गेली होती. वाटलं होतं, पिली बागेत खेळत असतील, म्हणून दुर्लक्ष केलं. लिहीतच राहिलो.

एकदीडच्या सुमारास मांजरी पुन्हा आली. रविवार असल्यानं जेवायला दीड वाजला होता...आली नि मँव मँव ओरडू लागली. म्हणून थोडं खायला घातलं. तरी पण ओरडूच लागली. मी दुर्लक्ष करून जेवू लागलो, तर हॉलमध्ये गेली नि तिथंही ओरडू लागली. पवळ्या कॉटवर झोपूनच होता. तो एकटाच घरी होता.

आणि बाळ्या-ढवळी मात्र बाहेर फिरत होती. जेवण करून हॉलमध्ये आलो तरीही मांजरी ओरडतच होती. बाळ्या-ढवळी दिसत नव्हती.

बागेत खेळत बसली असणार. कदाचित मांजरीनं त्यांना सरडा-उंदीर दिलं असणार. ते खाऊन ती सुस्तावली असणार नि तिथंच सावलीला पडली असणार...पवळ्याला थोडं दूध घालू. त्याला बरं नाही की काय कोण जाणे?...त्यानं घातलेलं दूध संपवून टाकलं.

...थोडं शांतपणे पडावं. उठून पुन्हा लेखनाला लागावं...विचार करून मी पवळ्याला नि मांजरीला बाल्कनीत कोंडली. मुख्य दार उघडंच आहे. बाल्कनीत कोंडलं तरी मांजरी ओरडतच होती. मग तिचा राग आला. दार उघडून तिला जोरकस दोन-तीन चापट्या मारल्या नि दोघांनाही घरातून बाहेर काढलं नि दार झाकून घेतलं. तरी बाहेरही मांजरीचं केविलवाणं ओरडणं चालूच. मग तसाच दडपून झोपलो.

तासाभरात झोपून उठलो तरी घराभोवतीनं मांजरी ओरडत फिरतेच आहे...मग मात्र किंचित शंका आली की, ही पिलांसाठी तर ओरडत नसेल?... पिलांची अगदीच कशी सकाळपासून चाहूल नाही.

...मी तसाच बाहेर पडलो, तर माझ्याकडं बघून केविलवाणं तोंड करून पुन्हा ओरडू लागली. माझ्या लक्षात आलं की हिला पिलं दिसत नाहीत. त्यांचा शोध घेतला पाहिजे. मग मी घराभोवतीनं, डिडोनियातून, वेलांतून, झाडांखाली सर्वत्र पाहिलं. पिलांना हाका मारल्या. तरी पिलं कुठं नाहीत.

मग मला काळजी वाटू लागली. इकडं तिकडं कुठं तरी असतील म्हणून आसपास शोध घेतला. मागोमाग मांजरी ओरडत येतच होती. तिच्या मागोमाग एकुलता एक पवळ्या पळत होता. तर आसपास दोन्हीही पिलं नाहीत.

वॉचमननं पिलू बांधून घातल्याचं परवा सांगितलं होतं. त्याच्याही घरात उंदरं जास्त झाली आहेत. त्यानं तर पुन्हा पिली बांधून घातली नसतील?...त्याच्याकडं गेलो. पाहतो तर झोपडीला कुलूप. मागोमाग मांजरी. इकडं-तिकडं पाहत होती. मधूनच तोंडात भक्ष्य असल्यासारखा आवाज काढत होती. तरी दोन्हीही पिली येत नव्हती. तरीही मांजर ओरडतच होती. तिला कंटाळा, थकवा असा नव्हताच. मागोमागचा पवळ्या गडबडून जात होता...आईच्या तोंडात तर भक्ष्य नाही आणि ओरडते मात्र काहीतरी आणल्यासारखी. वेड तर लागलं नाही हिला?...तरी तो भाबडेपणानं तिच्या तोंडाजवळ येत होता. तोंडाचा वास घेत होता. बारीक ओरडत होता...भक्ष्य मागत होता.

सगळ्या सोसायटीभर मी फिरत होतो. मांजरीचा आक्रोश थांबत नव्हता. तिची एकदम दोन बाळं गायब झाली होती. तीन महिन्यांची, गोजिरवाणी.

नुकतीच भरू लागलेली. नुकतीच बागेतल्या छोट्या झाडांवर, कुंपणाच्या लाकडी खांबावर चढू बघणारी, खेळू बघणारी, नुकतीच चिमुरड्या प्राण्याची शिकार करणारी, कुत्री भुंकतानाही आत पळून येणारी, डोईवर कावळा जरी उडत गेला तरी घाबरणारी...एवढी एवढीशी. अजून परावलंबी असलेली लेकरं. अजून पिणारी, अजून मस्ती करत दिवस घालविणारी...एखाद्या माऊलीची दोन लेकरं एकदम चुकावीत नि तिला ती सापडू नयेत, तिनं दाही दिशा आक्रोश करत शोध घ्यावा तशी तिची अवस्था.

मी गडबडून गेलो. मांजरी घराभोवतीनं ओरडत, वेलांतनं; डिडोनियातून, रस्त्याच्या पलीकडं जाऊन वाळलेल्या गवतातून हिंडतच होती...अनेक संशय येऊ लागले होते. त्या बेलदाराच्या पोरांनी तर पळवली नसतील? झोपडीत राहणारी ही माणसं. माळावरच त्यांच्या झोपड्या. त्या झोपड्यांत माळावरची उंदरं भरपूरच असतील. त्यासाठी तर त्यांनी दोन्ही पिली नेली नसतील? कदाचित खेळायलाही न्यायची ती. खेळून खेळून मारूनही टाकायची. पिलांचा जीव केवढा? एखाद्या दगडात खलास व्हायची...त्या बर्व्यांच्या दीपकनं मारलं नव्हतं मुन्याला? एकाच छोट्या दगडात पटकन पडला होता...वाटलं होतं मेलाच. तासाभरात वारा लागून शुद्धीवर आला. जरा मोठा दगड असता तर मेलाच असता...पोरांना मुक्या प्राण्यांचा जीव घेण्यात आनंद वाटतो...क्रूर असतात ती. पोटापाण्यासाठी क्रूर नव्हेत; तर नुसती शुद्ध क्रूर.

...स्वाती आज दिवसभर नाही. नाही तर पिलांची काळजी घेते. तिनं पिलं दुपारी धुंडाळून काढली असती. गोळा करून आणली असती...पण ती आज पाहुण्यांबरोबर बाराच्या सिनेमाला गेली होती.

ती आल्यावर साडेचार वाजता पुन्हा शोध घेतला. कोपऱ्यावरच्या निर्मनुष्य बंगल्यावरच्या कठड्यावर, आसपास वाढलेल्या गाजर गवतात पाहिलं, तरी शांत...निदान बाळ्या ओरडला असता. नेहमीच बाहेर एकटा राहिल्यावर, मांजरी कुठं गेली ते कळलं नसल्यावर ओरडत परत येतो नि घरात येऊन बसतो. तसा तो एकटा जाण्याइतका मोठा नाही.

मी पुन्हा लिहीत बसलो. स्वातीला पुन्हा चौफेर शोधून यायला सांगितलं. घरोघर विचारायला सांगितलं. ती गेली.

...थोड्याच वेळात ढवळीचा बाहेर आवाज आला. मी ताडकन उठलो. पुढचं दार उघडलं. तर बोळकंडाच्या बाजूनं ढवळी आत आली. चटकन तिला उचलून घेतलं. घरात आणली. मला धीर आला...आता बाळ्याही येईल.

दरम्यान स्वातीला थोड्याच अंतरावर पुढच्या दारातून मंदी दिसली, तिनं आत येऊन मला मंदीची सकाळची हकीकत सांगितली. मी मंदीला हाक मारायला

सांगितलं. ती आली, पण 'नाही बा' म्हणाली. पण तिला थोडंसं उमगल्यासारखं वाटलं...कदाचित मला तसं वाटत असावं असंही वाटलं.

सांज झाली. सहाच्या सुमारास हताश होऊन मांजरी घरात कॉटवर येऊन बसली. दोन्ही पिलांना पाजत होती. पाजता पाजता चाटत होती. ढवळी मिळाल्याने ती थोडी शांत झाली. तिलाही बाळ्या आता येईल असं वाटलं असावं. सहा वाजल्यापासून ती कॉटवर बसली होती; ती हललीच नाही.

पिलांना दूध-भाकरी घातली. तिलाही त्यातच घातलं तर पिली खाईपर्यंत आज ती थांबली. एरवी सर्वजण एकदमच खातात पण आज तसं झालं नाही. पिलांनी खाल्ल्यावर उरलेलं तिनं खाल्लं. दिवसभर पिली उपाशी होती याची तिला जाणीव झाली असावी. नंतर पुन्हा कॉटवरच दोन पिली घेऊन बसली.

...पिलांना चाटते आहे. पाजते आहे. कुशीत घेऊन झोपते आहे. पुन्हा जागी होते आहे. पुन्हा चाटते आहे, पुन्हा पाजते आहे, पुन्हा झोपते आहे. मधूनच एकदम मान वर करते आहे. पुन्हा डोळे झाकून पडते आहे...तिची बेचैनी मला कळते आहे.

रात्री जेवताना आक्का म्हणाल्या, ''मागच्या दाराच्या पायरीवर बारीक बारीक रक्ताचे ताजे थेंब पडले होते.''

ऐकून मी एकदम चरकलो. तसाच उठून बघून आलो. खात्रीच झाली. रक्ताचेच थेंब ते...काळा बोका तर येऊन गेला नाही? पण बोक्यानं मारलं असतं तर बाळ्याचा मुडदा तिथंच पडला असता. आणि बाळ्यानं आरडा-ओरडा थोडा तरी केला असता. एवढा चुपचाप तो मेला नसता...मग कुत्र्यानं तर मारलं नसेल?...पण कुत्रं मारणार नाही. काळी कुत्री गरीब आहे. दुसरं कुत्रं मारणं शक्य नाही. ते इथं येऊच शकणार नाही. तरी बाळ्या थोडा तरी ओरडला असताच...

...कुत्र्यानं मारणं शक्य नाही, तर मग पायरीवर रक्ताचे डाग कसले? आणि रक्त ताजं होतं. मुंग्या लागल्या होत्या.

''किती वाजता तुम्ही हे रक्त बघितलं?''

''दुपारची जेवणं झाल्यावर.''

''मग मला त्याच वेळी बोलायचं नाही?''

''मला काय वाटलं, मांजरीनं उंदीर बिंदीर आणताना पडलं असेल.''

मी गप्पच बसलो...मांजरीनं तर काय आज उंदीर-सरडा मारून आणला नाही...

विचार करताना एक गोष्ट नक्की होत गेली. ज्या अर्थी ढवळी दिवसभर कुठं नव्हती आणि चार वाजता अचानक आली त्या अर्थी दोन्हीही पिलांना कुणी

तरी कोंडून ठेवलं असणार. किंवा एक सोडून द्यावं नि एक ठेवून द्यावं असाही कुणी तरी विचार केला असणार, म्हणून ढवळी आली असावी. तिनं जास्त त्रास दिला असावा.

...मंदीनं तर दोन्ही पिली आपल्या झोपडीवर नेली नसतील? दुसरं कोण पिलांना कोंडून ठेवणार? वॉचमनकडं तर कोणतंच पिलू नव्हतं. असतं तर बंद झोपडीत ओरडलं असतं. आपण दुपारीच बघून आलो.

...कॉटवर बसलेली मांजरी डोळे झाकून मधूनच ओरडत होती. ती हळहळून पिलांचा आठव डोळे मिटल्यावरही करत असावी.

...का तिला झोपेतही तेच स्वप्न पडत असेल? आपली पोरं आपल्याजवळच राहावीत, भोवतीनं खेळावीत, मोठी व्हावीत, एवढीच त्या मुक्या जीवाची अपेक्षा.

...पण एवढीही तिची अपेक्षा माणूस पुरी करत नाही. तिचं पोर तिच्यापासून तोडून नेतो. कशासाठी? तर त्याच्या घरात उंदरं जास्त झालीत, ती धान्य खातात, नासधूस करतात म्हणून...होईना का धान्याची नासधूस तुझी. त्याच्याशी मांजराचा संबंधच काय? माझ्या बाळाला मी का म्हणून तुझ्या उंदरांसाठी पोरकं करू? केवळं तुझं पाच पैशाचं धान्य वाचावं म्हणून लाख मोलाचं माझं पोटचं लेकरू तुझ्या घरात पोरकं करून बांधून घालू? त्यानं खेळायचं कधी? त्यानं बालपण भोगायचं कधी? त्याच्या भावंडांत उड्या मारायच्या कधी? आईपासनं लेकराला तोडून नेण्याचा अधिकार तुला कुणी दिला? मला अशी तळमळत ठेवणारा तू माणूस नावाचा कुत्रा कोण? बुद्धिमान म्हणवून घेतोस ना? मग सोडव की तुझे तू प्रश्न. त्यासाठी आम्हा गरिबांचा बळी हकनाक का? तुझ्या लेकराला कुणी पळवून नेलं तर त्याच्या आईला काय वाटेल?

...त्या माऊलीच्या मुक्या मनाला काय वाटत असेल? तिला तोंड नाही म्हणून काय तिला कळतच नाही? काही प्रेमच नाही? माझा अनुभव सांगतो की, स्वार्थाचा सतत विचार करून; प्रेम, लळा, जिव्हाळा लावणाऱ्या धूर्त, हिशोबी माणसापेक्षा मांजरीचं पिलांवरचं प्रेम पराकोटीचं उत्कट, निकोप, निरपेक्ष आहे. ते समजून घेण्याच्या अवस्थेत अहंकेंद्री माणूस कधी येऊ शकेलसं वाटत नाही. असता तर युगानुयुगं जिवलग सोबत करणाऱ्या मांजराच्या पाठीत वाटीभर दुधासाठी मरेस्तवर बडगा हाणला नसता त्यानं.

...बाळ्या एकटा तळमळतच असेल कुठं तरी.

चार डिसेंबरचा दिवस सगळा उदासवाणा गेला. पिलांना घेऊन मांजरी दिवसभर सुतक असल्यासारखी घरातच बसली होती. डोळे मिटून...हे मिटणं

मोठं गूढ. चारी पायांवर बसली आहे तर केविलवाणी, मनोमन पिलांसाठी झुरणारी, आठवणी काढत बसलेली वाटते. तिच्या आसपास पवळ्या नि ढवळी उड्या मारत खेळत होते...जणू ती आपली मनं कशात तरी रमवत होती, रमवण्याचा प्रयत्न करीत होती.

तीनच्या रात्री झोपण्यापूर्वी स्वातीला मी तिच्या नकळत धीर दिला. 'बाळ्या येईल' म्हणून सांगितलं. पण दुसरे दिवशी सकाळी उठून तिनं इकडं तिकडं शोधाशोध केली तरी बाळ्या नाही असं पाहून ती अतिशय उदास झाली. तिची खात्री झाली की, बाळ्याला कुणी तरी नेलं किंवा काळ्या बोक्यानं मारलं.

सकाळी आठ वाजताच तिनं बसून मांजरांना दूध-चपाती घातली. मुकी होऊन त्यांना गोंजारत बसली. मांजरी अधूनमधून तिच्याकडं बघून ओरडत होती. स्वातीला वाटत होतं की, ती 'बाळ्या गेला' तेच सांगत आहे. ती भावनावेगानं तिच्याशी बोलत होती, "काऽय? बाळ्या कुठं गेला?...नाई गप. येईल तो. कुणी नेला असेल त्याच्या हाताला चावून उडी मारून येईल...आपण त्या काळ्या बोक्याला गोळीच घालू. फार माजलाय मेला. तुझी दहा-बारा पिलं त्यानं मारली आहेत आणि आपण मात्र जगतोय. नालायक कुठला?" बोलून ती आपल्या मनाचं दुःख, वेदना, संताप व्यक्त करत होती.

उदास मनानं शाळेला निघून गेली.

संध्याकाळी लौकर आली.

घरात आल्याबरोबर तिचा पहिला प्रश्न, "बाळ्या सापडला का बाबा? आला नाही?"

"..." मी काहीच बोललो नाही. फक्त तिच्याकडं बघून हसलो.

"बाळ्या आला नाही माझा?" प्रश्न आणि उत्तर एकत्र होते. डोळ्यांत पाणी तुंडुंबलेलं.

"येईल तो. मला खात्री आहे." मी तिला उगी उगी धीर दिला. जवळ घेऊन डोळे पुसले.

आल्या आल्या ती खायला मागत असते. तिला कडाडून भूक लागलेली असते. खाल्ल्याशिवाय, त्यावर घटाघटा पाणी प्याल्याशिवाय तिला चैन पडत नाही. खायला काहीच नसलं तर मग असेल ती भाजीभाकरी खाते. पण आज ती स्वैपाकघरात गेलीच नाही. मीही आज दिवसभर मांजरं घरातच ठेवायला सांगितली होती. हॉलमध्ये ती होती.

तिनं स्वैपाकघराजवळचं हॉलचं दार उघडलं नि ती मांजरात जाऊन बसली. खुर्चीतल्या गादीवर मांजरी नि तिची पिलं एका जागीच बसलेली. त्यांना घेऊन ती गोंजारू लागली. त्यांच्या डोळ्यांकडं बघू लागली. पवळ्या उडी मारून

तिच्या खांद्यावर जाऊन बसला. तिच्या केसांची रिबीन ओढू लागला. हळूच इकडं तिकडं वळताना तिचा कान पकडू लागला. एरवी मग ती त्याच्याशी खोड्या करते. पण आज गप्पच होती. मांजरी गादीवर डोळे मिटून पडलेली. ढवळी स्वातीच्या हातात. मी काहीतरी वाचत पडलेलो.

थोडा वेळ गेला नि मी पाहिलं तर दोन्हीही पिलं तिच्या मांडीवरच्या परकराच्या खोळीत गडद झोपून गेलेली. स्वाती भिंतीवरच्या कॅलेंडरकडं स्थिर डोळ्यांनी बघतेली. हॉल सगळा बाळ्याचं सुतक आल्यागत शांत...आपलं बाळ हरवल्यासारखं स्वातीला वाटत होतं. कोणत्याही जिवावर जीव लावला म्हणजे असंच होतं. मुक्या निष्पाप जिवावर लावलेला जीव तर अशा वेळी गलबलून जातो...केवळ ते जीव मुके आहेत, त्यांना मागंपुढं कोणी नाही, त्यांचे काहीही हाल केले किंवा त्यांना ठार मारलं तर ते काहीही करू शकत नाहीत, त्यांना तसं करताना इतरही कुणी वडीलधारा, पोलीस, कायदा, समाज काही विचारत नाही, या बाबतीत नीतिअनीतीचा विचारही उद्भवत नाही, त्यांच्यासाठी या समाजव्यवस्थेत काहीच तरतूद नाही; हे लक्षात घेऊनच माणूस या प्राण्यांवर हात टाकतो आणि हे दुबळे, मुके जीव वेदना सोसत प्राण सोडतात. अशा वेळी त्या जिवांवर लागलेला जीव तळमळतो...

तीनची रात्र तशीच उदासीन गेली. चारच्या रात्री झोपण्यापूर्वीही स्वाती अबोल होती. रात्री काहीही अभ्यास न करता ती अंथरुणावर उताणी पडून वर बघत होती...कधी झोपी गेली ते कळलं नाही. पण झोपण्यापूर्वी तिनं मला येऊन सांगितलं होतं, ''बाबा एखाद्या वेळेस बाळ्या येईल हं! लक्ष ठेवा. बाहेरून ओरडत येईल.''

''बरं बरं! माझं लक्ष आहेच. तू काळजी करू नको.''

...खोटी आशा...बाळ्या आला असता तर कालच आला असता. आता तो गेला.

पाचच्या पहाटे सहाचा सुमार. थंडीचे दिवस. सगळं घर शांत झोपलेलं. मला अंथरुणात जाग आलेली, पण थंडीमुळं उठावंसं वाटत नव्हतं.

स्वाती तिच्या खोलीत अचानक 'ये ये' अशा मोठ्यानं हाका मारत उठली नि जिन्याजवळच्या दाराची कडी झटदिशी काढून बाहेर गेली. माझी ठाम समजूत झाली की, ही पोर झोपेत उठून भ्रम झाल्यामुळं बाहेर गेली आहे. पण पुढं लोखंडी पट्ट्यांचा ओढून लावावयाचा दरवाजा होता. तरी मी उठून बसलो. एकदम हृदयाची धडधड जोरात सुरू झाली म्हणून मिनिटभर तसंच बसावं असं वाटलं...उठू शकलो नाही.

"ये ये...कुठं गेला होतास दोन दिवस?" स्वाती मोठ्यानं रडत बोलू लागली. मला हाका मारत माझ्याकडं येऊ लागली. "बाबा, बाळ्या आला ऽ हो ऽऽ!"

वळवळणारा, खूष होऊन इकडंतिकडं बघणारा, स्वातीच्या तोंडाकडं मधूनच विश्वासानं बघणारा, दुसरं तर कोणी नव्हे ना म्हणून खात्री करून घेणारा, बारीक अंगाचा बाळ्या स्वातीच्या छातीजवळ दोन्ही हातांच्या चौकटमिठीत होता. तिनं तो माझ्या अंथरुणावर सोडला. तिथंच तीही बसली. मी बाळ्याच्या अंगावरून हात फिरवला. गारेगार लागत होता.

स्वातीनं बाल्कनीचं दार उघडलं नि मांजरीला व बाकीच्या दोन पिलांना आत घेतलं. दरम्यान मी बाळ्याला मांडीच्या घडीत घेऊन गोंजारत होतो.

त्याची आई नि भावंडं आत आल्याबरोबर तो पटकन उठला नि खाली जाण्यासाठी धडपडू लागला. 'बघू तरी' म्हणून मी जरा त्याला गच्च धरला तर पराकाष्ठा करून, मान काढून घेऊन, पायांनी माझा हात बाजूला सारून टुणकन उडी मारून तो खाली गेला. मांजरीच्या तोंडाजवळ जाऊन तिचंच तोंड चाटू लागला. त्याला आलेला बघून मांजरी शांतपणानं त्याला चाटू लागली. ती त्याला चाटत असताना बाकीची दोन्ही इकडं तिकडं करू लागली. थोडा वेळ चाटून घेऊन मग तो स्वतःच इकडं तिकडं चटाचट उड्या मारू लागला. एकटाच जोरकस खेळू लागला. पिलांना तिप्पट उत्साहानं भिडू लागला. पवळ्याची खेळण्याची इच्छा नव्हती तरी त्याच्याशी झट्याझोंब्या घेऊ लागला.

पुन्हा मांजरीजवळ गेला. मांजरी त्याला पुन्हा चाटू लागली. तो तिच्याकडं मोठ्या आनंदानं पाहू लागला. हळूच त्यानं खुर्चीवर एक उडी मारली. तिथून मांजरीकडं पाहिलं. मांजरी खालीच. मग त्यानं पुन्हा खाली उडी मारली आणि मांजरीजवळ आला.

...दोन दिवसांच्या अंतरानं झालेली ही भेट! तो कुठं होता? दोन दिवस त्यानं काय केलं? त्याला बोलता आलं असतं तर त्यानं मला, स्वातीला सगळं सांगितलं असतं. मला नि स्वातीला ते जाणून घेण्याची इच्छा होती...पण मांजरीला नि त्या दोन्ही पिलांना ती इच्छा मुळीच नव्हती. मांजरीला तो परत आल्याचा आनंद झाला होता...तो आपला घडलेला कडवट भूतकाळ विसरून जाऊन त्यांच्यात रमू पाहत होता. बाकीच्या तिघांनाही तो कुठं होता याचं गूढच होतं. ते गूढ फक्त बाळ्याजवळ राहणार होतं. इतर कुणाला कळणार नव्हतं. असं एक गूढ मांजरीजवळही आहे. तिची पिलं त्या काळ्यानं किती मारली, ती प्रथम सोसायटीत कुठून आली, ती कुणाची मुलगी, तिच्या आईनं तिला किती दिवस सांभाळलं, तिचा एकाकी प्रवास कधी सुरू झाला, हे फक्त तिला

एकटीलाच माहिती आहे. आपला तो अनुभव ती कुणाला देऊ शकत नाही...प्रत्येकाला आपआपल्या अनुभवांपासून जे ज्ञान मिळेल, आपल्या अनुभवांतून जे शिकता येईल ती त्याची शिदोरी...म्हणजे प्रत्येक नवा आरंभ; किंवा त्याच एका मूळ बिंदूपासून पुन्हा प्रत्येकानं सुरू केलेला स्वतंत्र प्रवास. ज्याच्या त्याच्या प्रवासापासून ज्यानं त्यानं धडा घ्यावा. कुणाला काही शिकवू नये. स्वत: शिकत राहावं; शहाणं व्हावं...म्हणजे जगाच्या आरंभी मूळ मांजर जसं होतं, तसंच आजचंही मांजर आहे...एक सनातन, न बदलणारं, शाश्वत प्रकृतीचं सत्य...

थोडा वेळ बाळ्याकडं, मांजरीकडं एकटक बघत गप्पच राहिलो...आता सगळीच पुन्हा एकमेकांशी खेळू लागली. आनंदी मनोवृत्तीची प्रेरणा म्हणजे खेळ, क्रीडा, मस्ती, उड्या...भांडणाचं नाटक; भांडणाची एक आभासमय निर्मिती...यातूनच कला निर्माण झाली असेल का?

स्वाती हुंदके दे-देऊन रडत होती.

"रडायला काय झालं? गप. आता आला ना आपला बाळ्या."

ती त्याच्याकडं बघत डोळे पुसू लागली. तिचं लक्ष दुसरीकडं वेधावं म्हणून मी म्हणालो, "तुला कसं कळलं बाळ्या आला ते?"

"मला स्वप्न पडत होतं. अगोदर एक समुद्राचं स्वप्न पडलं. बोट फुटून माणसं सैरावैरा फेकल्याचं. मी ते सगळं काठावरनं बघत होते. तोवर मला मांजराचा आवाज ऐकू आला. मी पाहिलं तर बाळ्या पाण्यावरनं धावत ओरडत येत होता. मी त्याच्याकडं पाण्यातून धावू लागले. तोवर मला जाग आली. जाग आली तरी बाळ्या ओरडताना ऐकायला येत होतं. मी चटकन उठून 'ये ये' म्हणून ओ ऽ दिली नि दार उघडलं, तर जिन्याच्या पायऱ्या चढत बाळ्या वर येत होता."

मी थक्क झालो. स्वप्न आणि सत्य यांचा हा मेळ कसा काय घातला गेला असावा? का हा योगायोग?...

मग आम्ही घरातले सगळेच उठलो. बाळ्याविषयी बोलू लागलो. बाळ्याला पुढ्यात घेऊन गप्पा मारू लागलो...चहाबरोबर सगळ्यांनाच दूध घातलं नि बाळ्या आल्याचा आनंद साजरा केला.

"बाळ्याला दिवसभर बाहेर सोडू नका. सगळ्याच मांजरांना सोडलं नाही तरी चालेल." सगळ्यांना चहा घेता घेताच सांगून ठेवलं.

दहा साडेदहापर्यंत पाहत होतो तर बाळ्या आज दारं उघडी असूनही बाहेर जायलाच तयार नव्हता. बाकीची दोन्ही पिली घराचं दार उघडल्याबरोबर बाहेर जाऊन खेळू लागली, उड्या मारू लागली, उन्हाला बसू लागली, त्यात लोळू लागली. पण बाळ्या जरासा पायरीवरून खाली उतरायचा, पिलांजवळ जायचा

नि आठवण होऊन चटकन पुन्हा घरात पळत यायचा...बाकीची मात्र खेळत राहायची.

ऑफिसला जाताना मी स्वातीच्या स्वप्नाचा विचार करू लागलो, तर एक-दोन धागेदोरे हाताशी लागले. काही दिवसांपूर्वी कुठल्यातरी मासिकात तिनं मांजरांविषचीयी माहिती वाचली होती. त्यात युरोप खंडातील काही देशांतील लोक मांजराला शुभ मानतात, जहाजावर मांजर ठेवतात, जहाज फुटलं तरी मांजराला प्रथम वाचवतात, अशा प्रकारची माहिती आलेली होती.– त्या वाचनाचा परिणाम स्वातीच्या मनावर खोलवर झाला असावा...त्या फुटलेल्या जहाजातील मांजराला जसं वाचवतात तसंच आपल्या बाळ्याला कुणी मारू नये, त्याला परत आणून द्यावं, तो परत यावा असं तिला वाटत असणार. त्यातून तिला हे स्वप्न पडलं असावं आणि बाळ्या पहाटे ओरडत असताना तिच्या झोपलेल्या मनावर हे ओरडणं कर्णद्वारा जाऊन ते स्वप्न पडण्याला प्रारंभ झाला असावा. म्हणजे वाचन आणि वास्तव याची सांधेजोड होऊन हे स्वप्न तयार झालं असणार...

पिलांना पोटभर खायला घालून, आनंदित स्वाती सकाळी शाळेला गेली होती. ती सांजचं लौकर परत आली. पिलांना घेऊन पुढच्या दारात त्यांच्याशी खेळत बसली. गोकर्णीची नि सायलीची वेल चढविण्यासाठी दारात एका बाजूला लाकडी खांब रोवला आहे. वर गोकर्णीच्या वेलीचा झुबका झाला आहे. त्यावर पिलं चढून खेळत होती. झुबक्यात लपत होती. तिथं खसपस करून खालच्या पिलांना चढायला प्रवृत्त करत होती. वरच्या वर खोड्या करत होती. एकमेकांचे गच्च ठेवलेले पाय ढकलून टाकत होती.

...बाळ्याही त्यात रमला होता. दोन दिवसांचं नाट्य पार विसरून गेला होता. मांजरी हे सर्व डोळे मिटून पाहत गप बसून राहिली होती.

दोन दिवस बाळ्याला बाहेर सोडलाच नाही. आज सकाळी मात्र तो मांजरीबरोबर व इतर पिलांबरोबर बागेत गेला. आज दूधच मिळालं नव्हतं म्हणून मी आठ-नऊच्या सुमाराला बाहेर कुठं दूधवाला भेटतो किंवा काय ते पाहण्यासाठी गेलो होतो. सगळी मांजरं बागेतच खेळत होती. अर्ध्या पाऊण तासानं परत आलो तर, बागेत मोठा आवाज काढत, डोळे मोठे करून मांजरी सावधपणानं ओरडत होती. तिन्ही पिली शेवग्याच्या झाडावर चढून तिच्या ओरडण्याच्या दिशेनं बघत होती. आणि समोरच तीन-साडेतीन वाव अंतरावर काळा बोका शेजारच्या नवऱ्यांच्या मोकळ्या बागेत भोपळ्याच्या वेलीत सावजाकडं पाहत शिकाऱ्यासारखा उभा होता. कान उंच टवकारलेले. दोघांचे ते युद्धपूर्व पवित्रे पाहून मी हबकलोच.

बोका माझ्यासमोर पाठमोरा होता. मी पटकन दगड उचलला. नेम धरणार इतक्यात बोका लक्कन हलला आणि उजव्या बाजूला सुसाट पळाला. मी दगड भिरकटला पण तो फारच मागं पडला.

मांजरीपाशी आलो. मला बघून नि बोका पळालेला बघून पिलं खाली उतरली...म्हटलं आता यांना खायला घालावं. म्हणून बोलावून घेतली नि दूध-भाकरी खायला घातली.

आताशा त्यांना मी हॉलमध्ये कमी ठेवतो. कारण वर्तमानपत्रं, कागद, पुस्तकं यांच्याशी मस्ती करून ते फाडून टाकतात. त्यात लपून बसतात. कागदाखाली एका पिलानं जाऊन हलवलं की, त्या कागदावर वरून दुसरं पिलू उडी मारतं; मग आवाज होऊन कागद फाटतो. त्या आवाजाची त्यांना गमंत वाटते नि वर्तमानपत्र त्यांच्या ताब्यात गेलं की, पाचच मिनिटांत त्याच्या चिंध्या होतात. शिवाय ती आता बाहेर जाण्यासाठी समर्थ झाली पाहिजेत; त्यांना हळूहळू आता शिकारी करता आल्या पाहिजेत असा हेतू. सध्या बाल्कनीत कोंडली तरी आता ती ग्रिलच्या भोकांतून बाहेर जाऊन उडी मारून खाली जातात. पण त्यांना अजून बाहेरून ग्रिलच्या कठड्यावर उडी मारता येत नाही. आतून कठडा तीन-साडेतीन फूट उंच असला तरी बाहेरून तो पाच-साडेपाच फूट उंच आहे. तेवढ्या वरती उडी मारून तोल सावरणं अजून त्यांना जमत नाही...आताशा मांजरीच्या तोंडातला उंदीर चटकन पुढे जाऊन, पटकन काढून घेण्यात पवळ्या पटाईत झाला आहे. ढवळीलाही तो या बाबतीत ऐकत नाही.

दिवस चालले आहेत. मांजरं मोठी होताहेत. घरातून हिंडताना फौजच्या फौज चालली आहे असं वाटतं आहे.

१३

27th December

दहा डिसेंबरचा रविवार. पिलं दिवसभर बागेतच. दुपारी साडेचारच्या सुमाराला मांजरी एकदम धावून गेल्यासारखी ओरडली. धावतपळत पुढचं दार उघडून गेलो तर तिच्या समोरच जिन्याच्या दारात काळा बोका. काळजाचं पाणी झालं. तो पवित्र्यातच उभा. मी दगड घेऊन धावलो तर तो एकदम पायवाटेनं नाहीसा झाला.

जिन्याजवळ जाऊन बघितलं तर एकही पिलू कुठं दिसेना. मग बागेत शेवग्यावर, उत्तरेच्या बोळकंडीत, वेलांत बघितलं; तर कुठंच दिसेनात...गेली कुठं ही?

जिन्यात तर जाऊन बसली नसतील? मी तिथं जाऊन बघितलं. सात-आठ पायऱ्या चढून वळणावर गेलो. तिथं ग्रिलच्या छोट्या कठड्यावर चार-पाच विटा रचून ठेवल्या होत्या. त्यांच्याच शेजारी एक आडवी वीट मावेल एवढी जागा होती. त्या जागेशी एकजीव होऊन पवळ्या लपून बसलेला. खाली फरशीवर मुतलेला. नाकावर बोक्याचा पंजाचा फटका बसून ओरखडा उठलेला. लालेलाल रेघ. त्याला उचलून छातीशी धरला आणि पुन्हा वर गेलो तर गच्चीच्या दारापर्यंत कोणी नाही.

दार उघडंच होतं, गच्चीत गेलो, धुंडाळलं. बाळ्या पाण्याच्या टाकीच्या आड लपून बसलेला. तेथून हलायला तयार नाही. उचलून घेतलं तरी यायला तयार नाही. ढवळी पार एका कोपऱ्यात जाऊन कठड्यावर चढून बसलेली नि तिथून खालच्या दारावर तिनं नजर ठेवलेली...मांजरी त्या बोक्याला तटवते, थोपवते की नाही; का तो काळा सैतान जिन्यात शिरून वर गच्चीत येतोय हे पाहणारी...तिच्या डोकेबाजपणाचं कौतुक वाटलं. तिलाही उचलून घेतलं. तिन्हींनाही उराशी धरून खाली येऊ लागलो तर, खाली येण्याची कुणाची इच्छा दिसेना. एकदा उसळी मारून ढवळी निसटलीही. तिच्या मागोमाग पवळ्या निसटला;

मग बाळ्या. त्यांना वाटलं असावं, मी त्यांना खाली नेऊन पुन्हा बागेत सोडून देतोय. पण मी प्रत्येकाला धरून गोंजारलं. पवळ्या नि बाळ्या अविश्वासानं माझ्या डोळ्यांकडं बघू लागले. मग त्यांच्याशी बोलून, त्यांना विश्वासात घेऊन हॉलमध्ये मोठ्या खुर्चीवर आणून ठेवलं.

कुणीही ओरडायला तयार नाही, की हलायला तयार नाही. ठेवली त्या जागेवर तशीच हवालदील होऊन बांधल्यागत, आवाज न करता बसली.

घराची दोन्ही दारं उघडीच होती. दोन-तीन मिनिटं गेल्यावर मांजरी आत आली नि खुर्चीवर पिलं जिथं ठेवली होती तिथं उडी मारून बसली. बघता बघता एकएकजण तिला लुचू लागलं नि सगळी मायेच्या बंधांनी एकजीव होऊन गेली.

मांजरी जर आज पिलांजवळ नसती तर काळ्यानं एका तरी पिलाचा जीव घेतला असता. हा सैतान असा कसा ह्या पिलांच्या वाईटावर आहे हे कळत नाही...कदाचित ढवळी-पवळ्या आता जुन्या चुन्यामुन्यासारखे दिसत असल्यानं तो त्यांच्यावर, पुन्हा ही जिवंत कशी झाली म्हणून डूख धरून तर नसेल? का ह्याला आपल्या साम्राज्यात मांजरीशिवाय कुणीच नको आहे?

...तरीच मांजरी पिलं लांब कुठं गेली तर त्यांना जवळ बोलावून घेते. काही तरी भक्ष्य आणल्यासारखं ओरडते नि पिलं तिच्याजवळ धावत येतात. मग ती नेहमीसारखा त्यांच्याविषयीच्या जिव्हाळ्याचा आवाज काढते नि त्यांना धीर देते. 'दूर कुठं जाऊ नका.' म्हणून सांगते.

...पिलं आताशा बाहेर जाऊ लागली आहेत तोवर हा काळ त्यांच्याभोवती मृत्युपाश टाकून बसू लागला आहे.

त्यानंतरच्या चार दिवसांनी दुपारी चारच्या सुमाराला, एकदम मांजरी कुणीतरी आल्यागत ओरडली. आक्कांनी पटकन बाहेर जाऊन बघितलं. काळा बोका पाठमोरा होऊन परतलेला. हळूच दळवींच्या पश्चिमेकडील दाराच्या पायरीवर जाऊन बसलेला. खुळा बाळ्या आमच्या आणि दळवींच्या घरांच्या मध्यावर काळ्या बोक्याकडं डोळे मोठे करून बघत, शेपटीचा गोंडा फुगवून पवित्र्यात उभा. ढवळी नि पवळ्या पळून जिन्यात आलेले. मांजरी बाळ्याच्या जवळच वावभर अंतरावर उभी...आश्चर्य वाटलं. काळा बोका बाळ्यावर चालून आला असता तर काळ्यानं एकाच मिनिटांत त्याच्या चिंध्या केल्या असत्या नि फेकून दिल्या असत्या...पण बाळ्याची हिंमत किती ही!

आताशा पिली रात्री बाल्कनीत कोंडली तरी भक्ष्य घेऊन येणाऱ्या मांजरीची बाहेर जाऊन वाट बघत बसतात. त्यामुळं मांजरी ओरडली रे ओरडली, की पळत जाऊन तिच्या तोंडातलं भक्ष्य घ्यायला त्यांना बरं पडतं. मांजरी रात्री पुन्हा भक्ष्य आणायला गेली की, जिन्यातल्या कोळशाच्या पोत्यावर जाऊन बसतात.

मांजरी जर बाल्कनीतच रात्री कोंडली तर मात्र सगळी बाल्कनीतच झोपतात; कारण मांजरीला ग्रिलच्या भोकांतून बाहेर जाता येत नाही.

आताशा पिलं बागेतच जास्त असतात. पडून राहतात. त्यांचं खेळणं कमी आलं आहे.

मी घरी आलो की, एखाद्या वेळेस पवळ्याला माझ्या अंगावर चढू देतो. कारण तो आताशा माझ्यावर निराळंच प्रेम करू लागला आहे. माझ्या पाठीवरून खांद्यावर जाऊन बसतो नि माझे केस प्रेमानं चाटू लागतो. मग मी हातात घेऊन त्याला इकडं तिकडं फिरवतो तर हाताच्या घडीत इतर पिलांकडं बघत ऐटीत बसतो.

...पवळ्या माझे केस चाटताना एक गमतीदार कल्पना मनात आली की, मांजरांना समजेल असं प्रेम करायचं असेल तर त्यांना जिभेनं चाटलं पाहिजे. त्यांच्या पाठीवरून केवळ हात फिरवणं हा काही त्यांना उत्कट प्रेमाचा आविष्कार वाटत नसावा.

या सगळ्यात माझा बाळ्या भोळसटच राहिला आहे. एकदा तो लुकडा झाला तो झालाच. बाकीची दोन्ही मात्र भरत गेली. पवळ्या उंचच होत गेला. मांजरीच्या तोंडातलं भक्ष्य तिन्ही पिली एकत्र असल्यावर बाळ्यानं कधीही पटकावलेलं मी पाहिलं नाही. खेळतो; पण आताशा दोन्ही पिलं त्याला खेळात फार छळतात. मग तो वैतागून पळून जातो.

आज सत्तावीस डिसेंबर. आता नाताळची सुटी आहे.

मांजरीच्या निरणातून काल रक्त आलेलं दिसलं. बहुतेक तिला पाळी झाली असावी. ती कदाचित पाच-सात दिवसांनी माजावरही येईल. तिच्या बाळंतपणानंतर मला हा प्रकार प्रथमच दिसतो आहे. कदाचित मधे तिला पाळी झालीही असेल; पण माझ्या ते लक्षात आलं नसेल. पिलांनाही जवळ घ्यायला फारशी राजी नसते. तिच्या आचळांतून दूध कमी येत असावं. तरी पिली दूध पिण्याचा प्रयत्न करतात. एक चाळा म्हणून तिच्या आचळांना चिकटत असावीत. उगीचच बसल्या बसल्या आचळांत घुसू लागतात. असं करून तिच्या निवांतपणात अडथळा आणतात. मग त्यांच्या हुमदांडगेपणावर ती वैतागते. त्यांना गुरकावून मागच्या पायानं त्यांची तोंडं आचळापासून दूर करते.

सध्या थंडी जोरात आहे. त्यामुळं ती पिलांना रात्री काही आणू शकत नाही. गेल्या पाच-सात दिवसांत तिनं काहीच आणलं नाही. उलट घरात येऊन खुर्चीवर किंवा कुठं तरी झोपून जाते...एकटी एकटी राहते. तिच्या उजव्या

पायाच्या पंजातील मधल्या मोठ्या गादीला काहीतरी लागलं आहे. गेले पंधरा दिवस ती बारीक बारीक, कळेल न कळेल अशी लंगडते. जखम बरी झालेली नाही. माती जाऊन गच्च झालेली आहे. कालपासून त्या जखमेला मी पेनिसिलीनचं मलम लावतो आहे. या जखमेमुळंही ती मऊ झाली असावी.

उद्या तिला बाळंत होऊन बरोबर चार महिने होतात. चार महिन्यांत ही पिली आता ताठर झाली आहेत. पंचविशीतील पोरेपोरी कशी वाटतात तशी. पण अजून स्वत: शिकार करू शकत नाहीत. फक्त झुरळं मारून खातात. अजून स्वतंत्रपणे रात्री बाहेर जाऊ शकत नाहीत. अजून दोन महिने तरी ती लहानच राहतील. तोवर शिकार करू शकतील की नाही शंकाच आहे. बहुधा करू लागतील असं वाटतं.

१४

21st January

एक जानेवारीला पहाटे साडेचारच्या सुमाराला पिली झुंजीच्या पवित्र्यात ओरडताना ऐकू आली. जिन्याच्या पायरीवर आवाज येत होता. चाहूल घेऊन मी उठलो. हातात काठी घेऊन पटकन दार उघडलं. तर काळा बोका पसार झाला. लाइट लावताच त्या प्रकाशात तो दिसला. मांजरी जाग्यावर नव्हतीच. कोळशाच्या पोत्यावर तिन्ही पिलीच होती.

बोका गेला तरीही तिन्ही पिली घाबरलेली. मागच्या बाजूला भिंतीच्या कडेला बाळ्या आणि ढवळी होती. पुढच्या बाजूला पवळ्या होता. दिवा लावला, बोका गेला तरी पवळ्या हल्ला करणाऱ्या शत्रूवर ओरडावा तसा ओरडतच होता. त्या ओरडण्यामुळं ढवळी आणि बाळ्याही गोंधळून गेली. ती त्या ओरडणाऱ्या पवळ्याकडं बघत घाबरून तशीच उभी राहिली. त्यांना वाटलं, पवळ्या आपल्यावरच शत्रूच्या पवित्र्यात ओरडतो आहे. कारण भिंतीच्या कडेला ती असल्यानं खालच्या पायरीवर आलेला काळा बोका फक्त पवळ्यालाच दिसणं शक्य होतं. शिवाय तो 'काळा' बोका आणि 'काळोखात' आलेला; त्यामुळं ज्याला तो हळूच हुंगत असेल त्या पवळ्यालाच तो प्रथम दिसणार आणि जाणवणार.

पण गंमत अशी की, दिवा लावल्यावरही पवळ्या एक-दोनदा पिलांकडं बघून ओरडला. बाळ्या-ढवळीला कळेना की, हा आपल्यावर असा का परक्यासारखा ओरडतो आहे. कदाचित पवळ्याचा गोंधळही झाला असावा. अतिशय घाबरल्यामुळंही तो असा गोंधळून ओरडला असावा. सगळ्यांच्या शेपट्या फुलून केसही पिंजारलेले. – घरात गेल्यावरही ढवळीनं नि बाळ्यानं दोन्ही दिशांनी जाऊन पवळ्यापासून संरक्षण घेण्यासाठी लपालपी केली.

पवळ्या आत आल्यावर मी त्याला उचलून; "काय रे, बोका गेला तो; मी आहे." असं बोलत गोंजारलं. पण तो जाम घाबरलेला होता. प्रथमच भिडलेल्या

शत्रूवर हल्ला करण्यासाठी पवित्र्यात उभं राहून, त्याला दमाची भाषा करावी लागली होती.– पण एरवी मोठ्या मांजराचं शत्रू भिडल्यावरचं ओरडणं जसं घुमत असतं तसं पवळ्याचं ओरडणं घुमत नव्हतं. त्यातला पोरपणा, कोवळेपणा जाणवत होता.

थंडी असल्यामुळं पुष्कळ वेळा मांजरी रात्री घरीच झोपत होती. मीही तिला तशी झोपू देत होतो. ती एकटीच हॉलमधल्या खुर्चीवर झोपायची. पिलांना बाल्कनीत घालत होतो. कित्येक वेळा पिलांना वाटायचं की, मांजरी बाहेरच गेली आहे आणि ती आपल्याला खायला आणेल; म्हणून ती बाल्कनीबाहेर जाऊन तिची वाट बघत बसत. अजूनही बाल्कनीच्या ग्रिलमधून बाहेर खाली उडी मारल्यावर त्यांना पुन्हा वर चढता येत नाही.

त्यामुळं ती बाहेर जिन्याच्या दाराजवळच्या कोपऱ्यात जाऊन बसतात.

एके दिवशी मांजरी दिवसभर घरी होती. रात्रीही गपगार पडून मान वळवून पायांखाली येऊन झोपली होती. मध्यरात्रीच्या सुमारास ती गुडुक गुडुक आवाज करून ओकाऱ्या काढू लागली. पटकन मी उठलो नि तिचं मानगूट पकडलं तोवर तिला एक उलटी झाली. पण तिनं दुसरी उलटी काढायच्या आत तिचं मानेमागचं कातडं मागं गच्च खेचून धरून उलटी होऊ दिली नाही. बंगल्याचं बाल्कनीतलं मुख्य दार उघडून तिला बाहेर टाकलं. बाहेर दारात टाकल्याबरोबर तिनं दुसरी उलटी केली. मग तिला पुन्हा हाताचा रपाटा दिला. ती पायऱ्यावरनं खाली उतरून मागं न बघता सरळ पुढं निघून गेली...रागानं, अपमान सहन न होऊन, आपण आजारी असतानाच यानं असं आपणाला मध्यरात्री बाहेर हकलून दिलेलं जणू तिला असह्य होऊन, ती पुढं बघून काहीशी मूक स्वाभिमानानं निघून गेली...आणि असंही वाटलं की, ती आता परत येती की नाही कुणास ठाऊक!...अशी तिची निघून जाण्याची तऱ्हा.

आणि खरोखर दुसऱ्या दिवशी दिवसभर आलीच नाही. तिचं खाणं तसंच पडून राहिलं. संध्याकाळी ती आली. मला थोडं वाईट वाटलं. तिच्या जखमी पायामुळं जेरीला आली असेल, वृद्ध झाली आहे. तिला रात्री शिकारीला जावंसं वाटलं नसेल. ज्या अर्थी एक दिवस नि एक रात्र अशी एका जागीच, फक्त घालेल तेवढी दूध-भाकरी खाऊन बसली होती त्या अर्थी तिला बरं वाटत नसेल, तिचं पोट बिघडलं असेल. अशा वेळी आपण मानगुटाचं कातडं धरून, हातानं एक दणका देऊन, शिव्या देत तिला हाकलून दिलं, हे काही बरं केलं नाही.

...पण घर घाण होत होतं. निदान आपण ज्या घरात राहतो त्या घरात

मांजरांना स्वत:लाच असं वाटलं पाहिजे की, आपण इथं ओकू नये, हगू नये. मांजरीला ओकारी आली असेल तर ती मला हाक मारू शकते, माझ्याकडून खिडकी उघडून घेऊ शकते; असं मला वाटलं.

अलीकडच्या तिच्या एकटेपणामुळं कदाचित ती माजावर आली असावी, असं वाटलं. आठ-नऊ दिवसांपूर्वी दोन दिवस ती घरात दिसलीच नाही. तिसऱ्या दिवशी आली. कुठल्यातरी काशी-रामेश्वराहून प्रवास करून आल्यासारखी वाटली.

गेल्या आठवड्यात मी मंचरला व्याख्यानासाठी गेलो होतो. आदल्या दिवशी संध्याकाळी परत आलो.

आल्या आल्या स्वातीनं सांगितलं, ''बाबा, आज मांजरीनं कोंबडीचं पांढरंशुभ्र पिल्लू पकडून आणलं होतं.''

''बाप रे! जितं का मेलेलं?''

''अगोदर जिवंत असावं, नंतर तिनं मारलं असावं. चांगलं स्वच्छ, ताजं ताजं वाटत होतं.''

''पंचाईत झाली म्हणायची. कुणाची तरी तलंग पकडून आणली तिनं. हे लोक भांडत येतील आता आपल्याकडं. —खाल्ली का गं तिनं ती?''

''चौघांनी मिळून फडशा पाडला. बागेत बघा जावा कोंबडीची पिसं, पाय नि मुंडकं पडलं आहे. सगळी कशी हपापून बकाबक खात होती.'' स्वाती.

''मला तर शिकार करून पिलाबाळांबरोबर खाणाऱ्या सिनेमातल्या सिंहिणीचीच आठवण झाली. चौघं कशी चारी बाजूंनी बसून खात होती. तोंडं लालेलाल झालेली.'' कीर्तीनं तिला पुरवणी जोडली.

माझ्या चेहऱ्यावर खुशीचं हसू पसरलं. ''अगं, त्यांचा तो चिकन-तंदुरी खाण्याचा हॉटेलिंगचा प्रकार असणार. म्हणजे मांजरीनं आज पिलांना पार्टी दिलेली दिसतेय.'' मी बॅग घेऊन माझ्या खोलीत गेलो.

...मला एका बाजूनं काळजी वाटू लागली नि दुसऱ्या बाजूनं जरा बरंही वाटलं. सरडे, चिमण्या, उंदरं झाल्यावर आता मांजरीनं 'बडा खाना' पिलांना दाखवून देण्याचं, त्याची चव चाखवण्याचं ठरवलेलं दिसतंय. असलं काही खाल्ल्याशिवाय पिली मोठी होणार नाहीत, आपली आपली शिकार करून आणणार नाहीत, असं तिला वाटलं असावं. पिली लुचायचीही कायमची बंद होतील नि आपली कटकट वाचेल, असाही विचार तिच्या मनात आला असारा...पिली वाढवण्यासाठी काय खटपट चालवली आहे तिनं! निसर्गाच्या मूळ प्रेरणेचं पांढरं

चेटूक आहे नुसतं!

—आणि आज, म्हणजे एकवीस जानेवारीला नाहीशी होऊन चौथा दिवस झाला आहे. एरवी तिला खाण्याच्या वेळा माहीत आहेत. ती कुठंही गेली असली तरी खाण्याच्या वेळी बरोबर येते. पण आज चार दिवस झाले तिचा पत्ता नाही.

...कुठं गेली कळत नाही. सोसायटीत ती इतरत्र दिसली नाही. स्वातीजवळ, माझ्याजवळ, स्मिताजवळ ती आमच्या पायांना आपलं अंग घासून घासून मागूनही खात असे. तिची तीन पिली इथं आहेत, पण ती गेली आहे. चार दिवस झाले एकदाही फिरकली नाही. तिचं गूढ उकलत नाही...का तिनं ही पिली इथं वाढू देत, आपण दुसरीकडं कुठं तरी जाऊन पोट भरू; असा कठोर विचार केला असेल? ती कोंबडी म्हणजे निरोपाचा शेवटचा खाना तर नसेल?

...या घरात तिला फक्त दोनच वेळ दूध-भाकरी किंवा दूध-चपाती मिळत होती. त्यात तिचं पोट भरत नसावं. दिवसभर आणि रात्रीही ती शिकार करून खात होती. ह्या घराचा तिला फारच लळा होता...तरी ती निघून गेली. माणसाचं काही खरं नव्हे; पण प्राणी घराला, मालकाला मानतात. खाल्ल्या अन्नाला जागण्याचा प्रश्न नाही, पण अन्न मिळतं तिथं पडून राहतात. तिथंच जगतात. तसं मांजरीला वाटलं नाही याचं वाईट वाटलं. तिनं वणवण भटकत जाऊन अन्न शोधण्याचा, अर्धपोटी राहण्याचा धोका पत्करू नये, असा मनात विचार आला.

...अन्नापेक्षा तिची लैंगिक भूक मोठी असेल का? कदाचित त्या भुकेसाठी तर ती नव्या, तरुण बोक्याच्या शोधात वस्त्या धुंडाळत गेली नसेल? पवळ्या-बाळ्या बोके असले तरी अजून तसे पूर्ण नर व्हायला निदान एखादं वर्षं तरी जायला पाहिजे. म्हणून ती दुसऱ्या नराच्या शोधात निघाली असेल. एखादाही माज वाया जाऊ नये असं निसर्गानं तिच्या ठिकाणी करून ठेवलं असेल.

...एवढी बेचैन ती झाली असेल?

तशी लैंगिक भावनेनं गेली असेल तर, मग इथं कसा का असेना काळा बोका होताच की. का ती त्याला आता जवळही येऊ देत नसेल? त्याचं वर्तन म्हणजे तिच्या सर्व पिलांचा नाश, असं तिला वाटत असेल?...काही कळत नाही. कुत्र्याच्या गळ्यात पट्टा असतो. तो स्वत:च्या भावना बाजूला ठेवून मालकाला जागतो; पण मांजर स्वत:लाच जागतं असं दिसतं. जगण्याच्या दृष्टीनं ही प्रेरणा अधिक मोलाची नि मूलगामी आहे, हे कळतं; तरीही मांजरीनं असं करायला नको होतं; असं वाटतं.

आताशा ती मळकट दिसत होती. केस साफ आणि सफय दिसत नव्हते. तिच्या पिलांच्या नादात मी तिला फारसा जवळ घेत नव्हतो. अधूनमधून पिलांवर

कातावते म्हणून दटावीत होतो, पण ते प्रेमापोटी...मग ती का गेली?

पिलांचं आता नियमित जगणं सुरू झालंय. रोज दिवसभर घराच्या भोवतीनं शिकार पकडण्याचे ती प्रयत्न करतात. पण काही मिळत नाही. तरी आपली आशेनं काही पकडता येतं का बघतात. आताशा मांजरीही नाहीच, हे त्यांच्या लक्षात आलं आहे. त्यामुळे रात्री बहुदा बाल्कनीतच बसतात.

ती दिवसभर घराभोवतीनंच फिरायला कंटाळत असावीत. आई नसताना दुसरीकडं कुठं जायचं नि कुणाबरोबर जायचं, हे त्यांना कळत नसावं. पण आलेल्या परिस्थितीला तोंड देत आहेत. जगत आहेत. जगण्यासाठी धडपडत आहेत. मुक्या जीवांना याशिवाय दुसरा मार्ग नाही.

दूध-भाकरी-चपातीवरच त्यांना राहावं लागतंय. त्यांना चार-पाच दिवसांत चिमणी, सरडा, उंदीर मिळाला नाही. त्यामुळं ती कशी रोड, केविलवाणी, निरुत्साही झाली आहेत. नेहमीच्या प्रौढ मांजरासारखी ती आता खाणं, पिणं, झोपणं, फिरणं करतात. एकमेकांत फारशी खेळत नाहीत. आई नसल्यामुळं मोठी झाल्यासारखी वागतात. पोरकी पोरं कशी लौकर शहाणी होतात, तसं त्यांचं वागणं झालं आहे. माणसाचं काय नि मांजराचं काय, कधीतरी निसर्गचक्रात असं होतंच. त्याशिवाय तो निसर्ग जुन्याचा विसर्ग करून पुढं सरकणार तरी कसा!

१५

23rd January

पिलांची आई पिलांना कायमचं पोरकं करून निघून गेली. आता पुन्हा दिसणार नाही. तिला बेलदाराच्या माणसांनी चिंचोळ्या पाइपात कोंडून जिवंत जाळली. आज सकाळी ही बातमी जुन्या मोलकरणीनं सांगितली.

दोन-तीन दिवसांपूर्वी ही गोष्ट घडली. स्मिताच्या कॉटजवळ बसून मोलकरीण सांगत होती.

"अशी का जाळली?" स्मिता.

"तिनं म्हणं बेलदाराची कोंबडी धरून पळवली. बेलदारं पाठीमागं लागली तरी कोंबडी सोडंना. पळता पळता तिनं कोंबडी टाकली नि पाइपात शिरली. लगेच दोन्ही बाजूंनी दोन बेलदारं झाली. तिसऱ्यानं चगाळचोथा आणला नि दोन्ही बाजूंनी पाइपात घातला. आतल्या आत पेटवून दिला. मांजरी आत जळून मेली. आम्ही किती शिव्या दिल्या त्यांस्नी. आता सोन्याचं मांजार करून देवाला सोडलं पाहिजे म्हणूनबी सांगितलं. तरीबी त्येंनी मांजरीला सोडलं न्हाई."

ही जुनी मोलकरीण माळावरच्या झोपडवस्तीत देवळातल्या सटवाई देवीगत लेकीसह एकटी राहते. तिच्या शेजारीच बेलदारं माळावर राहायला आली आहेत.

बातमी ऐकून अंगभर कळा आल्यागत मला झालं. पोरी गलबलून गेल्या. स्मिताचे डोळे तर ऐकता ऐकताच वाहू लागले. ओठ थरथरू लागले. आशूला ती छातीशी गच्च धरून पाजू लागली...एका जीवाचा जगण्याचा आकान्त संपला. तीन मुलांना आमच्या स्वाधीन करून मांजरी निघून गेली. तिला आमच्या घरातल्या दूध-भाकरी-चपातीचा कंटाळा आला असावा...सपक आहार. ही तर वाघाची मावशी. मांसाहाराशिवाय तिला फार दिवस चैन पडत नसावं. सततच्या दूध-भाकरीला पिलंही कंटाळली आहेत, हेही तिच्या ध्यानी आलं असावं. काही वेळा पिलं नुसती भाकरीचं दूध चाटत नि मागं सरत. उपाशीच

उन्हाला जाऊन बसत. वाटायचं, बाहेर काही तरी खाऊन आली असतील, पोट भरलं असेल. पण तसं नव्हतं. तिचा आटापिटा पिलांसाठी चालला होता. त्यांना धष्टपुष्ट करण्यासाठक्ष ती धडपडत होती. त्याशिवाय काळ्या बोक्याला तोंड देऊन त्यांना जगणं शक्य नव्हतं.

शिवाय तिच्या मांसाहारी पोटानं सतत खावं लागणारं शाकाहारी अन्न नाकारलं असावं. आताशा विशाखाच्या घरीही ती आणि तिची पिली फारशी जात नव्हती. त्यांच्या शेजारी राहणाऱ्या केळूसकर वहिनींना मांजरं आवडत नाहीत. त्यांची दोन्ही मुलं मागे लागून मांजरांना मारतात आणि काळ्यांची मांजर-वेडी विशाखाही साताऱ्याला आजोबांकडे शिकायला गेली आहे. त्यामुळं मांजरांना अधूनमधून मिळणारी मांस-मछली मिळेनाशी झाली होती.

मांजरीला काय ठाऊक की, ही कोंबडी निसर्गाची नसून माणसाची आहे! एक जीव दुसऱ्या जिवावर अशी परमेश्वरी 'मालकी' सांगून असतो; हे मांजरीच्या गावी नसावं. तिनं ती पकडली. आणि कोंबडी धरली म्हणून माणसानं मांजरी मारली. रागापोटी तिचा बळी घेतला!...

मोलकरीण म्हणाली, ''मांजरीला जाळून तिथं माळावर टाकलीय. कावळंघारींनी तिची आतडी संपवूनबी टाकली असतील. दोन दीस मीबी बांधकामावर गेली. येऊन सांगायचं सुधरलंच न्हाई.''

...पिलांना हे ठाऊक नाही. ती आपली आई पुष्कळ दिवस कशी आली नाही, म्हणून तिची वाट पाहत आहेत. काहीतरी खायला घेऊन ती येईल म्हणून मधूनच मध्यरात्री बाहेर जाऊन प्रतीक्षा करीत आहेत. केविलवाणी होऊन जिन्याच्या पायरीवर रात्र काढत आहेत. पोरकी झालो आहोत; याची जाणीव त्यांना मनोमन झाली असेल. दिवसभर एकटी एकटी असली तरी, रात्री एकमेकांना बिलगून झोपतात. एकमेकांची ऊब घेतात. कुणी काही खाऊन आलं की काय याची मूक चौकशी एकमेकांची तोंडं हुंगून करतात...मधूनच एकमेकांना प्रेमानं चाटतात. लहर लागली तर एकमेकांशी थोडा वेळ खेळतात नि गप्प बसतात. त्यांची आई गेल्यामुळं 'ती जिवंत आहे, की मेली आहे' असं जरी मी त्यांना सांगितलं तरी ते त्यांना कळणार नाही. आईची आठवण त्यांना किती होते, ती नसल्यामुळं त्यांना काय वाटतं; हे मलाही कळू शकत नाही. त्यांची तीही एकमेकांत हे सांगू शकत नाहीत. एकेमेकांपासूनही किती गूढ, किती दूर राहिली आहेत...

कदाचित ह्या तीनही पिलांचे शेवट असेच होतील. कदाचित कुणी पोटासाठी मरेल, कुणी माणूस एखाद्याचा प्राण घेईल, कुणी काळा सैतान त्यांना फाडून

ठारही करील...कदाचित ती 'उद्या' काय वाढून ठेवलं आहे याचा विचार न करता पोटासाठी दाही दिशा आदिमानवासारखी हिंडतही बसतील. काही सांगता येणार नाही...त्यांची ही सवय फार जुनी आहे...चोरपावलांनी 'पाचवी'च्या दिवशी येऊन मुलाच्या मस्तकावर ललाट-रेषा उमटविणाऱ्या सटवाई देवीइतकी. मांजर हे तिचं वाहन. त्या जुनाट आदिमातेच्या जन्माबरोबरच ही माऊलीही जन्माला आली असावी.

❖

१६

24th January

मांजरीच्या मृत्यूनं जुन्या घराची आठवण झाली. तीन-साडेतीन वर्षांपूर्वी ते घर सोडलेलं. सोडताना इतरांप्रमाणं जी एक मांजर-माऊलीही सोडून आलो होतो; तिला बघून यावंसं वाटू लागलं. तिला पोत्यात घालून आणण्याचा विचार तसाच राहून गेला होता. दोन-चार घरांचा तिला लळा. मुक्काम फक्त आमच्याकडं. मग इकडं आणा कशाला?...नव्या भाडेकरूला सांगून आलो होतो, "मांजरी गरीब आहे. घरात उंदीर भरपूर आहेत. सांभाळा. उंदीर होणार नाहीत. झोपेत तुम्हाला चावणार नाहीत. "

...सांगून आलोय खरा; पण काय झालंय कुणास ठाऊक? कदाचित तिलाही त्या पांडूतात्यांच्या कुत्र्यानं फाडली असेल. पण पांडूतात्याही आपल्या खोल्या सोडून बंगल्यात राहायला गेले, असं कळलंय. डेक्कन जिमखान्यावर असेच भेटले होते...काही असणार नाही आता त्या वाड्यात.

वाड्याचं चित्र मनासमोर आपसूख आलं. आठवण झाली नि लक्षात आलं की, तिकडच्या बँकेत अजून आपलं सेव्हिंग खातं नावापुरतं का असेना पण पडून आहे. आज बंद करू, उद्या बंद करू, म्हणून तसंच आळसानं राहून गेलंय...आज खातं बंद करून यायचं. पंचवीस-तीस रुपये उगीच पडून आहेत. तसंच मांजरीही आहे का बघून येऊ.

मी उठलो. "स्मिता, मी शिवाजीनगरला जाऊन येतो. जुन्या शेजाऱ्यांना भेटतो आणि बँकेतलं खातंही तेवढं बंद करून येतो. नव्या घराच्या गडबडीत आपण तिकडं कधी गेलोच नाही."

"या जावा. आक्कांना, नानींना इकडं येऊन जायला सांगा."

"ठीक आहे." तिच्या त्या शेजार-मैत्रिणी होत्या.

मी निघालो. तिकडच्या मांजरीचा विचार मनात घोळू लागला...किती मोठी झाली असेल? तीन-चार वर्षं कुठली राहायला आलीय तिथं? मरूनही गेली

असणार. नाही तर निघून तरी गेली असणार. डोकेबाज होती. आळसटून, दूध-भाकरी खाऊन डोळे मिटून बसायची. अंधारातून उंदीर जाताना, पोत्याआड खुडबुड करताना तिच्या झाकल्या डोळ्यांनाही दिसायचा. एकदम वीज व्हायची नि झडप घालून उंदीर पकडायची. अचानक जादूनं तोंडातून उंदीर काढल्यागत कृती. कितीही पोट भरलं असलं तरी उंदीर सोडायची नाही...पेल्याच्या तळातलं दूध पेला न सांडता डावा पाय बुडवून काढायची नि तो चाटून सगळं संपवायची...'बस' म्हणेल तिथं बसणं. मांजर असूनही तेवढं ऐकत होती.

घराचा जुनाट जिना चढताना आसपासची चार-पाच मांजरं आठवली. गच्चीत आल्याबरोबर समोरचं छप्पर दिसलं...तिथं चालणाऱ्या मांजरांच्या रात्रभरच्या क्रीडा. आरडाओरडा.

...वाघऱ्या राखी बोक्याचा वेगळा घुमणारा पुरुषी आवाज. चंगीझखानासारखा धिप्पाड, क्रूर आणि उग्र. एखाद्या 'दादा'सारखा आपल्याच मस्तीत वस्तीवर फिरणारा. सगळ्या मांजरींचा एकटा भोग घेणारा. मांजरींची इच्छा असो वा नसो, हा बळजोरीनं त्यांची मानगूट धरी नि त्यांना गाभण्या करून सोडी. सगळ्या मांजरी टाहो फोडत, आक्रोश करत; पण याचा भोग थांबत नसे. यानंच जन्माला घातलेल्या मुलांचं शिरकाण त्याच्याच कट्यारी दातांनी चाले. ना दया, ना माया.

दिवसभर छपरांवरून, भिंतींवरून, कठड्यांवरून, अवघड जाग्यांवरून हिंडणारा. अनेकांची दुधं चोरून खाणारा. कुणाच्या हाताला सापडत नव्हता, की कुणाच्या काठीखाली येत नव्हता.

पांडूतात्यांच्या लांडग्यासारख्या कुत्र्याची याच्याबरोबर किती वेळा झटापट झाली. अवघड जाग्याला दन्नाट जाऊन बसे. कधी कुत्रा भिडलाच तर, अनपेक्षितपणे गर्रकन फिरे नि शेपूट नि अंग फुलवून दुप्पट मोठा होई. त्याच आवेगात समोर ठाकून पंजाचे फटकारे कुत्र्याच्या तोंडावर देई. कुत्रा गडबडला की हा सुसाट.

पण त्याचा दिवस एकदा उजाडला. या जिन्याच्या दारातच कुत्र्यानं पाठीमागून अचानक पकडला नि चिंध्या केल्या. तिथंच रक्ताच्या थारोळ्यात आंघोळ करत तळमळला. सगळा वाडा लोटला त्याचं रक्तबंबाळ प्रेत पाहायला.

"...कुत्र्यानं बोका मारला, बोका मारला." गल्लीभर गलका.

क्रूर होता तरी वेडंवाकडं फाडलेलं त्याचं प्रेत बघून वाईट वाटलं. आयुष्य संपवून निघून गेला. मागं फक्त त्याचं रक्त, मांस, हाडं, कातडं...अलगद नेऊन आम्ही पुरलं. क्षणभर वाटलं होतं, ते कावळ्या-घारींना भक्षण करण्यासाठी फेकून द्यावं. पण तो विचार मनातच राहिला...कसाही असला तरी वाड्यात वाढला होता. सर्वांनाच शेवटच्या क्षणी तो आपला वाटला. माणसाचं मोठं विचित्र असतं...व्यालेल्या मांजरीचं निस्तरता निस्तरता सगळ्या शेजारणी याला

शिव्याशाप देत. आणि आता त्या मावल्या गहिवरून बोलू लागल्या होत्या.

सहज डाव्या बाजूच्या खिडकीकडं लक्ष गेलं; तर आतल्या अंधारातून एक्साईज खात्यातल्या पाबळकरांचे तांबारे डोळे चमकले...हा वाड्यातला एक निर्लज्ज बोका. अविवाहित. रात्री-दिवसा कधीही येणारा. कुणाच्याही प्रौढ मुली, बायका, मोलकरणी भोगून खाकरून, थुंकून टाकणारा. याला तात्यांचा कुत्रा का फाडत नाही?...तात्यांचा कुत्रा त्यांच्याबरोबर बंगल्यावर गेला; हा इथंच राहिला आहे...सोसायटीतल्या त्या काळ्या बोक्याला भागवतांचा तो अल्सेशिअन कुत्रा का फाडत नाही? माझी पिलं तरी सुखानं जगतील.

तसाच घरात शिरलो. गडद हिरव्या रंगाचं घर, तोच रंग अजूनही आहे...

"आहेत का देसाई?"

"आहेत, या." देसाईच बाहेर आले. मागोमाग त्यांचा दहा-बारा वर्षांचा मुलगाही जिज्ञासेनं आला.

"मी यादव. जुना भाडेकरू."

"अरे, हे काय! ओळखतो मी तुम्हांला. बसा."

इकडच्यातिकडच्या गप्पा सुरू झाल्या. मांजरीसारख्या गूढ घाऱ्या डोळ्यांची त्यांची मुलगी चहा घेऊन आली. वाटलं होतं; मांजरी असेल तर इकडं तिकडं दिसेल; पण नाही. घर शांत.

शेवटी बाहेर पडायच्या वेळी न राहवून विचारलं, "आम्ही सोडून गेलो ती मांजरी येते का हो इकडं?"

ते हासले. माझ्याकडं बघत फक्त होकारार्थी मान हलविली.

"कुठाय ती?" काळीज सुपाएवढं झालं.

त्या गोंडस गोड मुलीनं आतून ऐकलं होतं. आतूनच कुठून तरी ती दोन्ही हातांत जडशीळ मांजरी आपलाच एक जीव उराशी गच्च धरून आणावा तशी घेऊन आली.

"ही बघा." म्हणून बैठकीच्या खोलीत हळूच सोडून तशीच दारापाशी उभी राहिली...मुलींनाच मांजर जास्त का आवडावं?...स्वातीला, निमाला, विशाखाला ते जीव की प्राण वाटतं. देसायांचा मुलगा मात्र आमचं बोलणं ऐकत इथंच बसला आहे. त्याला उठून मांजरी आणावी असंसुद्धा वाटलं नाही. आणि मुलीचं मात्र...

एकटक मी मांजरीकडं बघू लागलो. रंगरूप तेच. जरा जास्त थोराड वाटणारी. मी तिला उचलली आणि मांडीवर घेतली.

पण तिला ओळख लागली नाही. मँव करून सुस्तपणे ओरडली नि हळूच मांडीवरून खाली उतरली. हळूहळू त्या मुलीच्या पायाजवळ गेली नि अंग घासू

लागली...अवघडलेली.

"गाभण आहे का?"

"हो!"

"इथला बोका तर कुत्र्यानं मारला होता."

"एक मारला. बाकीचे आहेत की. हिच्याच पोटचे दोन तरी असतील. बोक्यांना काय कमी ह्या गल्लीत?" ते विनोद करण्याच्या हेतूनं बोलले...म्हणजे यापूर्वी मांजरी दोन–तीन वेळा व्याली होती. तिची पिलं आसपासच्या लोकांनी वाढवली होती.

थोड्या गप्पा मारून मी निरोप घेतला.

जाता जाता मांजरीच्या पाठीवरून हात फिरवला.

"मने, काय गं? ओळख विसरलीस?" म्हणून बोललो नि पायांत चपला घालू लागलो. एवढं विचारलं तरी त्याचं काहीच नाही... 'आत्मनस्तु कामाय सर्वं प्रियं भवति' या महावाक्याला जागणारी प्रकृती... आत्ममग्न. ओळखीचं काय; ती असतेही नि नसतेही.

चपला घातल्या नि तिच्याकडं पुन्हा बघू लागलो. मधल्या उंबऱ्यात ती उभी राहिलेली. निसर्गधर्मानं अवघडलेले पोट...गूढ वाटणारे डोळे... अनंत काळपर्यंत जवळ असूनही तसेच आदि तत्त्वागत गूढ राहणारे...

वाड्यातून बाहेर पडता पडता समोरच्या झोपडपट्टीतली गंगूबाई भेटली. माझ्या लहान मुलांना सांभाळत असे. हरखून पाणी होऊन तिनं माझ्या मुलांची चौकशी केली. तिच्या शेजारची कोळ्याची निर्मला आमच्याकडं भांडी घासायला येत असे. मोठी गोंडस पोरगी. सावळी पण चारजणींत उठून दिसणारी. तिची मी सहज चौकशी केली.

गंगूबाई खालच्या आवाजात म्हणाली, "ठावं न्हाई तुम्हांस्नी?"

"न्हाई बा. काय झालं?"

"आता काय सांगायचं!" ती आणखीन जवळ सरकली नि खालच्या आवाजात बोलली, "अहो, कुणाच्या तरी पोटचं गरवार ऱ्हायली. लगीन न्हाई नि फिगीन न्हाई. बा ऽनं ईख घालून मारली तिला. काय सांगायचं!"

मी आवाक् झालो.

निमिषभरानं बोललो, "काय माणूस तरी. बाप आहे की बेलदार!"

मोठमोठे डोळे करून ती सांगून गेली. माझ्या पोटात मुरगळून आल्यासारखं झालं. मनासमोर वाड्यातल्या त्या काळोख्या खोलीतील बोक्याचे तांबारे डोळे दिसू लागले.

घरी येऊन स्मिताला निर्मलाची हकीकत सांगितली. ती फार हळहळली. हकीकत सांगताना मी निर्मलाला 'निमा निमा' म्हणत होतो. तिला बोलवायचं ते नाव. 'निमा निमा' म्हणताना मला जवळजवळ वर्षभर न भेटलेल्या माझ्या मैत्रिणीची आठवण येऊ लागली...तीही निमाच. नियतीनं दोघींचं नाव 'निर्मला'च कसं ठेवलंय? किती विचित्र योगायोग हा. कशाचाच काही संबंध नाही तरी एक गूढ धागा सगळ्यांतून शिरून अंधारात नाहीसा होतो आहे.

जेवायच्या अगोदर मी पिलांना दूध-भाकरी भरवली. मनात सगळं काहूर माजलं होतं.

आता रात्रीचे दोन वाजून गेले आहेत. सगळं शांत आहे. तिन्हीही पिलं कुठं पोटाच्या उद्योगासाठी बाहेर गेली आहेत...खोल मनातून एक विचित्र विचार त्या काळ्या गूढ धाग्यात अडकून वर येतो आहे...निमाच्या बा ऽ नं एक मांजरी पाळली पाहिजे होती. माणसानं एक एक मांजर पाळलंच पाहिजे. तो जीव जेथून बाहेर पडला आहे त्या कृष्ण जंगलात अधूनमधून फिरून आलं पाहिजे. तिथं ते कदाचित आई, बहीण, प्रिया, पत्नी, मुलगी यांच्या सखोल आदि रूपातही भेटू शकेल. तिथं ते नाहीच भेटलं तर निदान रोज तासभर तरी लोककथेतल्यासारखं आपणच मांजर होऊन जगलं पाहिजे...

...हे मनातलं मांजर मारू नये । मारलं तर काशीला जाऊनही पाप फिटणार नाही । सोन्याचं मांजर गंगेला वाहूनही पुण्य भेटणार नाही । सोन्यापेक्षा ते मोलाचं, सात सृष्टीच्या तोलाचं असतं । मांजर मारणं म्हणजे पाच खांबांच्या राजवाड्यात बसलेल्या आपलीच हत्या करणं । मग माणसाचा बेलदार होतो । गाढवावर बसून शंभर जन्मांची ओझी वाहतो । ...कधी उपरती झाली तर मांजरादेवीचे पाच वार करतो । पाच वार ग्रहांचे, सहावा सूर्याचा, सातवा चंद्राचा । आठवा मांजरवार युगायुगाचा । त्याची वाट बघत बसतो । वार उगवला की, कुंवर मातेची ओटी भरून, तिच्या पवित्र दुधाचा नैवेद्य देवीला दाखवतो । कुंतीचं सूर्य-स्तोत्र गाऊन आळवतो । असे पाच युगाचे पाच वार । सहाव्या युगी देवी प्रसन्न होते । माणसाला कोड्यात बोलते :
"एवढीशी भुई
अंतराळ लई ।

सात कोटी तारे
दिशा दाही ।
नको जास्त कपडा
थोडा राहा नागडा
पायात घालून
भुईचा तोडा ।
आठंग्या वनात
देऊळ बांध ।
माणसाच्या धडावर
मांजर सांध ।
तिथं मी येईन
तुझ्यासंग राहीन
तुझी पूजा घेत
सोनसुख देईन ।''

पण माणसाला तिचं कोडं कळत नाही । कळलं तरी
वळत नाही । म्हणून कुणी अजून मांजरवार केला नाही ।
'मांजरमुखीचं' देऊळ बांधलं नाही । माणूस आपला नाना
रंगांची वस्त्रं लेतो, लेणी लेतो । डोईवर चालत लांबलांब
जातो । जुनी जुनी भुई सोडून गटांगळ्या खातो ।